മതാതീത ആത്മീയത
ക്രിസ്തുമതവും കത്തോലിക്കാ സഭയും
ഒരു വിമർശനാത്മക പഠനം

mathatheetha aathmeeyatha
kristhumathavum katholikka sabhayum
oru vimarshanathmaka padanam

•

t t mathew thakadiyel

•

first edition
august 2015

•

typesetting and *published*
chintha publishers, thiruvananthapuram

•

printed at
Repro India Ltd, Mumbai.

•

cover
suresh

•

price
rupees one hundred only

വിതരണം

ദേശാഭിമാനി ബുക്ക് ഹൗസ്

H O തിരുവനന്തപുരം–695 035
phone: 0471-2303026, 6063026
www.chinthapublishers.com
chinthapublishers@gmail.com

ബ്രാഞ്ചുകൾ

ഹെഡ്ഡാഫീസ് ബ്രാഞ്ച് കുന്നുകുഴി • സ്റ്റാച്യു തിരുവനന്തപുരം • കെ എസ് ആർ ടി സി ബസ് സ്റ്റേഷൻ ആലപ്പുഴ • കെ എസ് ആർ ടി സി ബസ് സ്റ്റേഷൻ എറണാകുളം • ചിറ്റൂർ റോഡ് എറണാകുളം • മച്ചിങ്ങൽ ലെയിൻ തൃശൂർ • ഐ ജി റോഡ് കോഴിക്കോട് • മാവൂർ റോഡ് കോഴിക്കോട് • എൻ ജി ഒ യൂണിയൻ ബിൽഡിങ് കണ്ണൂർ • സെൻട്രൽ ബസ് ടെർമിനൽ കോംപ്ലക്സ് താവക്കര കണ്ണൂർ

CO - 2242 / 3722

മതാതീത ആത്മീയത

ക്രിസ്തുമതവും കത്തോലിക്കാ സഭയും
ഒരു വിമർശനാത്മക പഠനം

ടി ടി മാത്യു തകടിയേൽ

ചിന്ത പബ്ലിഷേഴ്സ്
തിരുവനന്തപുരം-695 035
വില : ₹ 100

ടി ടി മാത്യു തകടിയേൽ

കോട്ടയം ജില്ലയിൽ തിടനാട് പഞ്ചായത്തിൽ പരേതരായ തോമസ് തകടിയേലിന്റെയും മറിയാമ്മയുടെയും മകനായി 1940 ൽ ജനിച്ചു. ഈരാറ്റുപേട്ട, ഭരണങ്ങാനം, മണ്ണാർക്കാട് എന്നിവിടങ്ങളിലും കോഴിക്കോട് ദേവഗിരി കോളേജിലു മായി വിദ്യാഭ്യാസം.

1979 മുതൽ 1984 വരെ തിടനാട് പഞ്ചായത്ത് പ്രസിഡന്റ്; സഹകരണ പ്രസ്ഥാനങ്ങളിലും, കർഷക സംഘടനകളി ലും, നാടക സമാജങ്ങളിലും പ്രവർത്തിച്ചിരുന്നു. ഇപ്പോൾ കത്തോലിക്കാസഭാ നവീകരണ പ്രസ്ഥാനങ്ങളിൽ സഹക രിക്കുകയും ആനുകാലിക പ്രസിദ്ധീകരണങ്ങളിൽ ടി ടി മാത്യു തകടിയേൽ, മാത്തുക്കുട്ടി തകടിയേൽ എന്നീ പേരു കളിൽ എഴുതുകയും ചെയ്യുന്നു. പാലക്കാട് താമസം.

ഭാര്യ	:	ഗ്രേസിക്കുട്ടി മാത്യു
മക്കൾ	:	നൈസ് മാത്യു, ജോജി എം തകടി
മരുമക്കൾ	:	ലിസ് തോംസൺ, ബിജി സെബാസ്റ്റ്യൻ
വിലാസം:		ഗംഗോത്രി നഗർ, പുത്തൂർ റോഡ്,
		പാലക്കാട്-1,
Mob	:	9497632219

ഉള്ളടക്കം

അനുബന്ധം

പ്രസാധകക്കുറിപ്പ്

അദ്ധ്വാനിക്കുന്ന മനുഷ്യരോട് ചായ്വുണ്ടായിരുന്ന ക്രിസ്തുവിന്റെ മതം വ്യവസ്ഥാപിത താല്പര്യങ്ങളോട് താദാത്മ്യം പ്രാപിച്ച് സഭാചട്ടക്കൂടുകൾക്കുള്ളിൽ എങ്ങനെ ഞെരുങ്ങിപ്പോകുന്നു എന്ന് പരിശോധിക്കുന്ന ഗ്രന്ഥമാണിത്. ക്രിസ്തുദർശനത്തിൽനിന്ന് വ്യതിചലിക്കാതെയും അതിന്റെ സത്ത ഉയർത്തിപ്പിടിച്ചും മതാത്മകതയെ വിമർശനവിധേയമാക്കി മതാതീതമായ ആത്മീയതയെ അന്വേഷിക്കുകയാണിതിൽ. സഭ എങ്ങനെയാണ് ക്രിസ്തുദർശനത്തിൽ നിന്ന് അകന്നുപോകുന്നതെന്ന് ഗ്രന്ഥകർത്താവ് ചൂണ്ടിക്കാട്ടുന്നു. ഗ്രന്ഥകർത്താവിന് ഈ കാര്യങ്ങളിൽ സ്വന്തമായ അഭിപ്രായങ്ങളുണ്ട്. ഇതിലെ പരാമർശങ്ങളും നിഗമനങ്ങളും ഗ്രന്ഥകർത്താവിന്റെ മാത്രം അഭിപ്രായമാണ്. ക്രിസ്തുദർശനത്തെയും സഭകളുടെ ചരിത്രത്തെയും പറ്റി മനസ്സിലാക്കാൻ ഈ പുസ്തകം സഹായകരമാകുമെന്നു കരുതുന്നു.

ചിന്ത പബ്ലിഷേഴ്സ്

ആമുഖം

എഴുതുകയോ എഴുതാതിരിക്കുകയോ ചെയ്യാവുന്ന ഒരു വിഷയമാ ണിതെന്ന് ചിന്തിച്ച് കാലങ്ങൾ കടന്നുപോയപ്പോൾ പ്രതികരണശേഷി ഇല്ലാത്ത സമൂഹമായി ഒരു ജനത ഉരുവാകുന്നത് നിസ്സഹായനായി നോക്കിനില്ക്കുവാൻ എനിക്ക് ബുദ്ധിമുട്ടനുഭവപ്പെട്ടു. പതുക്കെപ്പതുക്കെ ഞാൻ എന്റേതായ അഭിപ്രായങ്ങൾ ആനുകാലികങ്ങളിൽ എഴുതിത്തുട ങ്ങി. അങ്ങനെ പല കാലങ്ങളിലായി ഉരുത്തിരിഞ്ഞ ലേഖനങ്ങൾ സമാഹ രിക്കണമെന്ന എന്റെ അഭ്യുദയകാംക്ഷികളുടെ പ്രേരണയാണ് ഈ പുസ്തകരൂപം.

എത്ര അടിച്ചമർത്തിയാലും ക്രിസ്ത്യാനികളെ ഇല്ലായ്മ ചെയ്യുവാൻ കഴിയില്ലെന്ന ഒരു തിരിച്ചറിവ് എ ഡി 4-ാം നൂറ്റാണ്ടോടുകൂടി റോമൻ ചക്രവർത്തിമാർക്കുണ്ടായി. അപ്പോൾ നമ്മുടെ നാട്ടിലെ ഇന്നത്തെ രാഷ്ട്രീയക്കാരുടെ ഒരു ഒത്തുതീർപ്പ് രീതി നടപ്പിൽ വരുത്തുവാൻ ബുദ്ധി മാനായ കോൺസ്റ്റന്റയിൻ ചക്രവർത്തി തീരുമാനിച്ചു. അങ്ങനെ ലോക ത്തിലെ ആദ്യത്തെ മതരാഷ്ട്രീയക്കളി അരങ്ങേറി. അക്രൈസ്തവനാ യിരുന്ന കോൺസ്റ്റന്റയിൻ ചക്രവർത്തിയുടെ പരിപൂർണ്ണ നിയന്ത്ര ണത്തിൽ എ ഡി 325 ൽ സഭയുടെ പ്രസിദ്ധമായ നിഖ്യാസൂനഹദോസ് കൂടി. പുതിയ വിശ്വാസപ്രമാണങ്ങളുണ്ടായി. അംഗീകരിക്കേണ്ട വേദ പുസ്തകങ്ങൾ ഏതൊക്കെയാണെന്ന് തീരുമാനമായി. ഇവിടെമുതൽ സഭയുടെ ഭാവവും രൂപവും മാറി. യേശു തള്ളിപ്പറഞ്ഞ അധികാരത്തി ന്റെയും സമ്പത്തിന്റെതുമായ ഒരു രാജകീയസഭ നിലവിൽ വന്നു. മുക്കു വന്റെ വേഷവിധാനങ്ങളെല്ലാം അഴിച്ചുമാറ്റി. കിരീടവും ചെങ്കോലും ആട യാഭരണങ്ങളും ധരിച്ചുകൊണ്ട് സഭയുടെ മാർപ്പാപ്പ രാജാപാർട്ടിൽത്ത ന്നെ സഭാഭരണം നടത്തി.

"സഭയിൽ അടിഞ്ഞുകൂടിയിരിക്കുന്ന പൊടിപടലങ്ങൾ അടിച്ചുവാരി വൃത്തിയാക്കണമെന്നും സത്യമറിയാൻ അടഞ്ഞുകിടക്കുന്ന സഭയുടെ വാതായനങ്ങൾ തുറന്നിടണമെന്നും" പുണ്യപുരുഷനായിരുന്ന 23-ാം ജോൺ മാർപ്പാപ്പ പ്രഖ്യാപിച്ചു. അദ്ദേഹം ഇങ്ങനെ തുടരുന്നു: "നന്മ നിറഞ്ഞ മനസ്സോടുകൂടി ജീവിക്കുന്നവൻ യേശുവിനെ അറിഞ്ഞില്ലെങ്കിൽ പ്പോലും രക്ഷപ്പെടും." ഇപ്പോഴത്തെ ഫ്രാൻസിസ് മാർപ്പാപ്പ പറയുന്നു: "സന്മനസ്സുള്ളവർ നിരീശ്വരരാണെങ്കിൽപ്പോലും രക്ഷപ്പെടും." പുരോഹി തരുടെ ഇന്നത്തെ തൊഴിലിനാധാരമായ അനുഷ്ഠാനങ്ങളും പൂജാദികർ മ്മങ്ങളുമില്ലാതെ രക്ഷപ്രാപിക്കാമെന്നുള്ള ഈ രണ്ട് ഇടയശബ്ദങ്ങൾ സഭാവിശ്വാസങ്ങളുടെ ചക്രവാളസീമകളിൽ ഇടിമുഴക്കം സൃഷ്ടിക്കട്ടെ. യഥാർത്ഥ ക്രിസ്ത്യാനികൾ ഫ്രാൻസിസ് മാർപ്പാപ്പയുടെ പിന്നിൽ അണി നിരക്കട്ടെ. ഈ നവീകരണ പ്രസ്ഥാനത്തിലെ ലക്ഷത്തിലൊരുവനാ യിട്ടെങ്കിലും ഈയുള്ളവന്റേയും പങ്കാളിത്തമുണ്ടാകുവാൻ ആഗ്രഹിക്കു കയാണ്. അതിന്റെ ഒരു ചെറിയ സംരംഭമായി എന്റെ പുസ്തകത്തിലെ കുറിപ്പുകൾ പ്രാദേശികമായെങ്കിലും ഉപകരിക്കുമെങ്കിൽ ഞാൻ സംതൃ പ്തനാണ്.

കേരള കത്തോലിക്കാ നവീകരണ പ്രസ്ഥാനത്തിന്റെ കേന്ദ്രബിന്ദു വായി പ്രവർത്തിക്കുന്ന *ഓശാന* മാസികയുടെ എല്ലാമെല്ലാമായ ബഹു. ജോസഫ് പുലിക്കുന്നേലാണ് *മതാതീത ആത്മീയതയ്ക്ക്* സന്ദേശമെഴുതി യിരിക്കുന്നത്. *ഓശാന*യിലൂടെയാണ് ഞാൻ എഴുതിത്തുടങ്ങിയത്. ബഹു. ജോസഫ് പുലിക്കുന്നേലിനോടുള്ള എന്റെ നന്ദി പ്രത്യേകമായി പ്രക ടിപ്പിക്കുന്നു.

നവോത്ഥാന ചിന്തകനും മലയാള സാഹിത്യത്തിലെ പ്രതിഭയുമായ ശ്രീ. സക്കറിയായുടെ അവതാരിക ഈ പുസ്തകത്തിന്റെ മുതൽക്കൂട്ടാ യിട്ടുതന്നെ ഞാൻ കരുതുന്നു. അദ്ദേഹത്തോടുള്ള നന്ദി ഇവിടെ രേഖ പ്പെടുത്തുന്നു.

ലേഖനങ്ങൾ സമാഹരിച്ച്, പുസ്തകമാക്കുന്നതിനുവേണ്ടി എന്നോട് സഹകരിച്ച് പ്രവർത്തിച്ച എഴുത്തുകാരനായ ശ്രീ. ജോർജ്ദാസിനോടും നന്ദി പറയുന്നു.

ഒരു യാഥാസ്ഥിതിക സുറിയാനികത്തോലിക്കാ കുടുംബാംഗമായ എന്റെ സഭാനവീകരണ ആശയങ്ങളോടുകൂടിയ എഴുത്തുകൾക്കും, മറ്റു പ്രവർത്തനങ്ങൾക്കും എതിർപ്പുകൾ കൂടാതെ പൂർണ്ണ പിന്തുണ നല്കിക്കൊണ്ടിരിക്കുന്ന എന്റെ കുടുംബാംഗങ്ങളെക്കുറിച്ച് ഞാൻ അഭി മാനം കൊള്ളുന്നു.

ഗ്രന്ഥകാരൻ

സന്ദേശം

ജോസഫ് പുലിക്കുന്നേൽ

ശ്രീ. ടി ടി മാത്യു തകടിയേലിന്റെ *മതാതീത ആത്മീയത* എന്ന ഗ്രന്ഥം പ്രസിദ്ധീകരിക്കുന്നു എന്നറിഞ്ഞതിൽ സന്തോഷമുണ്ട്. മുഖ്യമായും *ഓശാനയിലും* മറ്റു പ്രസിദ്ധീകരണങ്ങളിലും വന്ന ലേഖനങ്ങളുടെ ഒരു സമാഹാരമാണ് ഈ ഗ്രന്ഥം. ശ്രീ. ടി ടി മാത്യു സഭയുടെ ഇന്നത്തെ അധഃപതനത്തെ വിമർശിക്കുകയും തിരുത്തുകയും ചെയ്യുന്നതിന് ഇറങ്ങിപ്പുറപ്പെടുന്നതിനു മുമ്പ് സഭയുടെ ചരിത്രം വായിച്ച് എവിടെയെല്ലാം വെച്ചാണ് സഭ നേരായ മാർഗ്ഗത്തിൽനിന്നും വ്യതിചലിച്ചതെന്ന് ചൂണ്ടിക്കാണിക്കുന്നുണ്ട്. ശ്രീ. മാത്യുവിന്റെ രചനയുടെ ഒരു പ്രത്യേകത സഭാചരിത്രത്തെക്കുറിച്ച് ആഴമായ അവബോധം അദ്ദേഹത്തിനുണ്ട് എന്നതാണ്.

മതങ്ങൾ ഉണ്ടാകുന്നതിന് മുമ്പുതന്നെ മനുഷ്യനുണ്ടായിരുന്നു. മതമെന്നാൽ ഏതെങ്കിലും ഒരു പ്രത്യേക ദേവന്റെ പേരിലാണ് രൂപം കൊണ്ടിട്ടുള്ളത്. മതമില്ലാതിരുന്നപ്പോഴും അവന്റെ സാമൂഹിക ബന്ധങ്ങളെ ക്രമവൽക്കരിക്കുന്നതിന് അവൻ പരിശ്രമിച്ചുപോന്നു. ഓരോ മതത്തിന്റെയും ഇടുങ്ങിയ ചട്ടക്കൂട്ടിലേക്ക് ദൈവത്തെ ആവാഹിച്ചിരുത്തി ആ ദൈവത്തിന്റെ പേരിൽ ആത്മീയത സൃഷ്ടിക്കുന്നതിനുള്ള പരിശ്രമങ്ങൾ ആരംഭിച്ചത് മാനവചരിത്രത്തിൽ നൂറ്റാണ്ടുകൾക്കു ശേഷമാണ്. നമ്മുടെ ഇപ്പോഴത്തെ അറിവനുസരിച്ച് പാശ്ചാത്യദേശത്ത് ആദ്യമായി ധാർമ്മികതയും ആത്മീയതയും സംയോജിപ്പിച്ചത് ഗ്രീക്കുകാരായിരുന്നു. അക്കാലഘട്ടത്തിനുമുമ്പ് തന്നെ ചൈനയും ഇന്ത്യയും പോലുള്ള ദേശങ്ങളിൽ ഈശ്വരബാഹ്യമായ ആത്മീയത വികസിച്ചുപോന്നു. സംഘടിതമായ ഒരു മതത്തിന്റെ ചരിത്രം ആരംഭിക്കുന്നത് യഹൂദരിലാണ്. എന്നാൽ യേശു യഹൂദന്റേതായ ഈശ്വരസങ്കല്പത്തെ നിഷേധിച്ചു. ഇന്ത്യയിൽ വികസി

തമായ ആത്മീയത ഏതെങ്കിലും ഒരു ദൈവത്തിൽ കേന്ദ്രീകൃതമായിരു
ന്നില്ല. മറിച്ച് മനുഷ്യകേന്ദ്രീകൃതമായ ആത്മീയതയും മൂല്യവും മാനവ
സമൂഹത്തിൽ നിലനിന്നിരുന്നു. കൺഫ്യൂഷ്യസിന് പ്രത്യേക ദൈവമു
ണ്ടായിരുന്നില്ല. ക്രിസ്തു ഒരു മതവും സ്ഥാപിച്ചില്ല. ഭാരതത്തിൽ ദൈവം
'അഹം ബ്രഹ്മസ്മി' ആയിരുന്നു. ശ്രീ. മാത്യു തകടിയേലിന്റെ ഈ
ഗ്രന്ഥം കൂടുതൽ എഴുതുന്നതിനുള്ള പ്രേരണയായിത്തീരട്ടെ എന്നു
പ്രാർത്ഥിക്കുന്നു.

അവതാരിക
സക്കറിയ

കേരള കത്തോലിക്കാ സഭയെക്കുറിച്ചും ക്രിസ്തുമതത്തെക്കുറിച്ച് പൊതുവിലുമുള്ള സ്വതന്ത്ര നിരീക്ഷണങ്ങളാണ് ടി ടി മാത്യു തകടി യേലിന്റെ ഈ ചെറു പുസ്തകത്തിന്റെ ഉള്ളടക്കം. കേരള കത്തോലിക്കാ വിശ്വാസിസമൂഹത്തിൽ അത്യപൂർവ്വമായാണ് മാത്യുവിന്റേതു പോലെ യെരു അന്വേഷിയുടെ മനസ്സ് പ്രത്യക്ഷപ്പെടുന്നത്. എം സി ജോസഫ്, എ ടി കോവൂർ തുടങ്ങി ക്രൈസ്തവസമൂഹത്തിൽ സ്വതന്ത്രചിന്തക രുണ്ടായിരുന്നു. അവർ സഭകൾക്ക് പുറത്തേക്ക് സ്വയം നീക്കി നിർത്തിയ യുക്തിവാദികളായിരുന്നു. സഭയ്ക്കുള്ളിൽ നിലയുറപ്പിച്ചുകൊണ്ട് സത്യാ ന്വേഷണങ്ങൾ നടത്തുന്ന ജോസഫ് പുലിക്കുന്നേലിന്റെ പാതയിലാണ് മാത്യു സഞ്ചരിക്കുന്നത്.

യേശു എന്ന മനുഷ്യസ്നേഹിയായ വ്യക്തിയോടുള്ള പ്രതിബദ്ധ തയാണ് മാത്യുവിന്റെ മാർഗ്ഗദീപം. യേശുവിന്റെ പേരിൽ ഉരുത്തിരിഞ്ഞു വന്ന അധികാരത്തിന്റെയും സമ്പത്തിന്റെയും ഇരുമ്പുലക്കയായ സഭയെയും, അതിന്റെ വിശ്വാസസംഹിതകളും പാരമ്പര്യങ്ങളും രൂപീകരി ക്കപ്പെട്ട നടുക്കുന്ന വഴികളെയും, മാത്യു ചരിത്ര പാണ്ഡിത്യത്തോടെ അവലോകനം ചെയ്യുന്നു. തുറന്ന കണ്ണുകളോടെയും സ്വതന്ത്രമായ മന സ്സോടെയും മാത്യു നടത്തുന്ന വിമർശനാത്മകമായ ചരിത്ര വായനയും സമകാലീന നിരീക്ഷണങ്ങളും നമ്മെ നയിക്കുന്നത് സഭ എന്ന അധികാര -സമ്പദ് സാമ്രാജ്യത്തിന്റെ പിന്നിലെ നിക്ഷിപ്ത താല്പര്യങ്ങളെക്കു റിച്ചുള്ള തിരിച്ചറിവുകളിലേക്കാണ്. യേശുവിന്റെ ജീവിതവും മരണവും സന്ദേശവും ജനമദ്ധ്യത്തിലുളവാക്കിയ ആവേശം തിരിച്ചറിഞ്ഞ കോൺസ്റ്റന്റയിൻ ചക്രവർത്തി യേശുവിനെ മുൻനിർത്തി ഒരു സാമ്രാജ്യമതം സൃഷ്ടിച്ച അന്നു മുതൽ ആരംഭിച്ചതാണ് ആ മതത്തിന്റെ

യേശുവിൽ നിന്നുള്ള വഴിതിരിയൽ എന്ന് മാത്യു വ്യക്തമാക്കുന്നു. ആ അകലം വർദ്ധിച്ചു കൊണ്ടേ ഇരുന്നതല്ലാതെ പിന്നീടൊരിക്കലും സഭ യേശുവിലേക്ക് മടങ്ങിയില്ല എന്ന വാസ്തവത്തിലേക്ക് മാത്യു വിരൽ ചൂണ്ടുന്നു. മറിയം മഗ്ദലനയെ പാപിനിയായി ചിത്രീകരിച്ചതു പോലെ യുള്ള കെട്ടുകഥകളെ അദ്ദേഹം തുറന്നു കാട്ടുന്നു. അതുപോലെ തന്നെ കത്തോലിക്കാ സഭയുടെ ഇന്നത്തെ അവസ്ഥയുടെ നിഷ്പക്ഷവും വസ്തുതാപരവുമായ പരിശോധനകളും മാത്യു നടത്തുന്നു. യേശുവിന്റെ യഥാർത്ഥ സ്വത്വത്തിൽ നിന്ന് എത്രയോ പ്രകാശവർഷങ്ങൾ അകലെ യാണ് കേരളസഭ അതിന്റെ ഭൗതിക സാമ്രാജ്യത്തെ ആലിംഗനം ചെയ്ത് കഴിഞ്ഞു കൂടുന്നത് എന്ന യാഥാർത്ഥ്യത്തിലേക്ക് മാത്യു വിരൽ ചൂണ്ടുന്നു.

ഈ പുസ്തകത്തിന്റെ *മതാതീത ആത്മീയത* എന്ന പേര് സൂചിപ്പി ക്കുംപോലെ, മതത്തിന്റെ ബന്ധനങ്ങളിൽ നിന്ന് മോചനം നേടിയ അതിന്റെ സങ്കുചിത ലക്ഷ്യങ്ങൾക്കപ്പുറത്തേക്ക് സഞ്ചരിക്കുന്ന, ഒരു ആത്മീയതയെപ്പറ്റിയുള്ള ബോധജ്ഞാനമാണ് ഈ പുസ്തകത്തിന്റെ ഉള്ളടക്കത്തെ പ്രകാശമാനമാക്കുന്നത്. ആ ബോധജ്ഞാനം സത്യാ ന്വേഷണത്തിന്റെ ആധാരശിലയാണ്. യേശു തനിക്ക് നല്കപ്പെട്ട മത ത്തിന്റെ കല്പനകൾക്കപ്പുറത്തേക്ക് വിപ്ലവകരമായ ഒരു പാതയിലൂടെ തന്റെ ആത്മീയാന്വേഷണം നടത്തിയ മഹാനായിരുന്നു. ആ യേശുവി നെയാണ് മാത്യു ഈ ഗ്രന്ഥത്തിൽ പിന്തുടരുന്നത്.

തിരുവനന്തപുരം
24/01/2014

1
മതാതീത ക്രിസ്ത്യാനി

യേശു ഒരു യഹൂദനായിരുന്നതുപോലെ, ഫ്രാൻസിസും ഒരു ക്രിസ്ത്യാനിയായിരുന്നു. യേശു ഒരു യഹൂദനല്ലായിരുന്നതു പോലെ ഫ്രാൻസിസും ഒരു ക്രിസ്ത്യാനിയല്ലായിരുന്നു. ചില പ്പോൾ ഏറ്റവും നല്ല ക്രിസ്ത്യാനിയായിരിക്കുവാനുള്ള മാർഗ്ഗം ഒരു അക്രൈസ്തവനായിരിക്കുകയാണ്. അനുസരണയാണ് ഏറ്റവും വലിയ കലഹമെന്ന് അനുസരിച്ചുകൊണ്ട് ഫ്രാൻസിസ് സഭയ്ക്കെ തിരെ കലഹിച്ചു.

2011 ഒക്ടോബർ 4 ലെ *അസീസി* മാസികയിൽ ഫാ: ജോസ് സുരേ ഷിന്റെ ലേഖനത്തിൽ നിന്നുള്ളതാണ് മേൽ വാചകങ്ങൾ. കാലോചി തമായും അവസരോചിതമായും ഏറെ ശരികളുള്ള വെളിപ്പെടുത്തലു കളാണിത്.

യേശുവിന്റെ ദർശനങ്ങളിൽനിന്നും ബൈബിൾ പഠനങ്ങളിൽനിന്നും അപ്പസ്തോല പാരമ്പര്യങ്ങളിൽനിന്നും ക്രൈസ്തവസഭകൾ പ്രത്യേ കിച്ച് കത്തോലിക്കാസഭ വളരെയേറെ അകന്നുപോയിരിക്കുന്നു. കത്തോ ലിക്കാസഭ ദൈവ വരപ്രസാദങ്ങളൊക്കെ നഷ്ടപ്പെട്ട സ്ഥാപനവല്ക്കരി ക്കപ്പെട്ട ഒരു പ്രസ്ഥാനമോ, അതുമല്ലെങ്കിൽ ഒരു കോർപ്പറേറ്റ് മാനേജ്മെന്റോ ആയി തരംതാണിരിക്കുകയാണ്. സഭയുടെ ഇന്നത്തെ വിശ്വാസ പ്രമാണങ്ങൾക്കും അനുഷ്ഠാനകർമ്മങ്ങൾക്കും നടപടിക്രമങ്ങൾക്കും വിധേയനായി ആർക്കും ഒരു ശരിയായ ക്രിസ്ത്യാനിയായിരിക്കാൻ സാധിക്കുകയില്ല.

യഹൂദമത സമൂഹത്തിലേക്ക് യേശു വന്നത് മോശയുടെ 630 മതനിയമങ്ങളും അഹറോന്റെ അനുഷ്ഠാനകർമ്മങ്ങളും പരിരക്ഷിക്കുവാ നോ നിലനിർത്തുവാനോ വേണ്ടിയായിരുന്നില്ല. അന്ന് യഹൂദമതവിശ്വാ

സികളുടെ മേൽ അടിച്ചേല്പിച്ചിരുന്ന ദുർവ്വഹമായ മതനിയമങ്ങളേയും ദൈവാഭിമുഖ്യമില്ലാത്ത അനുഷ്ഠാനകർമ്മങ്ങളേയും ഇതിനെയെല്ലാം ഉൾക്കൊണ്ടുകൊണ്ടുള്ള യഹൂദ ദൈവസങ്കല്പത്തേയും തിരുത്തിക്കുറി ക്കുവാനാണ് യേശു വന്നത്. ഇതിന് യേശുവിന്റെ ജീവിതത്തിൽ നിന്നു തന്നെ അടർത്തിയെടുക്കാവുന്ന തെളിവുകൾ ഏറെയുണ്ട്. ഇവിടെ മതനിയമത്തിൽ നിന്നും, പുരോഹിതാനുഷ്ഠാനങ്ങളിൽ നിന്നും ഓരോ സംഭവങ്ങൾമാത്രം അവതരിപ്പിച്ചുകൊണ്ട് ചുരുക്കാം. ഒന്ന് - മതനിയമം. ശാബത്ത് ലംഘിക്കുന്നവന് വധശിക്ഷ വിധിച്ചിരുന്ന കാലമായിരുന്നു അന്ന്. എന്നാൽ ഈ കർക്കശനിയമത്തിനെതിരെ യേശു അരുൾ ചെയ്തു: "ശാബത്ത് മനുഷ്യനുവേണ്ടിയാണ്. മനുഷ്യൻ ശാബത്തിനുവേ ണ്ടിയല്ല." രണ്ട്-അനുഷ്ഠാന കർമ്മങ്ങൾ. പൂജാദികർമ്മങ്ങളേയും ബലി യർപ്പണങ്ങളേയും അംഗീകരിക്കാതെ യേശു നിഷേധിച്ചു പറയുകയാണ്, "ബലിയല്ല കരുണയാണ് എനിക്ക് വേണ്ടതെന്ന്." മനുഷ്യന് ആവശ്യ മില്ലാത്ത നിയമങ്ങളെയും, അരൂപിയായ ദൈവത്തിന് ആവശ്യമില്ലാത്ത ബലികർമ്മങ്ങളെയും യേശു തള്ളിപ്പറയുന്നു. അതുകൊണ്ട് യേശുവിന്റെ ആത്യന്തികലക്ഷ്യം മനുഷ്യനും മനുഷ്യനോടുള്ള കരുണയുമാണെന്നു വ്യക്തമാക്കുന്നു. പരസ്നേഹത്തെ ദൈവസ്നേഹത്തോടൊപ്പം ഉയർ ത്തിക്കാട്ടിയ യേശുവിന്റെ മനം അത്തരത്തിലുള്ള ഒരു സ്നേഹകൂട്ടായ്മ സ്ഥാപിച്ചെടുക്കുക എന്നതായിരുന്നു. ഈ സാഹചര്യത്തിൽ മനുഷ്യനെ പീഡിപ്പിക്കുന്ന യഹൂദമതനിയമങ്ങളെയും പൗരോഹിത്യത്തെയും യേശു വിന് എതിർക്കേണ്ടിവന്നു. ഒരു യഹൂദ മതാനുയായിയോ, വിശ്വാസിയോ ആയിരിക്കുവാൻ യേശുവിന് കഴിയുമായിരുന്നില്ല. ഇവിടെ യേശു ഒരു മതാതീതനായ യഹൂദനാവുകയാണ്.

യേശുവിൽ നിന്നു പാഠം ഉൾക്കൊണ്ടുതന്നെ പറയട്ടെ, ഇന്ന് ക്രൈ സ്തവ മതങ്ങൾക്കതീതനായി മാത്രമേ ഒരാൾക്ക് ശരിയായ ഒരു ക്രിസ്ത്യാനിയായിരിക്കുവാൻ പറ്റൂ. കാരണം യേശുവിന്റെ നാളുകളിൽ യഹൂദമതത്തിൽ എന്തെല്ലാം ദോഷങ്ങൾ ഉണ്ടായിരുന്നുവോ അതിൽ ഒട്ടും കുറവില്ലാത്ത അവസ്ഥയാണ് കത്തോലിക്കസഭയ്ക്കുള്ളത്. ഓരോ കാലഘട്ടത്തിലും കാലഘട്ടത്തിന്റേതായ എല്ലാ സാമൂഹ്യതിന്മകളും ഏറക്കുറെ ഏറ്റുവാങ്ങിക്കൊണ്ടാണ് സഭയുടെ കാലപ്രയാണം.

മധ്യയുഗങ്ങളുടെ ആ ഇരുണ്ട നാളുകളിൽ വത്തിക്കാൻ കൊട്ടാ രത്തിൽ അരങ്ങേറിയ അസാന്മാർഗ്ഗികതയുടെയും, അവിഹിതങ്ങളു ടെയും ചരിത്രം ലോകചരിത്രം തന്നെയാണ്. പാപ്പാമാരുടെ കിടമത്സര ങ്ങൾ തിന്മയുടെ വേറൊരു തലത്തിലും നടന്നുകൊണ്ടിരുന്നു. അങ്ങനെ അന്ന് സഭയ്ക്ക് ക്രൂരവും അസാന്മാർഗ്ഗികവും അധാർമ്മികവുമായ ഒരു ഭൂതകാലമാണുണ്ടായിരുന്നത്. ഇതെല്ലാം ഏറ്റു പറഞ്ഞ് മാർപ്പാപ്പ ലോക ത്തോട് ക്ഷമാപണം നടത്തിയിട്ടുള്ളതുമാണല്ലോ? എന്നാൽ കാലാകാ ലങ്ങളിൽ സഭയ്ക്കുണ്ടാകുന്ന തെറ്റുകുറ്റങ്ങൾ സമയാസമയങ്ങളിൽ ഏറ്റു പറഞ്ഞ് ക്ഷമാപണം നടത്തുന്നതിൽ കാര്യമില്ലെന്ന് ഇവിടെ തെളി യുന്നു. സഭയുടെ ഇന്നലെകൾ ഇന്നും ആവർത്തിക്കുന്നു, പരിഷ്കരിച്ച പതിപ്പിൽ.

യേശു അധികാരത്തിനും സമ്പത്തിനും എതിരെ പ്രതികരിച്ചു. എന്നാൽ ഇന്ന് ലോകത്തിലേക്കും വച്ച് ഏറ്റവും സമ്പത്തുള്ള മതവും ഏറ്റവും കടുത്ത ഏകാധിപത്യ മതാധികാരവുമുള്ള മതവും, കത്തോലിക്കാസഭ തന്നെ. ഏറ്റവും ആഡംബരത്തോടെയും അധികാര ചിഹ്നങ്ങളോടെയും അരമനകളിൽ കഴിയുന്ന തിരുമേനിമാർ കല്പനകളിറക്കി വിശ്വാസസമൂഹത്തെ മേയ്ക്കുകയല്ല, യേശുവിൽ നിന്നും അകലങ്ങളിലേക്ക് ആട്ടിത്തെളിക്കുകയാണ്. യേശു നിരുത്സാഹപ്പെടുത്തിയ ബലികളും, അനുഷ്ഠാനങ്ങളും പുനർജ്ജീവിപ്പിച്ച് അതൊക്കെ തങ്ങളുടെ അവകാശപ്പെട്ട തൊഴിലായെടുത്തു. ഇതിനൊക്കെ പ്രത്യേകം പ്രത്യേകം വിലവിവരപ്പട്ടികകളുമുണ്ട്. നിരക്കുകളുമുണ്ട്. പൂജാകർമ്മങ്ങൾ മാർക്കറ്റു ചെയ്യുന്നു. ഇതിനൊക്കെ ആഗോളവല്ക്കരണ സ്വഭാവമാണ്. ഇന്ന് വിദേശങ്ങളിൽ വി.കുർബ്ബാന അർപ്പിക്കുവാൻ വൈദികർ കുറവാണ്. റെയ്റ്റ് കൂടുതലും. ഇവിടെ സാദാ കുർബ്ബാനക്ക് 50 രൂപ. വിദേശത്ത് 5 ഡോളർ (Rs. 300/). അപ്പോൾ 250 രൂപ വ്യത്യാസം. ഇങ്ങനെ അവിടെ സമാഹരിച്ചെടുത്ത കുർബ്ബാനകൾ ഇവിടെ സഹപ്രവർത്തകരെ ഏല്പിക്കുകയോ, സ്വന്തമായി അർപ്പിക്കുകയോ ചെയ്യുന്നു. വി കുർബ്ബാന 'ഔട്ട് സോഴ്സിംഗ്' ആയി നടത്തുന്നു. ഇതിന് 'ഡോളർ കുർബ്ബാന' എന്നും പറയുന്നു. മറ്റൊരു കച്ചവടം വെഞ്ചിരിപ്പാണ്. വീട്, കെട്ടിടം, വാഹനങ്ങൾ എന്നുവേണ്ട ലോകത്തുള്ള എല്ലാ ഉപഭോഗസാധനങ്ങളും 'ഹന്നാൻ' തളിച്ച് പ്രാർത്ഥന ചൊല്ലിയുള്ള ഒരു ക്രിയ. പിന്നെ നൊവേന, ലതീഞ്ച്, ഒപ്പീസ്, പെരുന്നാൾ പ്രസംഗം, കൂടാതെ ചാഴി വിലക്ക് തുടങ്ങിയവ അനുഷ്ഠാനങ്ങളായും തൊഴിലായും നടത്തുന്നു. മരിച്ച വിശ്വാസികളെ ശിക്ഷയുടെ കാലാവധിതീരുന്നതിനു മുൻപേ സ്വർഗ്ഗത്തിലെത്തിക്കാൻ പ്രത്യേക പൂജകൾ വേറെ.

പുണ്യവാന്മാർ ആക്കിയെടുക്കുന്ന ഒരു പ്രവണത സീറോ മലബാർ സഭയിൽ ഇന്ന് കൂടി വരുന്നു. അധികാരങ്ങളും അനുശാസനങ്ങളും നിയമങ്ങളും അനുഷ്ഠാനകർമ്മങ്ങളും അതിനോടനുബന്ധിച്ച സാമ്പത്തിക സമ്പാദനങ്ങളും ഒക്കെയായ ഒരു വ്യവസ്ഥാപിത മതമല്ല യേശു വിഭാവനം ചെയ്തത്. പരസ്നേഹത്തിൽ അധിഷ്ഠിതമായ ഒരു സ്നേഹക്കൂട്ടായ്മയായിരുന്നു ആ മഹാശയന്റെ ലക്ഷ്യം. സ്നേഹക്കൂട്ടായ്മയിൽ കുറ്റങ്ങളില്ല. കുറവുകളില്ല. അതുകൊണ്ടുതന്നെ നിയമങ്ങളും വേണ്ട. ഇവിടെ സ്വർഗ്ഗം താണിറങ്ങിവരും. ഇതൊക്കെയാണ് യേശുവിന്റെ ദൈവരാജ്യവും സ്വർഗ്ഗരാജ്യവും എന്നൊക്കെയുള്ള സങ്കല്പങ്ങൾ. മതത്തെപ്പറ്റി യേശു അരുളി ചെയ്യുന്നു: "ദൈവത്തിന് പക്ഷപാതമില്ലെന്നും അദ്ദേഹത്തെ ഭയപ്പെടുകയും നീതി പ്രവർത്തിക്കുകയും ചെയ്യുന്ന ആരും ഏതു ജാതിയിൽപ്പെട്ടവനായാലും അവിടുത്തേക്ക് സ്വീകാര്യനാണെന്നും ഞാൻ സത്യമായി അറിയിക്കുന്നു." (അപ്പ പ്രവ 10:35) യേശുവിന്റെ ഈ പിൻബലം മാത്രം പോരേ നമുക്ക് ഇന്നുള്ള ക്രിസ്തുമതത്തിന് അതീതനായി ഒരു ക്രിസ്തുഅനുയായി ആയി ജീവിക്കുവാൻ?

2

സഭയുടെ ദൈവസങ്കല്പങ്ങൾ

ദൈവത്തിന്റെയോ പ്രവാചകരുടെയോ ആൾദൈവങ്ങളുടെയോ സ്വതന്ത്ര ചിന്തകളാലോ അന്വേഷിച്ച് രൂപപ്പെടുത്തിയെടുത്ത ദർശനങ്ങ ളുടെയോ പേരിൽ മതങ്ങളുണ്ടാകുന്നു. പിന്നീട് മതത്തെ നിയന്ത്രിക്കാൻ അധികാരികളും അനുശാസനങ്ങളും ഉണ്ടാകുന്നു. തുടർന്ന് മതങ്ങൾ വ്യവസ്ഥാപിതങ്ങളാകുന്നു. അല്ലെങ്കിൽ സ്ഥാപനവല്ക്കരിക്കപ്പെടുന്നു. പിന്നീട് മതാധികാരികളുണ്ടാകുന്നു. അനുശാസനങ്ങളും, മതനിയ മങ്ങളും ദൈവനിവേശിതങ്ങളാണെന്ന് വിശ്വാസികളെ ധരിപ്പിക്കുന്നു. ക്രമേണ മതാധികാരികളെ അന്ധമായി വിശ്വസിക്കുകയും, അനുസരി ക്കുകയും ചെയ്യുന്ന ഒരു വിശ്വാസസമൂഹം രൂപാന്തരപ്പെട്ടു വരുന്നു. ഇവരെ ഏതുപാട്ടിനും ആട്ടിത്തെളിക്കാമെന്ന് മതാധികാരികൾ മനസ്സിലാ ക്കുന്നു. ഇങ്ങനെയൊക്കെ തന്നെയാണ് എല്ലാ വ്യവസ്ഥാപിത മതങ്ങ ളുടെയും ചരിത്രം.

ശുദ്ധമായ വേദോപനിഷത്തുകളുടെ ദർശനങ്ങളെ വ്യാഖ്യാനിച്ചും ഉദാഹരിച്ചും പുരാണങ്ങളിലും കെട്ടുകഥകളിലും കൊണ്ടെത്തിച്ചു. പരിശുദ്ധ ഖുറാന്റെ സ്ഥാനത്ത് 'ശരിഅത്ത്' നിയമം പകരം വയ്ക്കുന്നു. പരസ്നേഹത്തിനു പകരം കൂദാശകളും കാനോൻ നിയമവും നടപ്പിലാ ക്കുന്നു. സ്ഥാപനവല്ക്കരിക്കപ്പെടുന്ന എല്ലാ മതങ്ങൾക്കും തന്നെ സംഭ വിക്കാവുന്ന മൂല്യശോഷണങ്ങളാണിതൊക്കെ. മതത്തിനു മാത്രമു ണ്ടാകുന്ന വീഴ്ചകളല്ല. രാഷ്ട്രീയ പ്രത്യയശാസ്ത്രങ്ങൾക്കും, സിദ്ധാന്ത ങ്ങൾക്കുമൊക്കെ സംഭവിക്കുന്ന അനിവാര്യമായ തകർച്ചകളാണിത്.

ശരിക്കും ഒരു ആദിഗോത്രത്തലവന്റെ എല്ലാ ഭൗതികസ്വഭാവവുമുള്ള കർക്കശക്കാരനും മുൻകോപിയും ഭക്ഷണപ്രിയനും മുഖസ്തുതി ആഗ്രഹിക്കുന്നവനും ജന്തുബലികളിൽ സംപ്രീതനാകുന്നവനും

ഇസ്രയേൽ ജനത്തിന്റെ സ്വന്തം ദൈവവുമായിട്ടാണ് 'യഹോവാ' എന്ന ദൈവത്തെ യഹൂദർ കണ്ടതും, വിശ്വസിച്ചതും. ഇടിമുഴക്കത്തിന്റെയും മിന്നലുകളുടെയും ഭൂകമ്പത്തിന്റെയും കൊടുങ്കാറ്റിന്റെയും അകമ്പടി യോടുകൂടി വരുന്ന യഹോവയെ ഇസ്രയേൽ ജനം സ്നേഹിക്കുന്നതിൽ കൂടുതൽ ഭയപ്പെട്ടിരുന്നു. അതിന്റെ പേരിൽ അനുസരിക്കുകയും ചെയ്തി രുന്നു. ഇങ്ങനെ ഒരു ദൈവം ആയിരിക്കുക സാദ്ധ്യമല്ലെന്നു പറഞ്ഞ യേശു സ്നേഹസ്വരൂപനായ ഒരു ദൈവത്തെ അവതരിപ്പിച്ചു.

ജന്തുബലി നടത്തിയും പൂജാദികർമ്മങ്ങൾ ചെയ്തും, സങ്കീർത്ത നങ്ങൾ പാടിയും ദൈവത്തെ പ്രീണിപ്പിക്കാം എന്ന യഹൂദ ദൈവസ ങ്കല്പത്തെ അടിമുടി തിരുത്തിക്കുറിച്ചുകൊണ്ട് യേശു പറഞ്ഞു: "ബലി യല്ല കരുണയാണെനിക്കുവേണ്ടത്." "ശാബത്ത് മനുഷ്യനുവേണ്ടി യാണ്," "മനുഷ്യൻ ശാബത്തിനുവേണ്ടിയല്ല." അങ്ങനെ മനുഷ്യസ്നേ ഹത്തിന് നിരക്കാത്ത എല്ലാ മതനിയമങ്ങളേയും യേശു എതിർത്തു. കാരണം യേശുവിന്റെ ആത്യന്തിക ലക്ഷ്യം മനുഷ്യനായിരുന്നു. മനുഷ്യ സ്നേഹമായിരുന്നു. പ്രമാണങ്ങളും നിയമങ്ങളും പഠനങ്ങളും യേശു സ്നേഹത്തിലൊതുക്കുകയായിരുന്നു. യേശുവിന്റെ എല്ലാ ഉപദേശ ങ്ങളിലും 'സ്നേഹം' പ്രശോഭിച്ചിരുന്നു.

ഇവിടെ ദൈവസ്നേഹത്തെയും, മനുഷ്യസ്നേഹത്തെയും യേശു ഒന്നായി കണ്ടു. പരസ്നേഹത്തെ ദൈവസ്നേഹത്തോടൊപ്പം ഉയർത്തി ക്കാട്ടി. ഭയപ്പെടുത്തുന്ന ദൈവത്തിനു പകരം സ്നേഹപിതാവായ ഒരു ഏകദൈവത്തെ അവതരിപ്പിച്ചു. അങ്ങനെ മനുഷ്യനുവേണ്ടി – മനുഷ്യനെ അംഗീകരിക്കുന്ന ഒരു മതതത്ത്വശാസ്ത്രത്തിനു തുടക്കം കുറിച്ചു.

ഏതെങ്കിലും ഗോത്രവർഗ്ഗങ്ങളുടെ പാരമ്പര്യ വിശ്വാസങ്ങളിൽ നിന്നോ ഇതിഹാസങ്ങളിൽ നിന്നോ പുരാണങ്ങളിൽ നിന്നോ രൂപപ്പെ ടുത്തിയെടുത്ത ഒരു ഈശ്വരദർശനമല്ല ക്രിസ്ത്യാനികളുടേത്. തങ്ങൾ ദൈവപുത്രനാണെന്നു വിശ്വസിക്കുന്ന യേശുവിന്റെതന്നെ ദർശന ങ്ങളാണ് ഇവിടെ അംഗീകരിക്കുന്നത്. അതുകൊണ്ടുതന്നെ മനുഷ്യ സഹജമായ തെറ്റുകുറ്റങ്ങളുടെ പ്രശ്നമുണ്ടാകുന്നില്ല. തിരുത്തലുകളുടെ ആവശ്യവുമില്ല. മനുഷ്യസ്നേഹത്തിന്റെ അടിത്തറയിൽ പടുത്തുയർ ത്തിയ പരിശുദ്ധമായ ക്രൈസ്തവതത്ത്വങ്ങൾ ലോകാവസാനം വരെ പ്രശോഭിച്ചു കൊണ്ടെയിരിക്കും. കാലത്തെ അതിജീവിക്കത്തക്കതുമാണ്. എന്നാൽ പരിപാവനമായ ഈ മതസങ്കല്പങ്ങളെയും ദൈവസങ്കല്പ ങ്ങളെയും അപ്പാടെ അട്ടിമറിച്ച് അധികാരത്തിന്റെയും സമ്പത്തിന്റെയും അതോടനുബന്ധിച്ച എല്ലാ പാപസാഹചര്യങ്ങളുടെയും കേന്ദ്രമായി കത്തോലിക്കാസഭ തരം താണുപോയി എന്നത് ഒരു ദുഃഖസത്യമായി നിലനില്ക്കുന്നു.

ഒരു മതമാകട്ടെ, ഒരു പ്രത്യയശാസ്ത്രമാകട്ടെ ഇതൊക്കെ ചരിത്ര ത്തിൽ സമൂഹത്തിന് എന്തു നന്മതിന്മകൾ ചെയ്തു എന്നതിന്റെ പേരി ലാണ് അതിനെ വിലയിരുത്തേണ്ടത്. യേശു അവതരിപ്പിച്ച സ്നേഹ

ത്തിന്റെതായ ആത്മീയമാർഗ്ഗങ്ങളിൽ നിന്നും വ്യതിചലിച്ച് അനുഷ്ഠാന ങ്ങളുടേതായ ഒരു കപട ആത്മീയതകൊണ്ടുവന്നിരിക്കുന്നു. വിശ്വാസി കളെ ആത്മീയരാക്കാനെന്ന വ്യാജേന പുരോഹിതാവിഷ്കൃതമായ അനുഷ്ഠാനങ്ങളും ഹൃദയം തൊടാത്ത കുറെ അധരപ്രാർത്ഥനകളും കൊണ്ടുവന്നു. ''എന്റെ കർത്താവേ എന്റെ കർത്താവേ എന്നു വിളിക്കുന്നവരെല്ലാം സ്വർഗ്ഗരാജ്യത്തിൽ പ്രവേശിക്കുകയില്ല. എന്റെ പിതാവിന്റെ ഹിതം നിറവേറ്റുന്നവനേ അവിടെ പ്രവേശിക്കുകയുള്ളൂ'' (മത്തായി) എന്ന യേശുവിന്റെ വാക്കുകളിൽ നിന്ന് ദൈവവിശ്വാസം ദൈവത്തിന്റെ നാമരൂപത്തിലുള്ള വിശ്വാസമോ കേവലം അതിന്റെ വിളിച്ചു പറച്ചിലോ അല്ലെന്നു വ്യക്തമാകുന്നു.

ഈശ്വരൻ അരൂപിയാണ്, അമൂർത്തമാണ്, പരിപൂർണ്ണനാണ്. മനുഷ്യസഹജമായ ആശയാഗ്രഹങ്ങളോ വിചാരവികാരങ്ങളോ ദൈവ ത്തിനില്ല. എന്നാൽ പരിപൂർണ്ണനായ ദൈവത്തെ ഒരു സാമാന്യ മനു ഷ്യന്റെ നിലവാരത്തിനപ്പുറം കാണാൻ സാധാരണ വിശ്വാസികൾക്കു കഴിയുന്നില്ല. ഈ കഴിവുകേട് നിലനിർത്തിക്കൊണ്ടുപോവുക എന്നതാ ണ് ഇന്നത്തെ സഭാപിതാക്കന്മാരുടെ പ്രധാന ഉദ്ദേശ്യം. കാരണം അനു ഷ്ഠാന കർമ്മങ്ങളും പൂജാവിധികളും പാടിപ്പുകഴ്ത്തലുകളും കൂദാശകളും നേർച്ചപ്പെട്ടികളും സഭയിൽ ഇന്നത്തേതുപോലെ തുടരണ മെങ്കിൽ സ്വതന്ത്രമായി ചിന്തിക്കുന്ന വിശ്വാസികൾ വളർന്നുവരുവാൻ പാടില്ല.

യഹൂദദൈവസങ്കല്പങ്ങളെ യേശു തിരുത്തിക്കുറിച്ചു. എന്നാൽ എ ഡി 325 ൽ കോൺസ്റ്റന്റയിൻ ചക്രവർത്തി യേശുവിനെ തിരുത്തി. പിന്നീട് യേശുവിലേക്ക് തിരികെപോകാൻ 23-ാം ജോൺ മാർപ്പാപ്പ സദ്‌വാർ ത്തകളുമായി വന്നു. കാലതാമസം കൂടാതെ തന്നെ പുരോഹിത വർഗ്ഗം അതിനെ തല്ലിക്കെടുത്തി. അങ്ങനെ യേശുവിന് എതിർസാക്ഷ്യം പറയു കയും, പ്രവർത്തിക്കുകയും ചെയ്യുന്ന ഒരു ദൈവസങ്കല്പവുമായി കത്തോലിക്കാസഭ 'മുടിചൂടി നില്ക്കുന്നു'?

3

ദൈവത്തിന്റെ പ്രതിപുരുഷന്മാർ

ഇന്ന് കത്തോലിക്കാസഭാ വൈദികരും വൈദിക മേലദ്ധ്യക്ഷൻ മാരും അവരുടെ തന്നെ വൈദിക പദവികളെപ്പറ്റി മഹത്ത്വവല്ക്കരിച്ചും വിശുദ്ധീകരിച്ചും കൊണ്ടുള്ള പ്രസ്താവനകളും വെളിപ്പെടുത്തലുകളും സ്വയം നടത്തിവരുന്നത് ഒരു പതിവുപരിപാടിയാക്കിയിരിക്കുകയാണ്. ഇപ്പോൾ ഇതെഴുതുവാൻ കാരണം 2013 ജനുവരി 20 ന് *സൺഡേ ശാലോമിൽ* വന്ന ഒരു വാർത്തയാണ്. അന്നേ ദിവസം പാലക്കാട് രൂപത യിലെ പൂഞ്ചോല ലിറ്റിൽഫ്ളവർ ഇടവക പള്ളിയിലെ പ്രസംഗത്തിൽ മാർ കുര്യാക്കോസ് ഭരണികുളങ്കര പറയുകയുണ്ടായി. "വൈദികർ ദൈവ ത്തിന്റെ പ്രതിപുരുഷന്മാരാണെന്ന്." അതുപോലെതന്നെ 2011 സെപ്തം ബർ 21 ലെ *സത്യദീപത്തിൽ* ഫാ.സേവ്യർഖാൻ വട്ടായിൽ (ഡയറക്ടർ – സെഹിയോൻ ധ്യാനകേന്ദ്രം) ഇങ്ങനെ എഴുതിയിരിക്കുന്നു. "വൈദിക കാഴ്ചപ്പാടിലൂടെ മാത്രമേ പൗരോഹിത്യത്തിന്റെ മഹത്ത്വം പൂർണ്ണമായും ഗ്രഹിക്കുവാൻ സാധിക്കുകയുള്ളൂ." ഇസ്രായേൽ ജനത്തിന്റെ പരമോന്നത നേതാവും, സംരക്ഷകനുമായ ദൈവം നേരിട്ടു തിരഞ്ഞെടുത്ത മോശ യെക്കാൾ ഒരു പടി കൂട്ടി മഹത്ത്വവല്ക്കരിച്ചാണ് അഹറോൻ എന്ന പുരോഹിതനെ ലേഖകൻ ഇവിടെ അവതരിപ്പിക്കുന്നത്.

ലിയോ 10-ാമൻ മാർപ്പാപ്പ *തിരുവെഴുത്തുകൾ* എന്ന പുസ്തകത്തിൽ ഇങ്ങനെ രേഖപ്പെടുത്തിയിരിക്കുന്നു. "സഭയിലെ പരമോന്നത അദ്ധ്യാപ കൻ റോമിലെ പാപ്പയാണ്. ഒരേ വിശ്വാസത്തിൽ എല്ലാവരും റോമൻ പാപ്പയ്ക്ക് പൂർണ്ണമായും ദൈവത്തിനു കീഴടങ്ങുന്നതുപോലെ കീഴട ങ്ങണം. സർവ്വശക്തനായ ദൈവത്തിന്റെ പദവികൾ ഞങ്ങൾ വഹി ക്കുന്നു." ഇങ്ങനെയുള്ള തിയോളജിയുടെ പിൻബലത്തിലായിരിക്കണം 'ദൈവത്തിന്റെ പ്രതിപുരുഷന്മാർ' എന്നൊക്കെ പ്രഖ്യാപിക്കുന്നത്. 1870 ൽ

കൂടിയ കൗൺസിലിൽ അജണ്ടയിൽ പോലും ഉൾപ്പെടാതെ എതിർപ്പോടു കൂടിയാണെങ്കിലും തങ്ങൾക്ക് തെറ്റാവരമുണ്ടെന്നത് ഒരു വിശ്വാസ സത്യമായി പാസാക്കിയെടുക്കുവാൻ അന്നത്തെ മാർപ്പാപ്പയ്ക്കു കഴിഞ്ഞു. ഇതും പുരോഹിതർക്ക് ദൈവത്തിന്റെ പ്രതിപുരുഷന്മാരാ ണെന്ന് പറയുവാനുള്ള ആത്മധൈര്യം കിട്ടുന്നു.

യേശുവിനു മുൻപും യേശുവിന്റെ കാലത്തും അതിനുശേഷവും ഇന്നുവരെയും യഹൂദരിലും, ക്രൈസ്തവരിലും ഉണ്ടായിട്ടുള്ള പുരോ ഹിതരുടെ ചരിത്രമെടുത്തു നോക്കിയാൽ 'ദൈവത്തിന്റെ പ്രതിപുരു ഷന്മാർ' എന്ന് പറയുന്നതുതന്നെ ഒരു വലിയ തെറ്റോ, പാപമോ ആണെ ന്ന് മനസ്സിലാകും. മോശയുടെ കാലംമുതൽ കേൾക്കുന്ന മഹാ പുരോഹി തനാണ് അഹറോൻ. ദൈവപ്രമാണത്തിലെ ആദ്യത്തെ കല്പന ആദ്യമായി ലംഘിക്കുന്നതിന് നേതൃത്വം കൊടുത്തത് ഈ അഹറോൻ എന്ന മഹാ പുരോഹിതൻ തന്നെയാണെങ്കിലോ? സ്വർണ്ണം കൊണ്ട് കാള ക്കുട്ടിയുണ്ടാക്കി അതിനെ ആരാധിക്കുവാൻ ഇസ്രായേൽ ജനത്തിന് പ്രേരണ നല്കിയത് അഹറോനാണ്. (പുറപ്പാട്, അദ്ധ്യായം 32) പൗരോ ഹിത്യത്തിനെതിരെയുള്ള ആദ്യത്തെ കുറ്റപത്രത്തിന്റെ ഗണപതിക്കു കുറിക്കൽ അങ്ങനെ സീനായ് മലയടിവാരത്ത് അരങ്ങേറി.

മദ്ധ്യയുഗങ്ങളിൽ വത്തിക്കാനിലും മറ്റു സഭാതലങ്ങളിലും പൗരോ ഹിത്യം അരങ്ങേറിയ ബീഭത്സവും, ജുഗുപ്സാവഹവുമായ സംഭവപര മ്പരകൾ ഞെട്ടിപ്പിക്കുന്നതാണ്. അധികാര മത്സരങ്ങൾ, സ്വജനപക്ഷ പാതം, അഴിമതി, ആഡംബര ജീവിതം, സ്വേച്ഛാധിപത്യം, വെപ്പാട്ടി സംഗമം, കൊലപാതകം എന്നു വേണ്ട എല്ലാ സദാചാരമൂല്യങ്ങളെയും തല്ലിത്തകർത്തു കൊണ്ടുള്ള ഒരു അധാർമ്മിക ജീവിതമായിരുന്നു പല മാർപ്പാപ്പമാരുടെതും. എ ഡി 871 മുതൽ 965 വരെയുള്ള കാലയളവിലെ 24 പോപ്പുമാരിൽ 7 പേർ കൊലചെയ്യപ്പെട്ടു. 897-ൽ നടന്ന കുപ്രസിദ്ധമായ 'കദാവർ സിനഡിൽ' ഒരു ക്രൂരനാടകം അരങ്ങേറി. 896 ൽ മരിച്ച ഫോർ മോസസ് മാർപ്പാപ്പയെ സെന്റ് പീറ്റേഴ്സ് ദേവാലയത്തിൽ അടക്കം ചെയ്തു. പിന്നീട് അധികാരത്തിൽ വന്ന സ്റ്റീഫൻ ഏഴാമൻ, ഏഴുമാസം ശവക്കുഴിയിലായിരുന്ന ഫോർമോസസ് പാപ്പായുടെ ജഡം മാന്തി യെടുപ്പിച്ചു. പോപ്പിന്റെ ഔദ്യോഗിക വേഷങ്ങളണിയിച്ച് ഊന്നുകൾ കൊടുത്ത് കസേരയിൽ ഇരുത്തി. സ്റ്റീഫൻ ഏഴാമൻ ജഡത്തെ കുറ്റവി ചാരണ നടത്തി ശിക്ഷ വിധിച്ചു. കാനോൻ നിയമങ്ങൾ തെറ്റിച്ച് ഭരണം നടത്തിയെന്നതൊക്കെയായിരുന്നു കുറ്റം. വിചാരണസമയത്ത് പോപ്പ് സ്റ്റീഫൻ മൃതദേഹത്തിന് ചുറ്റിനടന്ന് വെറിപൂണ്ട് ആക്രോശിച്ചുകൊണ്ടി രുന്നത്രെ. പിന്നീട് ഫോർമോസസിന്റെ പദവികൾ റദ്ദാക്കിയതായിട്ട് പ്രഖ്യാപിച്ചു. വിശ്വാസികൾക്ക് ആശീർവാദം നടത്തിയിരുന്ന മൂന്നു വിരലുകൾ മുറിച്ചുമാറ്റി. തിരുവസ്ത്രങ്ങൾ അഴിച്ചുമാറ്റി വെറും തൊഴി ലാളിയുടെ വേഷം ധരിപ്പിച്ച് ജഡം പൊതു ശ്മശാനത്തിൽ വീണ്ടും അടക്കം ചെയ്തു.

യേശു തന്റെ ജീവിതകാലത്ത് പുരോഹിതരെമാത്രമെ ശാസിച്ചി ട്ടുള്ളൂ. യേശു പറഞ്ഞു: "ഞാൻ സത്യമായി നിങ്ങളോട് പറയുന്നു. ചുങ്കക്കാരും വേശ്യകളുമായിരിക്കും നിങ്ങൾക്കു മുമ്പേ സ്വർഗ്ഗത്തിൽ എത്തുക." *മത്തായി 23–* മുഴുവൻ തന്നെ പുരോഹിതർക്കുള്ള കടുത്ത വിമർശനങ്ങളാണ്.

യേശുവിന്റെ പേരിലുണ്ടായ മതവിഭാഗങ്ങളുടെ എണ്ണം 2000–ൽ അധികരിക്കും. ഇവരുടെയൊക്കെ വിശ്വാസങ്ങളിലും, ആചാരാനുഷ്ഠാന ങ്ങളിലും, നടപടിക്രമങ്ങളിലും വളരെയേറെ വ്യത്യാസങ്ങളുമുണ്ട്. ഇവിടെ പൗരോഹിത്യാധിപത്യം ഏറെയുള്ളത് 'എപ്പിസ്കോപ്പൽ സഭ' (മെത്രാൻ കേന്ദ്രീകൃതമായ) കളായ കത്തോലിക്കർ, യാക്കോബായ, ഓർത്തഡോക്സ്, മാർത്തോമ്മ, സി.എസ്.ഐ എന്നീ വിഭാഗങ്ങളിലാണ്. ഇതിൽത്തന്നെ കത്തോലിക്കാ പൗരോഹിത്യാധിപത്യമാണ് ഏറെ ശക്തമായിട്ടുള്ളത്. അങ്ങ് വത്തിക്കാനിലെ പോപ്പു മുതൽ ഇവിടുത്തെ ഇടവക വികാരിമാർ വരെയുള്ള ശക്തമായ ഒരു അധികാര ശൃംഖലയാണ് ഇവിടെയുള്ളത്. ഇതു കൂടാതെ മാതാധിപനായ മാർപ്പാപ്പായ്ക്ക് സഭാപരമായ കാര്യങ്ങളിൽ 'അപ്രമാദിത്വം' (തെറ്റാവരം) ഉണ്ടെന്നുകൂടി പറയുന്നു. ഇങ്ങനെയുള്ള അധികാരങ്ങളുടെ ശക്തിയിലാണ്, 'തങ്ങൾ ദൈവത്തിന്റെ പ്രതിപുരുഷന്മാരാണെന്നുവരെ പറയാൻ ധൈര്യപ്പെ ടുന്നത്. യേശുപോലും തന്റെ ശിഷ്യന്മാരോട് നിങ്ങൾ ദൈവത്തിന്റെ പ്രതിപുരുഷന്മാരാണെന്നു പറഞ്ഞിട്ടില്ല. അവിടെക്കേറിയാണ് അല്പ നായ മനുഷ്യൻ തങ്ങൾ ദൈവത്തിന്റെ പ്രതിപുരുഷന്മാരാണെന്ന് സ്വയം പ്രഖ്യാപിക്കുന്നത്. ചുരുക്കത്തിൽ ദൈവപുത്രനായ യേശുക്രിസ്തുവിന് പറയാൻ പറ്റാത്തത് ഇവിടെ പുരോഹിതർ 'പ്രഖ്യാപിക്കുന്നു.' ഇവിടെ ഇതൊക്കെ പറയുമ്പോൾ സാധാരണ മതവിശ്വാസികളിൽ നിന്നും പുരോഹിതർ വളരെയേറെ ഔന്നത്യമുള്ള അമാനുഷികാവസ്ഥയിലേക്ക് സ്വയം ഉയരുകയാണ്. വിശ്വാസികളെ തങ്ങളുടെ അനുസരണയുള്ള കുഞ്ഞാടുകളാക്കി നിർത്തുവാനുള്ള തന്ത്രം കൂടിയാണിതെന്ന് ന്യായ മായും അനുമാനിക്കാം. ഈ ലോകത്തിൽ പാപങ്ങൾക്ക് മോചനം നല്കു ന്നതിനും, മരിച്ചവരുടെ ആത്മാക്കളുടെ വിധി നിർണ്ണയിച്ച് സ്വർഗ്ഗത്തിലെ വിശുദ്ധഗണത്തിൽ പെടുത്തുന്നതിനുമുള്ള അധികാരം നിലനിർത്താ മെങ്കിൽ 'ദൈവത്തിന്റെ പ്രതിപുരുഷന്മാർ' തന്നെയായിരിക്കണം.

എ ഡി 325–ൽ കോൺസ്റ്റന്റയിൻ ചക്രവർത്തിയുടെ അദ്ധ്യക്ഷത യിലും നിയന്ത്രണത്തിലും നടന്ന–'നിഖ്യാ' സൂനഹദോസിൽ പാസാക്കി യെടുത്ത 'ശുദ്ധമാന കത്തോസഭയിലും ഞാൻ വിശ്വസിക്കുന്നു' എന്ന ദൃഢവിശ്വാസം അംഗീകരിച്ചുകൊണ്ടാണ് ഓരോ മനുഷ്യരും കത്തോലി ക്കരാകുന്നത്. ഇതിന്റെയടിസ്ഥാനത്തിലാണ് സഭാനേതൃത്വം ഇതേപോ ലുള്ള ക്രൈസ്തവ വിരുദ്ധ പ്രഖ്യാപനങ്ങൾ നടത്തുന്നത്. ഇതൊക്കെ യേശുവിന്റെ ദർശനങ്ങൾക്കും പഠനങ്ങൾക്കും നിരക്കാത്തതാണ്. ഈ പ്രപഞ്ചം മുഴുവൻ സൃഷ്ടിച്ച് രക്ഷിച്ച് പരിപാലിച്ചു കൊണ്ടുപോകുവാൻ

പറ്റുന്ന സർവ്വശക്തനായ ദൈവത്തിന് തന്റെ തിരുമനസ്സ് ഭൂലോകത്തിൽ നടപ്പാക്കുവാൻ ഒരു പ്രതിപുരുഷൻ വേണം എന്ന ദൈവശാസ്ത്രം തിരുത്തിക്കുറിക്കണം. അതുകൊണ്ട് പുരോഹിതർ ദൈവത്തിന്റെ പ്രതി പുരുഷന്മാരല്ല. യേശു ശിഷ്യരോട് പ്രതിപുരുഷന്മാരാകാനല്ല പറഞ്ഞത്. മനുഷ്യരുടെ ദാസരാകാനാണു പറഞ്ഞത്. അതുകൊണ്ട് പള്ളിപ്രസം ഗങ്ങളിലും ധ്യാനപ്രസംഗങ്ങളിലും കുമ്പസാരക്കൂടുകളിലും മേൽസൂചി പ്പിച്ച ദൈവദോഷപ്രയോഗം നടത്തരുത്. നിലനില്പിനു വേണ്ടിയുള്ള ഇതേപോലുള്ള പ്രഖ്യാപനങ്ങൾ വിശ്വാസികളിൽ ചിന്താക്കുഴപ്പവും എതിർപ്പുകളും ഉണ്ടാകുവാനേ ഉപകരിക്കൂ.

4

അന്ത്യത്താഴവും കാൽകഴുകലും

കത്തോലിക്കാസഭ ഏറ്റവും വിശുദ്ധമായി ആചരിക്കുന്ന ഒരു കൂദാ ശയാണ് വി. കുർബാന. ആദിമസഭയിൽ വീടുകളിൽ മാത്രം നടത്തി വന്നിരുന്ന ഒരു ആചാരം മാത്രമായിരുന്നു അപ്പം മുറിക്കൽ. പിന്നീട് 1115-ലാണ് കുർബാന പൗരോഹിത്യ അനുഷ്ഠാനമാക്കിയെടുത്ത്. അങ്ങനെ യേശുവിന്റെ അന്ത്യ അത്താഴത്തെക്കുറിച്ചുള്ള ഓർമ്മ ഒരു വിശുദ്ധകൂദാശയായി പുരോഹിതർ രൂപം നല്കിയെടുത്തു. ഇതേപോലു ള്ള അനുഷ്ഠാനങ്ങളും പൂജാദികർമ്മങ്ങളും കൊണ്ട് പരസ്നേഹ പ്രവർ ത്തനങ്ങൾ കൂടാതെ തന്നെ ദൈവത്തെ പ്രീണിപ്പിക്കാമെന്ന പഴയ യഹൂ ദ പാരമ്പര്യ വിശ്വാസത്തിലേക്ക് തിരികെപ്പോകയാണിവിടെ. പരസ്നേ ഹത്തെ ദൈവസ്നേഹത്തോടൊപ്പം ഉയർത്തിക്കാട്ടിയ യേശുവിന്റെ ദർശനങ്ങളുടെ സ്ഥാനത്ത് കൂദാശകളും അനുഷ്ഠാനങ്ങളും ഇവിടെ പകരം വയ്ക്കുകയാണ്. ആചാരാനുഷ്ഠാനങ്ങളും പൂജാദികർമ്മങ്ങളും പുരോഹിത വിഭാഗത്തിന്റെ തൊഴിലിനാധാരമായ ഘടകങ്ങളാണല്ലോ?

ഇന്നുള്ള വി കുർബ്ബാനയെപറ്റി ബോബി ജോസ് കപ്പുച്ചിൻ ഇക്കഴിഞ്ഞ 2011 സെപ്തംബർ മാസത്തെ *അസ്സീസിമാസികയിൽ* എഴു തിയ ആശയം വളരെ വിലപ്പെട്ടതാണ്. അദ്ദേഹം ഇങ്ങനെ എഴുതി: "കുർ ബ്ബാന സ്ഥാപനത്തിന്റെ പാഠമായി കാണുന്ന പാദം കഴുകൽ ശുശ്രൂഷ ബോധപൂർവ്വം ഒഴിവാക്കി അപ്പത്തിന്റെയും വീഞ്ഞിന്റെയും വാഴ്ത്തി വിഭജിച്ചു നൽകൽ പകരം വയ്ക്കുന്നതിനു കാരണമായത്, അപ്പം മുറിക്കൽ കർമ്മം യോഹന്നാന്റെ കാലത്തുതന്നെ പൊങ്ങച്ചത്തിന്റെയും മത്സരത്തിന്റെയും ഊട്ടുപുരയായതുകൊണ്ടാണ്. അതിൽ മനംനുറുങ്ങി കുർബ്ബാനയുടെ അരൂപി എന്തെന്ന് പഠിപ്പിക്കുവാൻ ബോധപൂർവ്വം ആ സംഭവത്തെ പ്രകാശിച്ചു നിർത്തിയതാണെന്ന് വരും. കാലത്തിന്റെ

കുർബ്ബാന ഇനി അതാവണം." യോഹന്നാനാണ് കാൽകഴുകൽ രേഖപ്പെടുത്തിയത്. ക്രിസ്തു സ്നേഹിച്ച ശിഷ്യൻ. അതിനേക്കാൾ മൂല്യം എന്തിനുണ്ട്?

അന്ത്യത്താഴവും അതിനോടനുബന്ധിച്ചു യേശു നല്കിയ സന്ദേശ ങ്ങളും അതിന്റെ ഓർമ്മകളും നിലനിർത്തുന്നതിനുവേണ്ടിയാണല്ലോ കുർബ്ബാന എന്ന കൂദാശ തന്നെ സ്ഥാപിച്ചത്. അന്ത്യത്താഴത്തെപ്പറ്റി മത്തായി, മർക്കോസ്, ലൂക്കാ- എന്നിവർ പറയുമ്പോൾ യോഹന്നാൻ ഒന്നും പറയുന്നില്ല. "എന്റെ ഓർമ്മക്കായി നിങ്ങൾ ഇത് ചെയ്യുക" (ലൂക്കാ-22:10)എന്ന വചനം ലൂക്കായും, പാദം കഴുകൽ ശുശ്രൂഷയെപ്പറ്റി യോഹന്നാനും മാത്രമാണെഴുതിയിരിക്കുന്നത്.

"അത്താഴത്തിനിടയിൽ എഴുന്നേറ്റ് തന്റെ മേലങ്കി മാറ്റിയിട്ട്, ഒരു തോർത്ത് അരയിൽ ചുറ്റി. അവൻ ഒരു പാത്രത്തിൽ വെള്ളമൊഴിച്ച് ശിഷ്യന്മാരുടെ പാദങ്ങൾ കഴുകി." പാദം കഴുകലിനെപ്പറ്റി യേശു പറയു ന്നു: "ഞാൻ നിങ്ങൾക്കു മാതൃക കാണിച്ചു തന്നിരിക്കുന്നു. ഞാൻ ചെയ്തതുതന്നെ നിങ്ങളും ചെയ്യണം" (യോഹ-13:14:17).

അന്ത്യത്താഴത്തിൽ "എന്റെ ഓർമ്മക്കായി നിങ്ങൾ ഇതു ചെയ്യുക." എന്നും, കാൽകഴുകൽ കർമ്മത്തിൽ "ഞാൻ ചെയ്തതു തന്നെ നിങ്ങ ളും ചെയ്യണമെന്നും" യേശു ആവശ്യപ്പെടുന്നു. അപ്പം മുറിക്കൽ കർമ്മ ത്തിനു മാത്രം അമിതപ്രാധാന്യം കൊടുത്ത് കത്തോലിക്കാസഭ അതൊരു അനുഷ്ഠാന കർമ്മത്തിലുപരി ദൈവസാന്നിദ്ധ്യം ഉണ്ടാക്കുന്ന ഒരു കൂദാശയായിട്ട് ഉയർത്തിയിരിക്കുന്നു.

ഈ അനുഷ്ഠാനം അനുദിനം എല്ലാ ദേവാലയങ്ങളിലും തുടർന്നു കൊണ്ടേയിരിക്കുന്നു. 'കാൽകഴുകൽ' - പെസഹനാളുകളിൽ ഒരു ദിവസം മാത്രം അതിന്റെ ഓർമ്മയാചരണം നടത്തുന്നു. അന്ത്യത്താഴ സമയത്ത് യേശു നല്കിയ രണ്ട് ഉൽബോധനങ്ങളിൽ ഒന്നിനുമാത്രം കത്തോലിക്കാസഭ എന്തുകൊണ്ട് പ്രാധാന്യം കുറച്ചുകണ്ടു!

'അപ്പംമുറിക്കൽ' - അക്കാലത്തെ ഒരു പ്രൗഢികാണിക്കലായിരുന്നു. സമ്പന്നന്മാരുടെ ഒരു ഒത്തുചേരലോ പൊങ്ങച്ചം കാണിക്കലോ ഒക്കെ യായിരുന്നെന്നു പറയപ്പെടുന്നു. മാർക്കോസിന്റെ സുവിശേഷത്തിൽ തന്നെ പറയുന്നു: "വിരിച്ചൊരുക്കിയ വിശാലമായ ഒരു മാളികമുറി" യായിരുന്നു അന്നു പെസഹാ ഭക്ഷണത്തിന് ഉപയോഗിച്ചത്. എന്നാൽ കാൽകഴുകൽ അടിച്ചമർത്തപ്പെട്ട അടിമകൾ ചെയ്യുന്ന കർമ്മമായിരുന്നു.

അന്ത്യത്താഴ വിരുന്നിൽ തന്നെ യേശു നടത്തിയ രണ്ട് കർമ്മങ്ങളിൽ സഭ ഏതിനു പ്രാധാന്യം കൊടുക്കേണ്ടിയിരുന്നു? രണ്ടിനും തുല്യപ്രാധാ ന്യമെങ്കിലും കൊടുക്കേണ്ടിയിരുന്നില്ലേ? ഇവിടെ ഒരു കർമ്മം ബലിയായി കൂദാശയായി ഉയർത്തിക്കാണിക്കുന്നു. പുരോഹിതരുടെ സ്ഥാപനവാക്യ ങ്ങളിൽ കൂടി ഈ കൂദാശയിൽ ദൈവസാന്നിദ്ധ്യമുണ്ടാകുന്നു. ആദിമ സഭയിൽ വിശുദ്ധബലി നടന്നിരുന്നില്ല. രാജാധികാരം സഭാനേതൃത്വ ത്തിന്റെ കൈപ്പിടിയിലമരുകയും അതുവഴി സഭ സ്ഥാപനവല്ക്കരി

ക്കുകയും ചെയ്ത മുറയ്ക്കാണ് വിശ്വാസികളുടെ വീടുകളിൽ മാത്രം ഒതുങ്ങിനിന്ന അപ്പംമുറിക്കൽ ചടങ്ങ് ഒരു പുരോഹിതാനുഷ്ഠാനമായി ദേവാലയങ്ങളിലേക്ക് മാറിയത്.

സഭയുടെ മുൻപിൽ അപ്പം മുറിക്കലും, പാദക്ഷാളനവും വന്നപ്പോൾ ഒരു സങ്കോചവും കൂടാതെ അപ്പം മുറിക്കൽ കൂദാശയാക്കി, വി കുർബ്ബാനയാക്കി. കാൽകഴുകൽ പെസഹാ വ്യാഴാഴ്ച വികാരിയച്ചൻ ചെയ്യുന്ന ഒരു ചടങ്ങായി മാത്രം മാറി. സഭാനേതൃത്വം അതിന്റെ സ്വഭാവത്തിനും, അന്തസ്സിനും അനുസരിച്ച് വിരിച്ചൊരുക്കിയ ഒരു മാളികമുറിയും അവിടത്തെ വിശാലമായ തീൻമേശയുമൊക്കെ കൂടിയ ഒരു അപ്പം മുറിക്കലാണ് ആഗ്രഹിക്കുന്നത്. അല്ലാതെ നേരത്തെ സൂചിപ്പിച്ച അടിമ വർഗ്ഗത്തിന്റെ പാദക്ഷാളനമല്ല.

കാലിത്തൊഴുത്തിൽ ജനിച്ച് - തച്ചന്റെ സംരക്ഷണയിൽ വളർന്ന്, വെറുക്കപ്പെട്ടവരുടെ കൂടെ ജീവിച്ച് "ബലിയല്ല, കരുണയാണെനിക്കു വേണ്ടതെന്ന് പുതിയ നിയമം പഠിപ്പിച്ച തന്റെ ഉപദേശങ്ങളുടെ ആകെ ത്തുകയായ പരസ്നേഹവും, അതോടനുബന്ധിച്ച എളിമയും പ്രകടമായി കാണിക്കുന്നതിന് അപ്പം മുറിക്കലിനേക്കാൾ കൂടുതൽ പ്രകാശിക്കുന്നത് കാൽകഴുകലിലായിരിക്കും."

വർണ്ണശബളമായ 'മേലങ്കിയും' ചെങ്കോലും കിരീടവും ധരിച്ച് രാജപ്രൗഢിയിൽ തന്നെ അരമനയിൽ നിന്നും ഇറങ്ങിവരുന്ന തിരുമേനിയുടെ മുമ്പിൽ 'വിരിച്ചൊരുക്കിയ' വിശാലമായ മുറിയിൽ തീൻ മേശയിലെ അപ്പം മുറിക്കലാണോ - അടിമവേലക്കാരന്റെ തൊഴിലായ പാദക്ഷാളനമാണോ അഭികാമ്യം. ആലങ്കാരികമായും പ്രതീകാത്മക മായും പറയുകയാണിവിടെ. മേൽ സൂചിപ്പിച്ച അന്തസ്സിലും, അധി കാരത്തിലും കഴിയുന്ന സഭാതിരുമേനിമാർക്ക് 'കാലുകഴുകാവുന്ന' മാനസികാവസ്ഥ ഇന്നില്ല. 4-ാം നൂറ്റാണ്ടുമുതൽ ഈ സ്വഭാവം തുടരുന്നു.

സഭയെ യേശുവിലേക്ക് തിരികെകൊണ്ടുപോകുന്നതിനുള്ള ആശയപരമായ ഒരനുഷ്ഠാനമായി കാൽകഴുകലിനെ ഉയർത്തിക്കൊണ്ടു വരണം. "ഞാൻ ചെയ്തതുതന്നെ നിങ്ങളും ചെയ്യണം" എന്ന യേശു വിന്റെ തിരുവചനത്തിന്റെ പിൻബലം മാത്രം മതിയല്ലോ ഇതിനാധാര മായിട്ട്.

5

അന്ന് പാപപരിഹാരപത്രം! ഇന്ന് ?

കത്തോലിക്കസഭാ ചരിത്രത്തിലെ ഇരുണ്ടയുഗങ്ങൾ എന്നറിയ പ്പെടുന്നത് ഏഴുമുതൽ പന്ത്രണ്ട് വരെയുള്ള നൂറ്റാണ്ടുകളാണ്. ഏറെ കുപ്രസിദ്ധി നേടിയ 'പാപപരിഹാരപത്രവിതരണം' (Indulgense Cer-tificate), കുരിശുയുദ്ധങ്ങൾ. ഇൻകിസിഷൻ തുടങ്ങി മറ്റനവധി അതിക്രമങ്ങളും കൊലപാതകങ്ങളും കിടമത്സരങ്ങളും അനാശാസ്യ ങ്ങളും എല്ലാം ആ അന്ധകാരാവൃതമായ കാലഘട്ടത്തിന്റെ ഉല്പന്നങ്ങ ളായിരുന്നു. 1022 ൽ പത്രോസിന്റെ സിംഹാസനത്തിലിരുന്ന ബനഡിക്ട് എട്ടാമനെന്ന മാർപ്പാപ്പയായിരുന്നു മേൽ സൂചിപ്പിച്ച 'നരകസർട്ടിഫി ക്കറ്റിന്റെ' ഉപജ്ഞാതാവ്. ശുദ്ധീകരണസ്ഥലമെന്ന സാങ്കല്പിക സങ്കേ തത്തിൽ അവരനുഭവിക്കുന്ന കഷ്ടതകളിൽ നിന്നും മോചനം ലഭിക്കു ന്നതിനുള്ള ഒരു അനുവാദപത്രമായിട്ടാണ് ഈ രേഖയെ അന്നു കണക്കാ ക്കിയിരുന്നത്. പാപങ്ങളുടെ ലഘു ഗുരുത്വമനുസരിച്ച് സഭാധികാരികൾ നിശ്ചയിക്കുന്ന പ്രായശ്ചിത്ത സംഖ്യകൊടുത്ത് തങ്ങളുടെ സ്വന്തക്കാരെ ശുദ്ധീകരണമെന്ന പീഡനത്തിൽ നിന്ന് രക്ഷപ്പെടുത്താമെന്നു വന്നത് പ്രത്യേകിച്ച് പണക്കാർക്ക് ഏറെ ആശ്വാസദായകമായിരുന്നു.

1517-ൽ 10-ാം ലിയോ മാർപ്പാപ്പ വി. പത്രോസിന്റെ ദേവാലയ നിർമ്മാ ണത്തിന് ധനസഹായം ചെയ്യുന്നവർക്ക് ദണ്ഡവിമോചനം ലഭിക്കുമെന്ന് പ്രഖ്യാപനം ചെയ്തു. ഈ പാപദണ്ഡവിമോചനത്തിന് അനുകൂലമായ 'ദൈവശാസ്ത്രം' കണ്ടുപിടിച്ച് വിശദീകരിച്ച് പ്രചാരണം നടത്തുന്നതിന് ജോൺ ടൈറ്റലസ് എന്ന ഡൊമിനിക്കൻ സന്ന്യാസിയെ ചുമതലപ്പെ ടുത്തുകയും ചെയ്തു. കുറ്റകരമായ ഈ നടപടിക്കെതിരെ അതിശക്ത മായി പ്രതികരിച്ചുകൊണ്ട് വേദപണ്ഡിതനായ മാർട്ടിൻ ലൂഥർ രംഗത്തെ ത്തി. 'പാപദണ്ഡവിമോചനം' പോലുള്ള അതിഗുരുതരങ്ങളായ തെറ്റുകുറ്റ

ങ്ങൾക്കെതിരെ ലൂഥർ ആഞ്ഞടിക്കുക തന്നെ ചെയ്തു. സഭാന്തരീക്ഷം ഇളകിമറിഞ്ഞു. സഭാവിശ്വാസികളും പ്രഭുക്കന്മാരും രണ്ടു ചേരികളിലായി തിരിഞ്ഞ് പോരടിച്ചു. ഇവിടെ സ്വാർത്ഥ താല്പര്യങ്ങൾക്കുവേണ്ടി മാത്രം കക്ഷിചേർന്ന രാജാക്കന്മാരും പ്രഭുക്കന്മാരും ഉണ്ടായിരുന്നു എന്നു സമ്മതിക്കുന്നു. എങ്കിലും പാപദണ്ഡവിമോചനത്തിലെ അതിഗുരുതരവും ക്രിസ്തീയ വിശ്വാസങ്ങൾക്ക് കടകവിരുദ്ധവുമായ ആ വലിയ തെറ്റിനെ മൂടാനോ, മറയ്ക്കാനോ, സാദ്ധ്യമല്ലെന്നോർക്കണം. സഭയിൽ അന്നുവരെ പ്രത്യേകിച്ച് അന്ധകാരയുഗങ്ങളിൽ സഭയിൽ അടിഞ്ഞുകൂടിയിരുന്ന തിന്മകളെ മനസാ എതിർത്തിരുന്നവരും എന്നാൽ സഭാധികാരത്തെ അന്നത്തെ നിലയ്ക്ക് ഏറെ ഭയപ്പെട്ടിരുന്നവരുമായ എല്ലാവരും തന്നെ ഒത്തുകൂടി ലൂഥറിന്റെ നേതൃത്വത്തിൽ സഭാനേതൃത്വത്തിനെതിരെ ശക്തമായിട്ടു പ്രതികരിച്ചു. *ബലിയുടെ ദുരുപയോഗം* എന്ന ലൂഥറിന്റെ പ്രസിദ്ധമായ പുസ്തകത്തിന്റെയും മറ്റു തിസ്സീസുകളുടെയും സ്വാധീനം അതിശക്തമായിരുന്നു. ഏതായാലും വിശ്വാസികളുടെ ഈ നവോത്ഥാന പ്രവണത 'പ്രൊട്ടസ്റ്റന്റു മത'രൂപീകരണത്തിൽ ചെന്നവസാനിച്ചു. പിന്നീട് ഇതിന്റെ പേരിൽ സഭയും പ്രൊട്ടസ്റ്റന്റുകാരും തമ്മിൽ നടന്ന കിടമത്സരങ്ങളും രക്തച്ചൊരിച്ചിലും എത്ര ഭയാനകമായിരുന്നു. കുരിശു യുദ്ധം ക്രിസ്ത്യാനിയുടെയും മുസൽമാന്റെയും രക്തംകൊണ്ട് ജെറുസലേമിലെ മണലാരണ്യങ്ങൾ നനഞ്ഞു കുതിർന്നെങ്കിൽ പ്രൊട്ടസ്റ്റന്റു മതവിപ്ലവം കൊണ്ട് യൂറോപ്പുമുഴുവൻ ചുമപ്പിക്കുവാൻ ക്രിസ്ത്യാനികളുടെ സ്വന്തം രക്തം തന്നെ വേണ്ടിവന്നു.

യേശുവിന്റെ അന്ത്യനാളുകളിൽ ശിഷ്യരെ വിളിച്ചുകൂട്ടി അന്ത്യത്താഴവിരുന്നൊരുക്കുകയും സ്നേഹനിർഭരവും വികാരഭരിതവുമായ വിട വാങ്ങൽ പ്രഭാഷണം നടത്തുകയും ചെയ്യുകയുണ്ടായി. അപ്പവും വീ ഞ്ഞും ശിഷ്യർക്ക് നല്കിക്കൊണ്ട്, ഇതെന്റെ ശരീരവും, രക്തവുമാണെന്ന് പറയുകയും ചെയ്തു. പിന്നീടുള്ള പീഡാനുഭവചരിത്രമെല്ലാം ഉൾക്കൊ ള്ളുന്ന ഒരോർമ്മയുടെ പുനരാവർത്തനമായിട്ടാണ് വി. കുർബ്ബാനയെ വിശ്വാസികൾ കാണുന്നതും ആചരിക്കുന്നതും. അപ്പോൾ ആ അനു ഷ്ഠാനബലിയുടെ പരിശുദ്ധിയും പാവനതയും എത്രമാത്രമാണെന്ന് പറയേണ്ടതില്ലല്ലോ? അങ്ങനെ വരുമ്പോൾ ആ പരിശുദ്ധ ബലികർമ്മ ത്തിന് കൂലി കണക്കുപറഞ്ഞ് വാങ്ങിക്കുന്ന പാപകർമ്മത്തിനെ ചാവു ദോഷത്തിൽ കൂട്ടണമോ അതോ പാപദോഷത്തിൽ കൂട്ടണമോ?

യേശു പറയുന്നു: "രോഗികളെ സുഖപ്പെടുത്തുവിൻ, കുഷ്ഠരോ ഗികളെ ശുദ്ധരാക്കുവിൻ, പിശാചുക്കളെ പുറത്താക്കുവിൻ, നിങ്ങൾക്ക് സൗജന്യമായി കിട്ടി, സൗജന്യമായി കൊടുക്കുവിൻ" എന്ന്, നിങ്ങൾക്ക് സൗജന്യമായി കിട്ടി എന്നു പറയുമ്പോൾ, നല്ല മുറയ്ക്ക് പൈസമുടക്കി പഠിച്ചാണ് അച്ചനായതെന്നു പറഞ്ഞാൽ അത് ക്രിസ്തീയതയ്ക്കു നിര ക്കുന്നതാണോ? അല്ല, കാരണം ലാഭനഷ്ടങ്ങൾ കണക്കുകൂട്ടുന്ന ഒരു വ്യവസായ സംരംഭമായിരിക്കരുത് ക്രിസ്തീയ സഭ.

സമ്പന്നനെയും ദരിദ്രനെയും ഒരേ മാനദണ്ഡത്തിൽ കണ്ട് ഒറ്റ കുർബ്ബാന, പാട്ടു കുർബ്ബാന, തപസ്സു കുർബ്ബാന, റാസ, ഗ്രിഗറികുർബ്ബാന, ഒപ്പീസ്, ലദീഞ്ഞ്, നൊവേന, പലതരത്തിലുള്ള വെഞ്ചിരിപ്പുകൾ ഇങ്ങനെ ഇനംതിരിച്ചുള്ള പൂജകളും അനുഷ്ഠാനങ്ങളുമുണ്ടാക്കി ഓരോന്നിനും വിലവിവരപ്പട്ടികയുണ്ടാക്കുന്നു. കത്തോലിക്കർ പൂജ്യമായി കരുതുന്ന ദിവ്യബലിയുടെ സമയത്ത് വിശ്വാസികൾ തിങ്ങിനിറഞ്ഞു നില്ക്കുന്ന ദേവാലയത്തിൽ തനി രാഷ്ട്രീയക്കാരന്റെ ശൈലിയിൽ ടിൻ കളക്ഷൻ നടത്തുന്ന രീതി അരോചകത്തിലുപരി അനാശാസ്യവുമാണ്. "നിന്റെ ഇടതുകൈ ചെയ്യുന്നത് നിന്റെ വലതുകൈ അറിയരുത്" എന്ന അനുശാസനത്തിന് ഒട്ടും നിരക്കാത്തതാണല്ലോ ഈ കലാപരിപാടിയും.

ഞായറാഴ്ചദിവസങ്ങളിൽ, സാധാരണ കപ്യാരോ പള്ളക്കമ്മിറ്റി ക്കാരോ ആയിരിക്കും ടിൻ കളക്ഷൻ നടത്താറ്. എന്നാൽ ഏതെങ്കിലും കാര്യങ്ങൾക്ക് പണം കൂടുതലായി വേണ്ടിവന്നാൽ വൈദികർ തന്നെ പണപ്പിരിവിനിറങ്ങും. ബലിപീഠത്തിങ്കൽ നിന്ന് സർവ്വ വേഷഭൂഷാദിക ളോടും കൂടിയാണ് വൈദികന്റെ ഇറക്കം. ദിവ്യബലി അർപ്പിച്ചുകൊണ്ടുള്ള കൈകളിൽ പിരിവുപാത്രവുമായി വിശ്വാസികളുടെ ഇടയിൽക്കൂടി നടന്നു പിരിക്കുന്നു. ഓരോരുത്തരുടെയും പിരിവുസംഖ്യ നേരിട്ടു കാണുന്നു. നേരിട്ട് വൈദികൻ കാണുന്നതിനാൽ, കപ്യാരു വരുമ്പോൾ 1 രൂപ ഇടുന്നിടത്ത് വിശ്വാസി 10 രൂപ ഇട്ടുപോവുന്നു. 1 രൂപയിൽ നിന്നു 10 രൂപയിലേക്കുള്ള മനംമാറ്റത്തിന്റെ മനശ്ശാസ്ത്രം തിയോളജി പഠിക്കു ന്നവർക്കറിയാം. വലതുകൈയും ഇടതുകൈയും ഇവിടെ പ്രസക്തമല്ല. നൂറ്റാണ്ടുകളായി കോടിക്കണക്കിന് വിശ്വാസികളെ സ്വന്തം താല്പര്യങ്ങ ൾക്കുവേണ്ടി ആട്ടിത്തെളിച്ചുകൊണ്ടു പോകുവാനും, അവരിൽ നിന്നും സാമ്പത്തിക സമ്പാദനം നടത്തുവാനും സഭാധികാരികളെ ആരും പഠിപ്പിക്കേണ്ടതില്ല.

ചന്തസ്ഥലങ്ങളിൽ വിലവിവരപ്പട്ടിക വിവരിക്കുന്നതുപോലെ പൂജ കൾക്കും കൂദാശകൾക്കുമുള്ള നിരക്കുകൾ കാണിക്കുന്ന ബോർഡുകൾ കാണുമ്പോൾ ക്രിസ്തീയതയിൽ നാം എവിടെ വരെ എത്തി എന്നോർ ക്കണം. വ്യാവസായിക ഉപഭോക്തൃസംസ്കാരത്തിന്റെ ഒഴുക്കിനനുസൃ തമായി പണസമ്പാദനരീതികളും പരിഷ്കൃതമായി വളരുന്നു. വർദ്ധി ച്ചുവരുന്ന മോട്ടോർ വാഹനങ്ങൾ, മറ്റു യന്ത്രോപകരണങ്ങൾ, കോടിക ളുടെ വീടുകൾ, മറ്റു വ്യവസായ സ്ഥാപനങ്ങൾ, ഷോറൂമുകൾ ഇതിന്റെ യൊക്കെ വെഞ്ചിരിപ്പ് തുടങ്ങി പണസമ്പാദനത്തിനുള്ള ഒട്ടനവധി വഴി കൾ ഏറെ കൂടിവരികയാണ്. അങ്ങനെ സമൂഹത്തിലെ സാമ്പത്തിക ഉന്നമനത്തിനനുസൃതമായി പുരോഹിതരുടെ സമ്പാദ്യവും ഏറി വരുന്നു ണ്ട്. ബസ്, ലോറി തുടങ്ങിയ വലിയ വാഹനങ്ങൾ, കാറ്, ജീപ്പ്, ഓട്ടോ പോലുള്ള ചെറുവാഹനങ്ങൾ, മറ്റു ഇരുചക്രവാഹനങ്ങൾ ഇവയുടെ പേരുവിവരങ്ങൾ തരംതിരിച്ചെഴുതി ഓരോ വിഭാഗത്തിനും വെവ്വേറെ വെ ഞ്ചിരിപ്പുകൂലി നിശ്ചയിച്ചെഴുതിയ ബോർഡുകൾകാണാം. ഇങ്ങനെയെ

ഴുതിയ ബോർഡ് അടുത്തകാലം വരെ ചേർപ്പുങ്കൽ പള്ളിമുറ്റത്തുണ്ടാ
യിരിക്കുന്നതായി ദൃക്സാക്ഷികൾ പറഞ്ഞറിയുവാൻ കഴിഞ്ഞു.

അതുപോലെ ഏതെല്ലാം രൂപത്തിലാണ് വിശ്വാസികളിൽ നിന്നും
ഊർത്തിയെടുക്കുന്നത്. നൊവേന എന്നൊരു പ്രസ്ഥാനം ഇന്ന് അതിശ
ക്തമായി വളർന്നുവരുന്നുണ്ട്. വഴിവക്കിലുള്ള കപ്പേളകളിലും കുരിശു
പള്ളിയിലുമൊക്കെ ഓരോ പുണ്യവാളന്മാരുടെ പേരിൽ നൊവേനയും
മദ്ധ്യസ്ഥ പ്രാർത്ഥനയും നടക്കുന്നു. ഇവിടെയെല്ലാം നേർച്ചപ്പെട്ടി കണിശ
മായും കണ്ടിരിക്കും. സാദ്ധ്യകാര്യങ്ങളുടെയും, അസാദ്ധ്യകാര്യങ്ങളുടെ
യും മദ്ധ്യസ്ഥന്മാർ വേറെവേറെയുമുണ്ട്. അടുത്ത നാളിൽ അൽഫോൻ
സാമ്മയുടെ രൂപംവെച്ച് നാലുപേജിൽ അച്ചടിച്ച മദ്ധ്യസ്ഥപ്രാർത്ഥന
കാണുവാനിടയായി (1986-ൽ അച്ചടിച്ചതാണ്). മൂന്നാം പേജിലെ പ്രാർ
ത്ഥനയുടെ അവസാനം ആമേൻ എന്നു കഴിഞ്ഞ് Imprimature Joseph
Palliparambil എന്നും നാലാം പേജിൽ വേറൊരു പ്രാർത്ഥനകൂടി എഴുതി
അതിന്റെ അവസാനം, സൂചന അനുഗ്രഹങ്ങളുടെ റിപ്പോർട്ട്, കുർബ്ബാന
ധർമ്മം, നേർച്ചപണം മുതലായവ അടയ്ക്കേണ്ട വിലാസം: The vice
postulator-Etc. പിന്നെ വിലാസവും. ഇതൊരു ഉദാഹരണം മാത്രമാണ്.
ഇത് അച്ചടിച്ചിറക്കിയവരുടെ മനസ്സിൽ പ്രാർത്ഥന മാത്രമാണോ ഉണ്ടായി
രുന്നത്?

അൽഫോൻസാമ്മയുടെ രൂപവും അതോടനുബന്ധിച്ച പ്രാർത്ഥന
യും വായിച്ചുകഴിയുമ്പോൾ ഒരു വിശ്വാസിയുടെ മനസ്സ് സ്വല്പമെങ്കിലും
ആത്മീയതയിലേക്ക് മാറുകയും അതു വഴിയുണ്ടാകുന്ന മനോഭാവം
നേർച്ചയ്ക്ക് അനുഗുണമാകുമെന്നും വിചാരിച്ചായിരിക്കണം പണത്തിനു
വേണ്ടിയുള്ള അഭ്യർത്ഥന അവസാനം നടത്തിയിരിക്കുന്നത്. പ്രാർത്ഥന
യോടുകൂടിയ പണപ്പിരിവിന് പ്രസക്തിയുണ്ട്. ഇവിടെ ഇതിന്റെ സംവിധാ
യകരുടെ മനസ്സിലിരിപ്പെന്താണ്? അൽഫോൻസാമ്മയോടുള്ള ഭക്തി
യാണോ? പണസമ്പാദനമാണോ?

കൈക്കുലി കൊടുക്കുന്നതും വാങ്ങുന്നതും കുറ്റകരമാണ്. എങ്കിൽ
കുറ്റകരമായി നടത്തുന്ന പൂജവഴി ശുദ്ധീകരാത്മാക്കളെ ശിക്ഷാ
വിധിയിൽനിന്നും രക്ഷപ്പെടുത്തി സ്വർഗ്ഗരാജ്യത്തെത്തിക്കുവാൻ പറ്റുമോ?
പറ്റുകയില്ല എന്ന് പല വൈദികരും പറയുന്നു. രഹസ്യമായിട്ടല്ല, പരസ്യ
മായിട്ട് പള്ളിയിൽ വച്ചുതന്നെ.

യൂദാസിനെപ്പറ്റി സഭയുടെ പഠനമെന്താണ്? തന്റെ ഗുരുവിനെ
ഒറ്റുകൊടുത്ത വഞ്ചകനായിട്ടാണ് സഭാചരിത്രം അയാളെ ചിത്രീകരി
ക്കുന്നത്. എന്നാൽ യേശുവിന്റെ പീഡാനുഭവത്തിന്റെയും വേദനിപ്പിക്കുന്ന
സ്മരണകൾ വിറ്റാണ് സഭാനേതൃത്വം ധനസമ്പാദനം നടത്തുന്നത്.
യൂദാസ് യേശുവിനെ ഹോൾസെയിലായി വിറ്റെങ്കിൽ സഭാപുരോഹിതർ
യേശുവിനെ പീസ് പീസ് ആയി വില്ക്കുന്നു എന്ന് ഫലിതരൂപത്തിൽ
പറയുന്നെങ്കിലും കുറേ കാര്യവുമില്ലേ? തന്റെ ഗുരുവിനെ ഒറ്റുകൊടു
ത്തതിലുള്ള കുറ്റബോധം കൊണ്ട് മനസ്സ് നീറിയ യൂദാസ് ഒറ്റുകാശായ

30 വെള്ളിക്കാശ് തിരികെ കൊടുത്ത് മനോവേദന സഹിക്കവയ്യാതെ ആത്മഹത്യ ചെയ്തു.

എന്നാൽ പുരോഹിത വർഗ്ഗം എന്താണ് ചെയ്തത്, ചെയ്യുന്നത്? യൂദാസ് കുറ്റബോധം കൊണ്ട് കാശ് തിരികെകൊടുത്തു. 1700 വർഷങ്ങൾകൊണ്ട് യേശുവിനു നിരക്കാത്ത അനുഷ്ഠാനങ്ങൾ നടത്തിയുണ്ടാക്കിയ എണ്ണിയാൽ ഒടുങ്ങാത്ത ധനമെല്ലാം തിരികെ കൊടുക്കുമോ? ഇവിടെ ആരാണ് യോഗ്യൻ അല്ലെങ്കിൽ യോഗ്യർ? യൂദാസോ? സഭാ നേതൃത്വമോ? ചിന്തിക്കേണ്ട പ്രശ്നമാണ്.

ഇടനിലപൗരോഹിത്യത്തെയും, അനുഷ്ഠാനങ്ങളെയും, തള്ളിപ്പറഞ്ഞ ക്രിസ്തുവിന്റെ പേരിലുണ്ടായ മതത്തിൽ ഇത്രയും ഇടനിലക്കച്ചവടം നടക്കുന്നതിൽ അത്ഭുതപ്പെടേണ്ടിയിരിക്കുന്നു. കത്തോലിക്കാ പൗരോഹിത്യം വിശ്വാസികളുടെയും ദൈവത്തിന്റെയും ഇടയിൽ നിന്നുകൊണ്ട് അവരുടെ വരുതിയിൽ നമ്മെ അടിമകളാക്കിയെടുക്കുന്നു. ദൈവത്തെയും പുണ്യപാപങ്ങളെയും സ്വർഗ്ഗനരകങ്ങളെയും പിശാചുക്കളെയും മാലാഖമാരേയുമൊക്കെ വ്യാഖ്യാനിച്ച് ഇടനിലക്കാരായി അനുഷ്ഠാനങ്ങൾ നടത്തി തങ്ങളുടെ വ്യാജവഴികൾ ഉണ്ടാക്കിക്കൊണ്ടേയിരിക്കുന്നു.

ഇന്ദ്രീയാനുഭവങ്ങളും, മനോവിചാരവികാരങ്ങളും ഉൾക്കൊള്ളുന്ന വെറും മാനുഷിക സ്വഭാവത്തോടുകൂടിയ ഒരു വ്യക്തിയായിട്ട് ദൈവത്തെ പൗരോഹിത്യം അവതരിപ്പിക്കുന്നു. ഇങ്ങനെയുള്ള മാനുഷിക സ്വഭാവ വിശേഷങ്ങൾ കല്പിച്ചുകൊടുക്കുന്ന ദൈവത്തിനെ പ്രീണിപ്പിക്കുവാൻ മാനുഷിക ടെക്നിക്കുകൾ അവതരിപ്പിക്കുകയാണ്. അങ്ങനെ വരുമ്പോൾ മാനുഷികമായ അനുഭവങ്ങളും ആസ്വാദ്യതകളുമുള്ള ദൈവത്തെ പ്രീണിപ്പിക്കുവാൻ മനുഷ്യന്റെയും ദൈവത്തിന്റെയുമിടയിൽ ഒരു ഇടത്തട്ടുകാരന്റെ പ്രസക്തിയുണ്ടാവുന്നു. ഇവിടെയാണ് 'പാപപരിഹാരപത്ര വിതരണം', 'പാപദണ്ഡവിമോചനം' തുടങ്ങിയ കപട നാടകങ്ങളും എണ്ണിയാൽ തീരാത്ത ആചാരാനുഷ്ഠാനങ്ങളും പുരോഹിതരുടെ തുറുപ്പു ചീട്ടുകളാകുന്നത്. കത്തോലിക്കാസഭയെ അന്നും ഇന്നും ഗ്രസിച്ചിരിക്കുന്ന ഏറ്റവും വലിയ ശാപം, ക്രിസ്തു തിരസ്കരിച്ചതും, ദൈവനീതിക്ക് നിരക്കാത്തതുമായ ആചാരാനുഷ്ഠാനങ്ങൾ വിശ്വാസികളുടെമേൽ അടിച്ചേല്പിച്ച് ധനസമ്പാദനം നടത്തി ക്രിസ്തീയചൈതന്യം നശിപ്പിച്ചു കളയുന്നു എന്നുള്ളതാണ്.

6

ദളിത് ക്രൈസ്തവരും സഭാഹൈരാർക്കിയും

ഇന്ത്യൻ സഭയിൽ ഇന്നും ജാതിവിവേചനം നിലനില്ക്കുന്നതിന്റെ കാരണം ഇവിടത്തെ സഭാഹൈരാർക്കിയാണെന്ന് ഹൈദരാബാദ് ആർച്ച് ബിഷപ്പ് റവ.ഡോ. ജ്യോതിമാരംപുഡി അഭിപ്രായപ്പെട്ടു. 2010 മെയ് 8 ന് ചെന്നൈ സാൻതോം പാസ്റ്ററൽ സെന്റററിൽ കൂടിയ സി ബി സി ഐ ദളിത് കമ്മീഷൻ സംഘടിപ്പിച്ച വൈദിക സെമിനാറിലാണ് അദ്ദേഹം ഇക്കാര്യങ്ങൾ പറഞ്ഞത്. ഇന്ത്യയിലെ സഭ, ദളിത് ക്രൈസ്തവരെ സഭയുടെയും സമൂഹത്തിന്റെയും മുൻനിരയിലേക്ക് കൊണ്ടുവരേണ്ട തിന്റെ പ്രധാന ഉത്തരവാദിത്വം ഇന്ത്യയിലെ മൈത്രാന്മാരുടെയാണെന്നും താൻ ദളിത് സമുദായത്തിൽ നിന്നും വന്ന ഒരു ആർച്ച് ബിഷപ്പായിരിക്കു മ്പോഴും ജാതിവ്യത്യാസം തുടരുന്നതിന്റെ കാരണം സഭാഹൈരാർക്കിയു ടേതാണെന്നും പറയാതിരിക്കാൻ വയ്യെന്നും അദ്ദേഹം തുടർന്നു പറഞ്ഞു. "ദളിതരെ ശാക്തീകരിച്ച് എല്ലാവരെയും ഉൾക്കൊള്ളുന്ന സമൂഹ നിർമ്മിതിയിലെ വൈദിക പ്രതിബദ്ധത" എന്ന വിഷയത്തെ അധികരിച്ചു നടന്ന ദേശീയ സെമിനാറിലാണ് ഇക്കാര്യങ്ങളെ സംബ ന്ധിച്ച് ആർച്ച് ബിഷപ്പ് വിശദമായിട്ട് അഭിപ്രായപ്പെട്ടത്. ഇന്നുവരെ സമുദായത്തിലും, സമൂഹത്തിലും ദളിത് ക്രൈസ്തവർ രണ്ടാംതരം പൗരന്മാരായി കഴിയേണ്ടിവരുന്നു എന്നത് കത്തോലിക്കാസഭാ നേതൃത്വ ത്തിന് അപമാനം തന്നെയാണ്. അതിലുപരി കുറ്റകരമായ അനാസ്ഥയു മാണ്.

ദളിത് ക്രൈസ്തവർ സ്വത്വബോധത്തോടെ സംഘടിച്ച് അവരുടെ സാമൂഹ്യ സാമ്പത്തിക ഉന്നമനത്തിനുവേണ്ടി ആദ്യമായി സമരം ചെയ്യേ ണ്ടത് സ്വന്തം മതസംഘടനാ നേതൃത്വത്തോടു തന്നെയായിരിക്കണം. കാരണം സ്വന്തം സമുദായത്തിൽ നിന്നും കിട്ടേണ്ട ആനുകൂല്യങ്ങളും

അവസരങ്ങളും കിട്ടിക്കഴിഞ്ഞിട്ടുമതിയല്ലോ സർക്കാരിനോട് വഴക്കിടേ
ണ്ടത്. അതുപോലെതന്നെ സ്വന്തം സമുദായത്തിൽത്തന്നെ പാർശ്വവൽ
ക്കരിക്കപ്പെട്ടവരെ മുഖ്യധാരയിലേക്ക് എത്തിക്കുവാൻ സഭാധികാരികൾ
ആദ്യമായി തയ്യാറാകണം. പിന്നീടുമതി സർക്കാരിനോടുള്ള അവകാശം
പറച്ചിൽ.

പൂജാദികർമ്മങ്ങളിൽ സംബന്ധിക്കുവാൻ പള്ളിയകത്തു കയറാതെ
ജനൽപാളികളിൽ കൂടി ഇതൊക്കെ കണ്ട് സംതൃപ്തരാകേണ്ടിവന്ന
ദളിത് കത്തോലിക്കരുടെ ദയനീയ ചിത്രം ഇന്നും മനസ്സിൽ മായാതെ
മറയാതെ നിലനിൽക്കുന്നു. അന്ന് ആ മനുഷ്യരുടെ കൈപിടിച്ച് പള്ളിയ
കത്തേക്ക് കൊണ്ടുവന്ന് സമഭാവനയും സാഹോദര്യവും തെളിയി
ക്കുവാൻ പട്ടക്കാർക്കും അൽമേനിക്കും തോന്നിയില്ല. ദളിത് കത്തോലി
ക്കർക്കു വേണ്ടി കടുത്തുരുത്തിയിലും കുറവിലങ്ങാട്ടും പ്രത്യേകം പള്ളി
പണിതുകൊടുത്ത് അവർക്കുവേണ്ടി പ്രത്യേകം ദിവ്യബലി അർപ്പിച്ച്
'അയിത്തം' നിലനിർത്തിയ സഭാധികാരികളെയും, അതിനു കൂട്ടുനിന്ന്
'ഓശാന' പാടിയ അൽമായ പ്രതിനിധികളെയും കണ്ടറിഞ്ഞവരാണ്
കേരള കത്തോലിക്കർ. ഇതിനൊന്നും നൂറ്റാണ്ടുകളുടെ കാലപ്പഴക്കമില്ലെ
ന്നോർക്കണം. ഇതൊക്കെ പഴയകാല ചരിത്രമാണെന്നും, അന്നത്തെ
സാമൂഹ്യനീതിയും, കീഴ്‌വഴക്കങ്ങളും അങ്ങനെയൊക്കെ ആയിരു
ന്നെന്നും പറഞ്ഞ് ഇതിനെയൊക്കെ ഇന്ന് ലാഘവപ്പെടുത്തുകയാണ്.
ക്രിസ്തുവിൽ ദൈവത്തെ കാണുന്ന ക്രിസ്ത്യാനികൾ ക്രിസ്തുവിന്റെ
ദർശനങ്ങളും പഠനങ്ങളുമാണ് പിന്തുടരേണ്ടത്. കാലത്തിന്റെയോ, സാമൂ
ഹ്യ വ്യവസ്ഥിതിയുടെയോ സമ്മർദ്ദങ്ങൾക്ക് വഴങ്ങേണ്ടതില്ല? ദൈവവച
നങ്ങളും, ദർശനങ്ങളും 'ദൈവം സ്നേഹമാകുന്നു', 'ശത്രുക്കളെ സ്നേ
ഹിക്കുക', 'നിങ്ങളിൽ അധികാരമുണ്ടാകരുത്' എന്നിങ്ങനെയുള്ള ക്രി
സ്തുവിന്റെ ഉപദേശങ്ങളും, പഠനങ്ങളും എല്ലാം തന്നെ കാലാതീതമായി
നിലനിൽക്കേണ്ടതാണ്. ദളിത് ക്രൈസ്തവരുടെ കാര്യത്തിലും മേൽ
പറഞ്ഞ ദൈവപ്രമാണങ്ങളൊക്കെ പ്രാവർത്തികമാക്കേണ്ടതാണ്. അതു
കൊണ്ട് പണ്ടത്തെ സാമൂഹ്യനീതിയായിരുന്നു എന്ന് പറഞ്ഞ് ഒഴിഞ്ഞു
മാറിയിട്ടു കാര്യമില്ല. എന്തിനേറെ ഇന്നത്തെ സോഷ്യലിസ്റ്റ് കാലത്ത്
പോലും സ്വന്തം സമുദായത്തിൽപ്പെടുത്തിയിരിക്കുന്ന ദളിത് ക്രൈസ്ത
വരോട് നീതി കാണിക്കുന്നില്ല.

ഇവിടെ സഭാപിതാക്കന്മാരെമാത്രം കുറ്റം പറഞ്ഞ് അൽമായന്
ഒഴിഞ്ഞുമാറാൻ പറ്റില്ല. പണ്ട് ദളിത് ക്രൈസ്തവർ ഓരോ ഭൂവുടമയുടെ
യും കീഴിൽ അടിയാന്മാരായി കഴിഞ്ഞു കൂടിയിരുന്നു. ഇവിടെ സ്വയം
സംഘടിച്ച് ശക്തിയാർജ്ജിച്ച് വ്യക്തിത്വം നിലനിർത്തുവാനും അവകാ
ശങ്ങൾ നേടിയെടുക്കുവാനുമുള്ള ഒരു സ്വത്വബോധരാഷ്ട്രീയം ശക്ത
മായി പരുവപ്പെടുത്തിയെടുക്കുവാൻ കഴിഞ്ഞിരുന്നുമില്ല. കാരണം പള്ളി
യും പട്ടക്കാരനും, മുതലാളിയും, കുഞ്ഞച്ചന്മാരും അവരെ അടക്കി
ഭരിക്കുക തന്നെയായിരുന്നു.

1950-1960 കാലഘട്ടങ്ങളിൽ പള്ളിയുടെ തണലിൽ രൂപം കൊണ്ട ഒരു സംഘടനയായിരുന്നു 'അവശക്രൈസ്തവ സംഘടന.' ഇടവക തോറും നടക്കുന്ന വാർഷിക യോഗങ്ങളിൽ വികാരിയുടെയോ കൂടിയാൽ വികാരി ജനറാളിന്റെയോ ഒപ്പം പ്രാദേശിക സംഘടനാ പ്രസിഡണ്ടിന് രണ്ടു മണിക്കൂർ കസേരയിൽ വേദിയിലിരിക്കാം എന്നതൊഴിച്ച് ഒന്നും നേടിയെടുക്കാതെ സംഘടന ശുഷ്കിച്ചു തീർന്നുപോയി. ഇവിടെ കത്തോലിക്കസഭാ നേതൃത്വത്തിന്റെ കീഴിൽ രൂപംകൊണ്ട അൽമേയ പ്രസ്ഥാനങ്ങളും സംഘടനകളും ഗുണം പിടിച്ചു നന്നായ ചരിത്രം ഇല്ല. ഒന്നുകിൽ സ്വയം തളരും അല്ലെങ്കിൽ നേതൃത്വത്തിന്റെ കൈപ്പിടിയിൽ അമരും.

ഇന്ന് രാജ്യത്തെ മതന്യൂനപക്ഷങ്ങൾക്കു കിട്ടുന്ന ആനുകൂല്യങ്ങൾ വേറൊരു രാജ്യത്തും കിട്ടുന്നില്ല; അതുപോലെ സംരക്ഷണവും. ഇന്ത്യൻ ഭരണഘടന 30-ാം വകുപ്പു പ്രകാരം മതന്യൂനപക്ഷങ്ങൾക്ക് അനുവദിച്ചി രിക്കുന്ന ആനുകൂല്യങ്ങൾ കത്തോലിക്കരെ സംബന്ധിച്ച് സമുദായത്തി നല്ല ഇപ്പോൾ കിട്ടുന്നത്. കാരണം ന്യൂനപക്ഷാനുകൂല്യം ഒരു സമുദായ ത്തിനുള്ളതാണ്. അത് അവർക്ക് കിട്ടണമെങ്കിൽ അവർ തെരഞ്ഞെ ടുക്കുന്ന സമിതിയിലേക്ക് ആനുകൂല്യം കിട്ടണം. ന്യൂനപക്ഷസമുദായം തെരഞ്ഞെടുക്കുകയും അതുവഴി ഒരു പൊതുസ്വഭാവം ഉണ്ടാകുകയും ചെയ്യുന്ന സമിതികൾ വഴി ആനുകൂല്യം കിട്ടുകയും ചെയ്യുമ്പോഴേ അതിന് ഉദ്ദേശ്യശുദ്ധി ഉണ്ടാകുകയുള്ളൂ. അല്ലാതെ സമുദായത്തിലെ വെറും അണു ന്യൂനപക്ഷമായ പൗരോഹിത്യഹൈരാർക്കിക്കു കിട്ടുമ്പോളല്ല. കേരളത്തിലെ മറ്റ് എപ്പിസ്കോപ്പൽ സഭകൾ ഇക്കാര്യത്തിന് കുറെയെ ങ്കിലും ജനാധിപത്യ സ്വഭാവം കാണിക്കുന്നുണ്ട്. ഏതായാലും കത്തോലി ക്കർക്ക് സർക്കാരിൽ നിന്നും ന്യൂനപക്ഷത്തിന്റെ പേരിൽ കിട്ടുന്ന ആനു കൂല്യങ്ങളെങ്കിലും ദളിത് കത്തോലിക്കനെുമായി പങ്കുവച്ചുകൂടെ?

പാലാ, കോട്ടയം, ചങ്ങനാശ്ശേരി എന്നീ രൂപതകളിൽ സഭ നടത്തുന്ന വിദ്യാഭ്യാസ സ്ഥാപനങ്ങളിൽ ഒരു ശതമാനം പോലും നിയമനം ദളിത് കത്തോലിക്കർക്ക് കിട്ടുന്നില്ല (*ഓശാന പ്രസിദ്ധീകരണം വഴിയുള്ള സ്ഥിതിവിവരക്കണക്ക്*). ഇതൊന്നും കൂടാതെ ആതുരാലയങ്ങൾ, വ്യവ സായ സ്ഥാപനങ്ങൾ, പത്രമാസികകൾ തുടങ്ങിയ പ്രസിദ്ധീകരണങ്ങൾ, എസ്റ്റേറ്റുകൾ, ഹോസ്റ്റലുകൾ, വാഹനങ്ങൾ ഇവിടെയൊക്കെയുണ്ടാ യിരുന്ന തൊഴിലവസരങ്ങളിലൊന്നും ദളിത് കത്തോലിക്കരെ പരിഗണിച്ചി രുന്നില്ല. യേശു പാർശ്വവല്ക്കരിക്കപ്പെട്ടവരെ അന്വേഷിച്ചു പോയി. ഇന്ന് പൗരോഹിത്യം അവരിൽ നിന്നും ഓടിയകലുന്നു.

1970-75 കാലങ്ങളിൽ ഇടവക കമ്മിറ്റികളിൽ ഒരു ദളിത് കത്തോലി ക്കനെപ്പോലും അടുപ്പിച്ചിരുന്നില്ല. അല്ലെങ്കിൽ അവസരം കിട്ടിയിരുന്നില്ല. 80 നോട് അടുത്തു മാത്രമാണ് നോമിനേഷനിൽക്കൂടി അവർക്ക് അവസരം കിട്ടുന്നത്. അതും വികാരിയുടെ സിൽബന്ധികളായിട്ട്. കാരണം വികാരി സ്വന്തമായിട്ടാണ് നോമിനേറ്റ് ചെയ്യുന്നത്. ഇവിടെ ഇക്കാര്യത്തിൽ ഒരു

സബ്കമ്മിറ്റിയെ എങ്കിലും ചുമതലപ്പെടുത്തി ജനാധിപത്യ മര്യാദ കാണിക്കുന്നില്ല. ഇന്നും ഈ നോമിനേഷൻ സമ്പ്രദായം തുടരുകയാണ്. പള്ളിയോഗനടപടി പ്രകാരം പ്രതിനിധിയോഗത്തിലേക്ക് 1/3 അംഗങ്ങളെ നോമിനേറ്റ് ചെയ്യുവാനുള്ള അധികാരം വികാരിക്കുണ്ട്. ഒരു വോട്ടിന്റെ അവകാശത്തിൽ ഒതുങ്ങേണ്ട വികാരിക്ക് ഫലത്തിൽ 1/3 ഭാഗത്തിന്റെ അവകാശം അനധികൃതമായി കിട്ടുന്നു. ഇവിടെ ഒരു കാര്യം ഓർക്കണം. ദളിത് കത്തോലിക്കരെ പള്ളിയോഗ പുൽപ്പായിലിരിക്കാൻ അവസരം കൊടുക്കാതിരുന്ന സഭാ നേതൃത്വം അന്നു പള്ളിയുടെ മൂന്ന് 'ഔദ്യോഗിക' കാര്യങ്ങൾ നടത്താൻ അവർക്ക് അംഗീകാരം കൊടുത്തു. 1. ചെണ്ടകൊട്ട്, 2. കതിനവെടിപൊട്ടിക്കൽ, 3. ശവക്കുഴിവെട്ട്.

കാലാകാലങ്ങളായി ദളിത് കത്തോലിക്കർ അനുഭവിച്ചുവരുന്ന അവഗണനയെപ്പറ്റി ദളിത് വിഭാഗത്തിൽപ്പെട്ടവനായ ആർച്ച് ബിഷപ്പ്, ജ്യോതിമാരംപുഡി തികച്ചും ബോധവാനാണ്. "ദളിത് വിഭാഗത്തെ ഉയർ ത്തിക്കൊണ്ടുവരുന്നതിന് ഇനിയും സഭ വേണ്ടത്ര പരിശ്രമിച്ചിട്ടില്ലെന്നും അതിനുള്ള ഉത്തരവാദിത്വം ഇന്ത്യയിലെ മെത്രാന്മാർക്കാണെന്നും" പറഞ്ഞത് മുഖവിലക്കെടുക്കണം. പൗരസ്ത്യകാനോൻ നിയമത്തിലെ 191-ാം വകുപ്പുപ്രകാരം ഒരു കത്തോലിക്കാ മെത്രാനുള്ള അധികാരാ വകാശങ്ങൾ അതിവിപുലമാണെന്ന് അറിഞ്ഞുകൊണ്ടുതന്നെയാണ് ആർച്ച് ബിഷപ്പ് മേൽപ്രസ്താവന നടത്തിയത്.

19-ാം നൂറ്റാണ്ടിന്റെ അവസാന കാലഘട്ടവും 20-ാം നൂറ്റാണ്ടിന്റെ ആരംഭദശയും കേരളത്തിൽ ദളിത്-പിന്നോക്ക വിഭാഗത്തിന്റെ നവോത്ഥാ ന കാലഘട്ടമായിരുന്നു. മനുഷ്യസ്നേഹികളും പ്രതിഭാശാലികളുമായ ഒട്ടേറെ മഹാത്മാക്കൾ ഈ കാലയളവിൽ പ്രത്യക്ഷപ്പെട്ടു. ശ്രീനാരായണ ഗുരു, സഹോദരനയ്യപ്പൻ, ചട്ടമ്പിസ്വാമികൾ, അയ്യങ്കാളി, പൊയ്കയിൽ യോഹന്നാൻ, വാക്ഭടാനന്ദൻ, ശിവയോഗി ഇവരൊക്കെ ആ കാലഘട്ട ത്തിലെ ദളിത് പിന്നോക്ക വർഗ്ഗക്കാരുടെ ശബ്ദവും ശക്തിയുമായിരുന്നു. ഇതിൽ എടുത്തു പറയേണ്ട പേരാണ് സഹോദരൻ അയ്യപ്പന്റേത്. ശ്രീനാരായണഗുരുവിന്റെ അരുമ ശിഷ്യനായ അയ്യപ്പൻ പിന്നോക്ക ക്കാരുടെ ഉന്നമനത്തിനുവേണ്ടി ക്രമബദ്ധമായ പ്രവർത്തനമാണ് നടത്തിയത്. 1889 ൽ പ്രസിദ്ധമായ മിശ്രഭോജനം നടത്തിയതിന്റെ പേരിൽ സ്വജാതിയിൽ നിന്നുതന്നെ എതിർപ്പുകൾ നേരിടേണ്ടിവന്നു. സ്വജാതി ക്കാർ പുലയൻ അയ്യപ്പൻ എന്ന പേര് അദ്ദേഹത്തിനു ചാർത്തിക്കൊ ടുക്കുകയും ചെയ്തു. 1912 ൽ അദ്ദേഹം 'സമസ്ത സഹോദര സംഘം' എന്ന സംഘടന രൂപീകരിച്ച് അതിന്റെ ആഭിമുഖ്യത്തിൽ *സഹോദരൻ* എന്ന മാസിക തുടങ്ങുകയും ചെയ്തു. അന്ന് കൊച്ചിയിൽ നിയമസഭാ സാമാജികനായിരുന്ന അയ്യപ്പൻ തന്റെ പദവിയും, സ്വാധീനവും ഉപയോഗിച്ച് പലതും ചെയ്യുവാൻ കഴിഞ്ഞു.

അതുപോലെ തന്നെ ദളിതനായിരുന്ന പൊയ്കയിൽ അപ്പച്ചൻ യോഹന്നാനായി മതപരിവർത്തനം നടത്തിയത് ദളിത് വിഭാഗങ്ങളുടെ

ഭൗതിക ഉന്നമനം കൂടി കണക്കാക്കി ആയിരുന്നു. എന്നാൽ അവിടെയും തങ്ങൾക്ക് അംഗീകാരം കിട്ടിയില്ല. പിന്നീട് അദ്ദേഹം 'പ്രത്യക്ഷരക്ഷാ ദൈവസഭ' എന്ന സ്വതന്ത്രസഭ സ്ഥാപിക്കുകയും ദളിത് പിന്നോക്ക വിഭാഗങ്ങളുടെ ഉന്നമനത്തിനുവേണ്ടി പ്രവർത്തിക്കുകയും ചെയ്തു. ആ കാലയളവിൽത്തന്നെ ക്രൈസ്തവ മിഷനറിമാർ പ്രത്യേകിച്ച് പ്രൊട്ടസ്റ്റന്റ് മതവിഭാഗക്കാർ ദളിത് വിഭാഗക്കാരെ വളരെയേറെ സ്വാധീനിക്കുകയും, വിദ്യാഭ്യാസ രംഗത്ത് ശ്രദ്ധേയമായ സേവനം നടത്തുകയും ചെയ്തു. ദളിത് പിന്നോക്ക വിഭാഗക്കാർക്ക് സമൂഹത്തിൽ സ്വല്പമെങ്കിലും ഒരു മേൽവിലാസവുമുണ്ടാക്കിക്കൊടുക്കുവാൻ പ്രൊട്ടസ്റ്റന്റ് വിഭാഗത്തിന്റെ ഒരു ഭാഗം തന്നെയായ 'പൊന്തക്കോസ്ത' സഭകൾക്കു കഴിഞ്ഞിട്ടുണ്ട്. മറ്റ് എപ്പിസ്കോപ്പൽ സഭകളിലൊന്നും (മെത്രാൻ കേന്ദ്രീകൃത സഭകൾ) ദളിതർക്ക് ഇത്രയും അംഗീകാരം ഇന്നും കിട്ടുന്നില്ല. അദ്ധ്വാനിക്കുന്നവന്റെ പക്ഷം ചേർന്ന് അവരുടെ അവകാശങ്ങളും, അവസരങ്ങളും നേടിയെ ടുക്കുന്നതിനുവേണ്ടിയുള്ള കമ്യൂണിസ്റ്റ് പാർട്ടിയുടെ സംഘടിതമായ പ്രവർത്തനങ്ങൾ എല്ലാ പിന്നോക്ക വിഭാഗങ്ങൾക്കും സംഘടിക്കുവാനും അവകാശങ്ങൾ നേടിയെടുക്കുവാനുമുള്ള പ്രചോദനം കൂടിയുണ്ടാക്കി. ഇതൊക്കെയാണ്, ദളിത് ക്രൈസ്തവരുടെ സാമൂഹ്യ നാൾവഴി ചരിത്ര മെങ്കിൽ ഇവരുടെ പേരിൽ കൂടുതൽ ഉത്തരവാദിത്വമുള്ള എപ്പിസ്കോപ്പൽ സഭകൾ പ്രത്യേകിച്ച് കത്തോലിക്ക പൗരോഹിത്യ നേതൃത്വം എന്തു സംഭാവനകളാണ് ചെയ്യുന്നതെന്ന് ഒരു ആത്മപരിശോധന നടത്തേ ണ്ടതാണ്. സർക്കാരിൽ നിന്നും മറ്റും ദളിത് ക്രൈസ്തവർക്കു കിട്ടേണ്ട അവകാശങ്ങൾക്കു വേണ്ടി എപ്പോഴും വാദിക്കുകയും വിലപിക്കുകയും ചെയ്യുന്ന ക്രൈസ്തവ സഭാ നേതൃത്വം ഇവർക്കുവേണ്ടി ചെയ്യാൻ പറ്റുന്നതുപോലും ചെയ്യുന്നില്ല എന്നത് മറ്റൊരു സത്യം.

ആയിരക്കണക്കിന് സ്ഥാപനങ്ങളും പതിനായിരക്കണക്കിന് തൊഴിലവസരങ്ങളും, കോടിക്കണക്കിന് ആസ്തികളുമുള്ള സഭയുടെ ഭൗതികഭരണത്തിന് യാതൊരു നിയന്ത്രണവുമില്ലാത്ത അധികാരമുള്ള മെത്രാന് ഇവിടത്തെ ദളിത് കത്തോലിക്കനെ സാമ്പത്തികവും സാമൂഹ്യ വുമായി ഉയർത്തിക്കൊണ്ടുവരാൻ ആരുടെയും ചീട്ടുവേണ്ട. ഒരു ക്രിസ്തീയ മനോഭാവമുണ്ടായാൽ മതി. ഇവിടെ ദളിത് കത്തോലിക്കനെ സഹായിച്ചത് കൂടിപ്പോയെന്ന് ഒരൽമേനിയും പറയുമെന്ന് തോന്നുന്നില്ല, മനസ്സിൽ ഉണ്ടെങ്കിൽപ്പോലും. അതുകൊണ്ട് ആർച്ച്ബിഷപ്പിന്റെ ക്രൈ സ്തവ ചൈതന്യമുൾക്കൊള്ളുന്ന ആശയം പ്രാവർത്തികമാക്കുന്നതിൽ ഇവിടത്തെ മെത്രാൻമാർക്ക് എത്രമാത്രം ആത്മാർത്ഥതയുണ്ടെന്ന് ഇതേ സംബന്ധിച്ച് അവരുടെ മേൽനടപടികൾകൊണ്ട് നമുക്ക് നിരീക്ഷിക്കാം.

7

അൽമായന്റെ താക്കീത്

സീറോ മലബാർ സഭ, സഭാ പിതാക്കന്മാരുടെ നേതൃത്വത്തിൽ തന്നെ പ്രകടമായ രണ്ടു ചേരികളായി തിരിഞ്ഞിരിക്കുന്നു. കേരളസഭ കൽദായ പാരമ്പര്യത്തിൽ പെട്ടതാണെന്നും, പിന്നീടു വന്ന ലത്തീൻ കാരിൽ നിന്നും സ്വീകരിച്ചതൊക്കെ ഉപേക്ഷിക്കണമെന്നും ഒരുകൂട്ടർ വാദിക്കുന്നു. എന്നാൽ നാലാം നൂറ്റാണ്ടിൽവന്ന പേർഷ്യക്കാരും 16-ാം നൂറ്റാണ്ടിൽവന്ന ലത്തീൻകാരും ഒരുപോലെ വിദേശീയരാണെന്നും അതുകൊണ്ട് ഇവരിൽ നിന്നെല്ലാം നമ്മുടെ നാട്ടു സംസ്കാരത്തിന് യോജിക്കുന്നതൊക്കെ സ്വീകരിച്ച് സഭയുടെ തോമാപാരമ്പര്യം നിലനിർ ത്തണമെന്ന് മറ്റൊരു കൂട്ടരും വാദിക്കുന്നു. ഈ വാദഗതികളുടെ പേരിലു ണ്ടായ ചേരിതിരിവുകൾ ഇടക്കാലം കൊണ്ട് അതിരൂക്ഷമായതാണ്. എന്നാൽ ഒന്നുരണ്ടു വർഷമായി ഇതിന്റെയൊക്കെ ശക്തി കുറഞ്ഞു വന്നതായിരുന്നെങ്കിലും ഇപ്പോൾ അന്തരീക്ഷമാകെ മാറിവരുകയാണ്. വീണ്ടും ഒരു പടപ്പുറപ്പാടിന്റെ പെരുമ്പറശബ്ദം കൽദായ കേന്ദ്രമായ ചങ്ങനാശ്ശേരി, പാലാ, കാഞ്ഞിരപ്പള്ളി തുടങ്ങിയ അരമനകളിൽ നിന്നും കേട്ടുതുടങ്ങി. ചേരിതിരിവിന്റെയും അതോടനുബന്ധിച്ച അരാജകത്വത്തി ന്റെയും ബോംബുകൾ ഇടയലേഖനങ്ങൾ കൊണ്ട് മെനഞ്ഞു കൂട്ടുക യാണ്. ഇതിന്റെയൊക്കെ പേരിൽ ഇനിയും ഒരു പടപ്പുറപ്പാടുണ്ടായാൽ അത് പഴയതിലും ഭീകരമായിരിക്കും.

ഈ മതസാമൂഹ്യ പരിതഃസ്ഥിതിക്കെതിരെ സഭാവിശ്വാസികൾ ശക്തമായിട്ട് പ്രതികരിക്കേണ്ടിയിരിക്കുന്നു. എന്തിനുവേണ്ടിയാണ് ഈ കൽദായവും ലത്തീനുമൊക്കെയായി തലതല്ലിക്കീറുന്നത്? സർവ്വശക്ത നായ ദൈവംതമ്പുരാനെ എങ്ങനെ സ്തുതിക്കണം, എങ്ങനെ ആരാധി ക്കണം എന്നതൊക്കെയാണ് പ്രശ്നം. യേശുനാഥൻ നമുക്കു തന്നിട്ടുള്ള

ദിവ്യസന്ദേശങ്ങൾക്കും അനുശാസനങ്ങൾക്കും ഒരിക്കലും നിരക്കാ ത്തതും കാലാകാലങ്ങളിൽ ദൈവജനത്തിന്റെ മേൽ അടിച്ചേല്പിക്കുന്ന തുമായ ആചാരാനുഷ്ഠാനങ്ങളുടെ പേരിൽ സഭയിൽ പലപ്പോഴും ചേരി തിരിഞ്ഞ കലഹമുണ്ടാകാറുണ്ട്. ഇങ്ങനെ സഭാധികാരികൾ വരുത്തിക്കൂ ട്ടുന്ന എല്ലാ തെറ്റുകുറ്റങ്ങളും പാപഭാരങ്ങളും ഏറ്റുവാങ്ങേണ്ടത് അനു സരിക്കാൻ മാത്രം പഠിച്ചുപോയ അൽമേനികളെന്ന പാവങ്ങളാണ്. ഇനിയെങ്കിലും അൽമേനി പ്രതികരിക്കേണ്ടേ?

സഭയുടെ പരിശുദ്ധി നിലനിന്നിരുന്ന ആദിമകാലങ്ങളിലും അപ്പ സ്തോലന്മാരുടെ സഹവാസം ഉണ്ടായിരുന്ന കാലത്തും ഇതുപോലെ ബാഹ്യപ്രകടനങ്ങളോടുകൂടിയ ബലിയർപ്പണങ്ങളും കൂദാശകളും ഉണ്ടായിരുന്നില്ല. അന്നു സഭയ്ക്ക് പരിശുദ്ധിയുണ്ടായിരുന്നു. ദൈവാഭി മുഖ്യമുണ്ടായിരുന്നു. ഇന്നാമൂല്യങ്ങളെല്ലാം സഭയിൽ നിന്നും വാർന്നു പോയി. ആ സ്ഥാനത്ത് യേശു തിരസ്കരിച്ച അനുഷ്ഠാനകർമ്മങ്ങൾ സഭയുടെ മുഖമുദ്രയായി. 4-ാം നൂറ്റാണ്ടോടുകൂടി രാജാക്കന്മാരുടെ രാജ കൊട്ടാരങ്ങളിലും പ്രഭുക്കന്മാരുടെ പ്രഭുമന്ദിരങ്ങളിലും അഭയം പ്രാപിച്ച് അതിന്റെ സുരക്ഷയും സുഖസൗകര്യങ്ങളും ആസ്വദിച്ച് അതൊരു ശീല മാക്കിയ സഭാനേതൃത്വം ആ വഴികളിൽക്കൂടി ചരിച്ചുകൊണ്ടേയിരുന്നു. അങ്ങനെ നൂറ്റാണ്ടുകളായി മൂല്യശോഷണം സംഭവിച്ച സഭയിന്ന്, ബലിയും കൂദാശകളും ശേഷക്രിയകളും നടത്തി ധനസമ്പാദനം നട ത്തുന്ന വെറുമൊരു വ്യവസായകേന്ദ്രമായി തരംതാണുപോയി. "കരുണ യ്ക്ക് ലാഭമില്ല; നഷ്ടമാണെന്നും ബലിക്ക് നഷ്ടമില്ല ലാഭമാണെന്നു മുള്ള" തിരിച്ചറിവുണ്ടായതുമുതൽ പിന്നീട് തിരിഞ്ഞു നോക്കിയിട്ടില്ല. അനുശാസനങ്ങളുടെയും പീഡനങ്ങളുടെയും സമ്പത്തിന്റെയും രാഷ്ട്രീ യത്തിന്റെയും ശക്തിയിലും പിൻബലത്തിലും ഇന്നും സഭ 'മുടി ചൂടി നിൽക്കുന്നു'. ഓരോ കാലഘട്ടത്തിലും കാലഘട്ടത്തിന്റേതായ, സാമൂഹ്യ വ്യവസ്ഥിതിയുടേതായ, എല്ലാ അനുകൂല ഘടകങ്ങളുമായി ക്രിസ്തീയ ചൈതന്യം നഷ്ടപ്പെടുത്തിക്കൊണ്ടാണെങ്കിലും ഒത്തുതീർപ്പുകൾ ഉണ്ടാക്കി നേട്ടങ്ങൾ മാത്രം കൊയ്യുന്നു. എല്ലാ അടവുതന്ത്രങ്ങളും ചാണ ക്യസൂത്രങ്ങളും കൈമുതലാക്കിയ സഭാനേതൃത്വം ഇന്നും ഭൗതികമായി പറഞ്ഞാൽ ലോകത്തിലെ ഒരു ശക്തികേന്ദ്രം തന്നെയാണ്. ഈ വിവരം അൽമേനികളെ നിരന്തരം പറഞ്ഞ് ബോദ്ധ്യപ്പെടുത്തുന്നതിനുവേണ്ടി ബലിയർപ്പണനേരത്ത് 'മുടിചൂടി നില്ക്കുന്ന സഭയിൽ' എന്ന് ആവർ ത്തിച്ചുകൊണ്ടേയിരിക്കുന്നു.

സഭാനേതൃത്വത്തിന്റെ തഴക്കസ്വഭാവം മേല്പറഞ്ഞതുപോലെയെ ക്കെതന്നെയാണ്. യേശുവിൽ നിന്ന് പിരിഞ്ഞ് എതിർദിശയിലേക്കുള്ള പ്രയാണത്തിന് 1700 കൊല്ലത്തെ പഴക്കമുണ്ടെന്ന് മാത്രം. ഇന്ന് കേരളസ ഭയിൽ ഉരുണ്ടുകൂടുന്ന അപകടകരമായ ഒരു സ്ഥിതിവിശേഷത്തെ കണ്ടില്ലെന്ന് നടിക്കാൻ പറ്റില്ല. സഭാനേതൃത്വം ഇവിടെ അനൈക്യ ത്തിന്റെയും അരാജകത്വത്തിന്റെയും വിഷവിത്തുകൾ പാകുകയാണ്.

കേരളത്തിലെ വിശ്വാസികൾക്ക് എങ്ങനെ പ്രാർത്ഥിക്കണമെന്നതിനെപ്പറ്റി ഒരു തീരുമാനം ഒന്നിച്ചെടുക്കാൻ പറ്റുന്നില്ലെങ്കിൽ സഭകൾ പിരിച്ചു വിട്ട് സ്വത്തുകളൊക്കെ സഭാമക്കളെ ഏല്പിച്ച് ലോഹയുമൂരി കിരീടവും ചെങ്കോലും കൂടി അവരെത്തന്നെ ഏല്പിച്ച് പിരിയുന്നതല്ലേ നല്ലത്?

ഇവിടെ എറണാകുളത്തുനിന്നും ചങ്ങനാശ്ശേരിയിൽനിന്നും വേറിട്ട ഇടയശബ്ദങ്ങൾ കേൾക്കുന്നു. വാരാപ്പുഴയിൽനിന്നും വടവാതൂരു നിന്നും വരുന്ന തിയോളജിയുടെ അർത്ഥതലങ്ങൾ വെവ്വേറെയാണ്. വൈദികരും മെത്രാന്മാരും പോലീത്താമാരും രണ്ടുപക്ഷത്തുനിന്ന് രണ്ടു തരത്തിൽ അനുശാസിക്കുന്നു. ദൈവത്തിന്റെ പ്രതിപുരുഷന്മാരുടെ കല്പനകൾക്ക് പരസ്പര ബന്ധമില്ലാതാകുന്നതുകൊണ്ട് അൽമേനി പകച്ചുനില്ക്കുന്നു. ആരെ അനുസരിക്കണം? അനുസരണക്കാരനായ അൽമേനി ശരിയേത് തെറ്റേത് എന്ന ചിന്താക്കുഴപ്പത്തിലാകുന്നു.

ഇവിടെ തെറ്റും ശരിയും കണ്ടുപിടിക്കാൻ ഒരു പ്രയാസവുമില്ല. യേശുവിലേക്കുതിരിയുക അത്രതന്നെ. കാരണം യേശുവിൽനിന്നും നമ്മെ 'ഇടയന്മാർ' ഉപദേശിച്ചും പഠിപ്പിച്ചും ഏറെ അകലത്തിലാക്കി. ഇനിയും അവരുടെ പിന്നാലെ പോയാൽ യേശുവിൽനിന്ന് നമ്മൾ കണ്ണെ ത്താദൂരത്തിലായിപ്പോകും. പോയിപ്പോയി എതിർദിശയിലേക്കായി പോകു മോ എന്നുകൂടി സംശയിക്കണം. കാരണം കൽദായത്തിന്റെ പേരിൽ അതിരംപുഴയിലും ഏറ്റുമാനൂരും അരങ്ങേറിയ ദുരന്തനാടകങ്ങൾക്ക് ചരടുവലിച്ചത് വലിയ പിതാക്കന്മാരായിരുന്നു. തലശ്ശേരിയിലെ തിരുമേനി പ്പള്ളിയുടെ അൾത്താരയിൽ കയറി കുരിശിനുവേണ്ടി അടിയു ണ്ടാക്കിയതും കുരിശ് കഷ്ണങ്ങളാക്കിയതുമൊക്കെ ആർക്കുവേണ്ടി യായിരുന്നു? ഇതിനൊക്കെ പ്രചോദനം എവിടെനിന്നു കിട്ടി. ഇതൊക്കെ എവിടെച്ചെന്ന് അവസാനിക്കും? ശാന്തിയും സമാധാനവും സ്നേഹവും മാത്രം ഉരുവിട്ടു പഠിപ്പിച്ച യേശുവിന്റെ വികാരിമാർക്ക് ഇതിലൊന്നും പങ്കില്ലേ? ഒന്നും പറയാനുമില്ലേ? ഇനിയും ഇതൊന്നും ആവർത്തിക്കാ തിരിക്കാൻ എന്തുകൊണ്ട് മുൻകൈ എടുക്കുന്നില്ല? പകരം നിങ്ങൾ പക്ഷം ചേർന്ന് ഇടയലേഖനം എഴുതിക്കൂട്ടുന്നു.

പതിനായിരക്കണക്കിന് സഭാവിശ്വാസികളുടെ ചുടുനിണം പേർ ഷ്യൻ മണലാരണ്യങ്ങളെ നനച്ചു കുതിർത്താണ് കുരിശുയുദ്ധം അവസാ നിപ്പിച്ചത്. ആരെന്തു നേടി? വിശുദ്ധസ്ഥലം ക്രിസ്ത്യാനികൾക്ക് കിട്ടി യോ? ഈ നരഹത്യകൾക്ക് യേശുവിന്റെ പിന്തുണ ഉണ്ടായിരുന്നുവോ? ദൈവാരൂപി ക്രിസ്ത്യൻ സൈന്യങ്ങളുടെമേൽ ഉണ്ടായിരുന്നോ? ഒരു ചെവിടിനടിച്ചാൽ മറുചെവിടുകാണിച്ചുകൊടുക്കണമെന്നു പറഞ്ഞുപദേ ശിച്ച യേശുവിന്റെ സന്ദേശങ്ങളുമായിട്ടൊക്കെ ഇതിനെന്തുബന്ധം? ഭൂമി യിലെ കാണപ്പെട്ട ദൈവമെന്ന് അഭിമാനം കൊള്ളുന്ന പാപ്പാമാർ നയിച്ച യുദ്ധങ്ങളിൽ യേശു പക്ഷംചേർന്നില്ല. കുരുക്ഷേത്രയുദ്ധത്തിൽ ശ്രീകൃ ഷ്ണൻ പാണ്ഡവപക്ഷം ചേർന്നു. യുദ്ധം ജയിച്ചു. ശ്രീകൃഷ്ണൻ *ഗീത* ഉപദേശിച്ചു. അർജ്ജുനൻ കേട്ടു. കൃഷ്ണന്റെ അനുഗ്രഹം പാണ്ഡവർക്കു

ണ്ടായി. അവർ ജയിച്ചു. കുരിശുയുദ്ധത്തിൽ യേശു കത്തോലിക്ക പക്ഷ ത്തു ചേർന്നില്ല. യുദ്ധം ജയിച്ചതുമില്ല. വിശുദ്ധ സ്ഥലങ്ങൾ വീണ്ടെടുത്തു സംരക്ഷിക്കുവാൻ സഭയ്ക്ക് കഴിഞ്ഞുമില്ല. ജീവനാശം വന്നതും വരുത്തിയതും മിച്ചം.

ഇങ്ങനെ ദൈവത്തിന്റെയും സഭയുടെയും കുരിശിന്റെയും അനുഷ്ഠാ നങ്ങളുടെയും റീത്തുകളുടെയും പേരിൽ എന്നും വഴക്കടിക്കുന്ന ഒരു ഹീനവർഗ്ഗമായി അധഃപതിക്കാൻ ഇനി അൽമേനികൾ നിന്നു കൊടു ക്കരുത്. ഇത് ഉറക്കെ പ്രഖ്യാപിക്കണം. ചങ്ങനാശ്ശേരിയിലും എറണാ കുളത്തും തലശ്ശേരിയിലും അതിരംപുഴയിലും ഏറ്റുമാനൂരും തിരുമേ നിയിലും പച്ചച്ചെട്ടിക്കാട്ടും വായ്പൂരും പാറേപ്പള്ളിയിലും ഈ പ്രഖ്യാ പനം കേൾക്കണം. പിതാക്കന്മാരും വൈദികരും അൽമേനികളിലെ ചൂട ന്മാരും കേൾക്കണം. കാരണം കാര്യമില്ലാത്ത കാര്യത്തിന് വെറുതെ ബലിയാടാകേണ്ടകാര്യമില്ലല്ലോ?

വെറും ബാലിശവും ഉപരിപ്ലവവുമായ കാര്യങ്ങൾക്കുവേണ്ടിയാണ് ഇവിടത്തെ തമ്മിൽത്തല്ല്. ദിവ്യബലിയിലെ മുദ്രകളും ആംഗ്യങ്ങളും വസ്ത്രാലങ്കാരങ്ങളും എങ്ങനെയായിരിക്കണം. പുരോഹിതൻ എങ്ങോട്ടു തിരിഞ്ഞുവേണം കർമ്മങ്ങൾ ചെയ്യുവാൻ. ധൂമക്കുറ്റി എങ്ങനെ വീശണം. ഓസ്തിയിൽ ദൈവസന്നിവേശം ഉണ്ടാകുന്നതെപ്പോൾ, സക്രാരിയുടെ സ്ഥാനം എവിടെയായിരിക്കണം, രൂപങ്ങളും പ്രതിമകളും ആൾത്താര യിൽ പാടുണ്ടോ? കുരിശ് എങ്ങനെയായിരിക്കണം? (അതിന്റെ ആകൃതി) കുരിശിൽ യേശുവിന്റെ രൂപമോ, പ്രതിമയോ പാടുണ്ടോ? അതോ പ്രാവിന്റെ രൂപം മതിയോ, പള്ളിയുടെ ദർശനം, ബലിപീഠത്തിന്റെ സ്ഥാനം, അൾത്താരയുമായി തിരിക്കുന്ന വിരി ഇങ്ങനെ പോകുന്നു തർക്കങ്ങളുടെ ലിസ്റ്റ്. ബലിയല്ല കരുണയാണെനിക്കു വേണ്ടതെന്നു പറഞ്ഞതിനപ്പുറം, പരസ്നേഹത്തെ ദൈവസ്നേഹത്തോടൊപ്പം ഉയർ ത്തിക്കാട്ടിയ ദിവ്യവും മഹത്തും പരിശുദ്ധവുമായ ഈ ആശയ ത്തിനുമുമ്പിൽ അല്പനായ മനുഷ്യൻ ഉയർത്തിക്കൊണ്ടുവരുന്ന ശുഷ്ക മായ ആരാധനാക്രമങ്ങളുടെ സ്ഥാനം എവിടെ നില്ക്കുന്നു. അല്ലെങ്കിൽ അന്നെ യേശുവും അപ്പസ്തോലന്മാരും പറഞ്ഞിട്ടാണോ ഈ അനുഷ്ഠാ നങ്ങളും, കുദാശകളുമുണ്ടായത്. ഈ പൂജാദികർമ്മങ്ങൾ കൊണ്ട് ജീവി ക്കുന്ന പുരോഹിത താല്പര്യങ്ങളും, അൽമേനിയുടെ താല്പര്യങ്ങളും ഇവിടെ രണ്ടാണ്. ദൈവം പഠിപ്പിച്ച പ്രാർത്ഥന ചൊല്ലുകയും ദൈവ വാക്യം പറ്റുന്നിടത്തോളം ജീവിതത്തിൽ പ്രാവർത്തികമാക്കുകയും ചെയ്യുക എന്ന ലളിതമായ ഒരു തിയോളജി മതി ഇനിമുതൽ അൽമേ നിക്ക്. വലിയവലിയ ഗഹനങ്ങളായ തിയോളജി അൽമേനി പഠിക്കണ മെന്നില്ല. മനുഷ്യോളജി മതി. വലിയ കാര്യങ്ങളൊക്കെ അധികാരികൾ പഠിക്കട്ടെ. ശണ്ഠ കൂടാൻ കാരണങ്ങൾ കിട്ടുമല്ലോ?

സഭാനേതൃത്വത്തിന് അൽമേനികൾ ഇങ്ങനെ താക്കീതുനല്കണം. കൽദായവാദം, ലത്തീൻവാദം, മർത്തോമ്മാവാദം, ആരാധന ക്രമങ്ങൾ,

കുരിശിന്റെ ആകൃതി തുടങ്ങിയ എല്ലാ കാര്യങ്ങളെ സംബന്ധിച്ചും സീറോ മലബാർ സഭയ്ക്ക് ഒരു പൊതു തീരുമാനമുണ്ടാകണം. മൈത്രാന്മാർ ഇടയലേഖനം പോലുള്ള പ്രബോധനങ്ങൾ നടത്തുമ്പോൾ അതൊക്കെ ബൈബിളധിഷ്ഠിതമായിരിക്കണം. കേരളത്തിലെ ഇടയശബ്ദമൊന്നായിരിക്കണം. ആരാധനാക്രമത്തെ സംബന്ധിച്ച് പൊതുതീരുമാനം ഉണ്ടായിക്കഴിഞ്ഞാൽ ചേരിതിരിവുകളും, വിഭാഗീയതകളുമുണ്ടാകുന്ന രീതിയിലുള്ള അപശബ്ദങ്ങൾ ഒന്നും കേൾക്കാൻ ഇടവരരുത്.

ഈ പറഞ്ഞ കാര്യങ്ങൾക്ക് സമയബന്ധിതമായി തീരുമാനമുണ്ടാകണം. എല്ലാ പിതാക്കന്മാരും അർഹതപ്പെട്ട വൈദികരും അൽമേനികളും കൂടി കൂട്ടായ തീരുമാനമെടുക്കണം. ഏകദേശമായ യോജിപ്പു വന്നാൽ സൗകര്യത്തിനായി ഒരു സബ്കമ്മിറ്റിക്ക് അന്തിമ തീരുമാനത്തിനുള്ള അധികാരം കൊടുത്താൽ മതിയല്ലേ? ഇവിടെ ആശയപരമായ വലിയ വൈരുദ്ധ്യങ്ങൾ ഉണ്ടാകാനിടയില്ല. കാരണം യേശുവിന്റെ സന്ദേശങ്ങളുടെ ചുവടുപിടിച്ചാണല്ലോ സഭയുടെ ആശയങ്ങൾ ഉരുത്തിരിയേണ്ടത്.

8

മഗ്ദലനമറിയം വിശുദ്ധയല്ലേ?

ക്രൈസ്തവസഭയിൽ, പ്രത്യേകിച്ച് കത്തോലിക്കാസഭയിൽ കാലാകാലങ്ങളായി അടിഞ്ഞു കൂടിയ അനേകം അബദ്ധപഠനങ്ങളിൽ ഒന്നാണ് മഗ്ദലനമറിയത്തെപ്പറ്റിയുള്ള വെളിപ്പെടുത്തലുകൾ. യേശുവിന്റെ ചരിത്രം വിവരിക്കുന്ന നാലു കാനോനിക സുവിശേഷ ങ്ങളിലും മഗ്ദലന മറിയത്തെ വളരെയേറെ തിളക്കമാർന്ന കഥാപാത്രമാ യിട്ടാണ് ചിത്രീകരിച്ചിരിക്കുന്നത്. അങ്ങനെ വരുമ്പോൾ മഗ്ദലനമറിയം ആരായിരുന്നെന്നും, സ്വഭാവവിശേഷങ്ങൾ എന്തായിരുന്നു എന്നും വിലയിരുത്തുകയും പഠിക്കുകയും അറിയുകയുമൊക്കെ ചെയ്യേണ്ടത് സുവിശേഷം ആധാരമാക്കി തന്നെ വേണം. അല്ലാതെ കേട്ടുകേൾവി യുടെയും മറ്റു ദുരാരോപണങ്ങളുടെയും അടിസ്ഥാനത്തിലായിരിക്കരുത്. കാരണം, 'മഗ്ദലനമറിയം' ഇന്ന് ഏറെ ചർച്ചചെയ്യപ്പെടുന്ന കാലമാണ്. കാനോനിക സുവിശേഷങ്ങളല്ലാത്ത സഭാപഠനങ്ങൾക്കും, വിശ്വാസ ങ്ങൾക്ക് നിരക്കാത്തതും, അടുത്തകാലംവരെ തമസ്കരിക്കപ്പെട്ടിരു ന്നതുമായ സുവിശേഷങ്ങൾ മഗ്ദലനയുടേയും യൂദാസിന്റേയും ഫിലി പ്പിന്റേയും മറ്റും പേരിൽ കണ്ടെടുത്ത് പുനഃപ്രസിദ്ധീകരണം ചെയ്തിട്ടുണ്ടല്ലോ? ഇതൊക്കെ 'അപ്പോക്രിഫാ' സുവിശേഷങ്ങളെന്ന പേരിലാണ് അറിയപ്പെടുന്നത്. അതുപോലെതന്നെ ഡാൻബ്രൗണിന്റെ *ഡാവിഞ്ചികോഡ്* എന്ന നോവലും, അതോടനുബന്ധിച്ചുള്ള സിനിമയും ഇന്ന് വളരെയേറെ കോളിളക്കം സൃഷ്ടിച്ചിരിക്കുകയുമാണ്. ഈ സാഹച ര്യത്തിൽ മഗ്ദലനയെപ്പറ്റി എന്തെഴുതിയാലും അത് ഡാവിഞ്ചികോഡിന്റെ യും, അപ്പോക്രിഫാ സുവിശേഷങ്ങളുടേയുമൊക്കെ സ്വാധീന ത്തിലായിരിക്കുമെന്ന് ചിന്തിക്കാനിടയുണ്ട്. എന്നാൽ *ഡാവിഞ്ചികോഡ്* നോവലാണെന്നും, 'അപ്പോക്രിഫാ' സഭാപഠനങ്ങൾക്ക് നിരക്കാത്ത

താണെന്നും മനസ്സിലാക്കിക്കൊണ്ട് കാനോനിക സുവിശേഷത്തിന്റെ പിൻബലത്തിൽത്തന്നെയാണ് ഇതെഴുതുന്നത്.

കത്തോലിക്കാസഭയിലെ ഒരു തെറ്റായ പാരമ്പര്യവിശ്വാസമായിരുന്നു മഗ്ദലനയെപ്പറ്റിയുള്ള വെളിപ്പെടുത്തലുകളെന്ന് തെളിഞ്ഞിരിക്കുക യാണ്. യേശു തന്റെ ശിഷ്യന്മാരെക്കാൾ കൂടുതലായിട്ടു തന്നെ മഗ്ദ ലനയെ അംഗീകരിച്ചതായി സുവിശേഷങ്ങൾ സാക്ഷ്യപ്പെടുത്തുന്നുണ്ട്. അതുപോലെ സുവിശേഷകരാരും 'മറിയത്തി'ന്റെ ഭൂതകാലത്തെ വേശ്യാ ത്തെരുവിലാക്കി ചിത്രീകരിച്ചിട്ടുമില്ല. എന്നാൽ മഗ്ദലനയെ ഒരു പാപിനി യായിട്ടാണ് ഇന്നു ലോകം മുഴുവൻ അറിയപ്പെടുന്നത്.

ഇങ്ങനെ വേദപുസ്തകങ്ങളിലൊന്നും രേഖപ്പെടുത്താത്ത അസത്യ മായ ഒരു വെളിപ്പെടുത്തൽ എങ്ങനെയുണ്ടായി? ഇതു സത്യമല്ലെന്നറി ഞ്ഞിട്ടുകൂടി അതു തിരുത്തുവാൻ തയ്യാറാകാത്തതെന്താണ്? ഈ ദുരാ രോപണം തുടർന്നു പോരട്ടെയെന്ന് സഭ കരുതുന്നുണ്ടോ? സംശയങ്ങൾ ഏറെയാണ്. 591-ൽ ഗ്രിഗറി മാർപ്പാപ്പ നടത്തിയ ഒരു പള്ളിപ്രസംഗത്തി ലാണ് മറിയത്തിനിങ്ങനൊരു പേരുദോഷം ചാർത്തിക്കൊടുത്തത്. ലൂക്കായുടെ സുവിശേഷത്തിൽപ്പറയുന്ന പാപിനിയായ സ്ത്രീയെയാണ് മഗ്ദലനമറിയമായിട്ട് ഇവിടെ ചിത്രീകരിച്ച് പ്രചരിപ്പിച്ചത്. അങ്ങനെ അന്നുമുതൽ അവരുടെ ഭൂതകാലം വേശ്യാത്തെരുവിലാക്കി. അപ്രകാരം നൂറ്റാണ്ടുകളായി സഭയും ഇതരലോകവും മഗ്ദലനയെ പാപിനിയായി ക്കാണുന്നു. സാഹിത്യകാരന്മാരും കവികളും കഥാകാരന്മാരും ഇതേ ചുറ്റിപ്പറ്റി കഥകൾ മെനഞ്ഞെടുത്തു. കവിതകളെഴുതി ട്യൂൺ ചെയ്തു പാടി. ഈ കൊച്ചു കേരളത്തിലും കഥാപ്രസംഗങ്ങളും കവിതകളും ഉണ്ടായി. മഹാകവി വള്ളത്തോൾ ഖണ്ഡകാവ്യമെഴുതി. മലയാളികൾ അതേറ്റുപാടി നടന്നു. ഇന്നും 90% ആൾക്കാരും വിശ്വസിച്ചുപോരുന്നതും മഗ്ദലന ഒരു പാപിനിയായിരുന്നു എന്നതു തന്നെയാണ്. എന്താണിതിനു കാരണം? മഗ്ദലനയ്ക്ക് 'വേശ്യ' എന്ന ഒരു ഭൂതകാലമുണ്ടായിരുന്നില്ല എന്ന് പരസ്യമായി പ്രഖ്യാപിക്കാൻ സഭ ഇന്നും മടിച്ചുനില്ക്കുകയാണ്. അതല്ലേ സത്യം. മഗ്ദലനയെപ്പറ്റി ഇപ്പോൾ ശക്തമായി വരുന്ന വെളിപ്പെടുത്തലുകൾകൊണ്ട് സഭയ്ക്കും, സഭാപഠനങ്ങൾക്കും അതൊരു വലിയ ഭീഷണിയായിമാറുമെന്ന് ഭയപ്പാടുണ്ടോ?

591-ലെ ഗ്രിഗറി മാർപ്പാപ്പയുടെ 'വെളിപാടു'കൾ തിരുത്തിക്കുറി ക്കുന്നത് 1969 ലാണ്. ലൂക്കായുടെ 'പാപിനി'യെയും, മഗ്ദലനമറിയ ത്തിനെയും കത്തോലിക്കാസഭ വേറെവേറെ തിരിച്ചു കണ്ടപ്പോൾ മാത്രം. 591 കാലഘട്ടങ്ങളിൽ ഒരു സാദാ വിശ്വാസിയെ സംബന്ധിച്ച് സുവിശേ ഷവും അതിലെ വായനയും തീർത്തും അപ്രാപ്യമായിരുന്നു. സുവിശേ ഷങ്ങൾ മിക്കവാറും പുരോഹിതരുടെ കൈവശം മാത്രമായിരുന്നുതാനും. ഇനി വേദപുസ്തകങ്ങൾ വായിക്കുവാൻ അവസരം കിട്ടിയാൽത്തന്നെ അതിന്റെ ഭാഷകളൊന്നും പ്രാദേശികഭാഷകളിലായിരിക്കണമെന്നില്ല. ഹീബ്രു പോലുള്ള പുരാതന ഭാഷകളിലായിരിക്കും. ഈ സാഹചര്യ

ത്തിൽ 591 ലെ പാപ്പയുടെ പള്ളിപ്രസംഗം വിശ്വാസ സത്യമായിക്കരുതി 15 നൂറ്റാണ്ടോളം വിശ്വസിച്ചുപോന്നു. അങ്ങനെ 1500 വർഷം മഗ്ദലനയുടെ ഭൂതകാലത്തെ വേശ്യാതെരുവിലിട്ട് അപഹസിച്ചതിന്റെ പാപഭാരം ആരു ചുമക്കണം? സത്യം മാത്രം പഠിപ്പിക്കേണ്ട അപ്രമാദിത്വവരപ്രസാദമുള്ള കത്തോലിക്കസഭതന്നെ അതേറ്റെടുക്കണം. കുറ്റം ഏറ്റെടുത്താൽ മാത്രം മതിയോ? അക്ഷന്തവ്യമായ ഈ തെറ്റ് ലോകത്തോടേറ്റുപറഞ്ഞ് തെറ്റുതിരുത്തേണ്ടതല്ലേ? കാരണം ഇന്നും ഈ സത്യങ്ങളൊന്നും ആരും തന്നെ അറിഞ്ഞിട്ടില്ലെന്നുതന്നെ പറയാം. അതുകൊണ്ട് വത്തിക്കാനിലെ പത്രോസിന്റെ ദേവാലയം മുതൽ ഇങ്ങോട്ട് ഇടവകപ്പള്ളിവരേയും വിളിച്ചറിയിക്കട്ടെ, 'മഗ്ദലന മറിയം' ദുർമാർഗ്ഗിയല്ലായിരുന്നു എന്ന്.

നാലു കാനോനിക സുവിശേഷങ്ങളിലും മഗ്ദലനയെപ്പറ്റി പ്രതിപാദി ക്കുന്നുണ്ട്. യേശുവിന്റെ ജീവിതത്തിലെ വളരെ പ്രാധാന്യമുള്ള രംഗങ്ങ ളിൽ തിളക്കമാർന്ന വ്യക്തിത്വമായിട്ടു തന്നെയാണ് അവതരിപ്പിച്ചി രിക്കുന്നത്. യേശുവിന്റെ പീഡാനുഭവത്തിന്റെയും കുരിശുമരണത്തിന്റെ യും കബറടക്കത്തിന്റെയും വിലപ്പെട്ട സമയങ്ങളിൽ യേശുവിനോടുകൂടി, തന്റെ വിലാപയാത്രയിൽ ഇഞ്ചോടിഞ്ച് അനുഗമിച്ചവളാണ് മഗ്ദലന മറിയം. പീഡാനുഭവത്തിന്റെ വേദനാജനകമായ എല്ലാ സമയങ്ങളിലും ദുഃഖങ്ങൾ പങ്കുവച്ചുകൊണ്ട് അവസാന നാഴികവരെ യേശുവിനെ പിന്തു ടർന്നു. യേശുവിന്റെ അന്ത്യനാളുകളിൽ പീഡാനുഭവാവസരങ്ങളിൽ, തന്റെ ശിഷ്യരെന്ന് അംഗീകാരം വാങ്ങിച്ചെടുത്ത പത്രോസ് ഉൾപ്പെടെ യുള്ളവരെന്താണു ചെയ്തത്? യേശു അയാളോടു പറഞ്ഞു: "സത്യമായി ഞാൻ നിന്നോടു പറയുന്നു: ഈ രാത്രിയിൽ കോഴികൂകും മുമ്പ് എന്നെ മൂന്നുപ്രാവശ്യം നീ തള്ളിപ്പറയും. പത്രോസ് അവനോടു പറഞ്ഞു: 'നിന്നോടൊപ്പം മരിക്കേണ്ടിവന്നാലും ഞാൻ നിന്നെ തള്ളിപ്പറയുകയില്ല' മറ്റു ശിഷ്യന്മാരും ഇതുതന്നെ പറഞ്ഞു." (മത്താ26:34, 35). ഗദ്സേമിൽ പ്രാർത്ഥിച്ചശേഷം വന്നപ്പോൾ ഉറങ്ങുന്ന പത്രോസിനോടു ചോദിച്ചു: "എന്നോടൊപ്പം ഒരു മണിക്കൂർ ഉണർന്നിരിക്കുവാൻ നിങ്ങൾക്ക് സാധി ച്ചില്ല അല്ലേ?" (മത്താ 40:41) പ്രധാനാചാര്യന്മാരുടെ രണ്ടു ദാസിമാരും, അവിടെ കൂടിനിന്നവരും പത്രോസിനോട് നിങ്ങൾ യേശുവിന്റെ കൂടെ യുണ്ടായിരുന്നവനല്ലേ എന്നു ചോദിച്ചപ്പോൾ 'ആ മനുഷ്യനെ ഞാൻ അറിയുകയില്ല' എന്നുപറഞ്ഞ് കൈയൊഴിയുകയാണു ചെയ്തത്. അങ്ങനെ യേശുവിനെ വധിക്കുമെന്നും ശിഷ്യന്മാരാണെന്നു പറഞ്ഞാൽ അപകടമുണ്ടാകുമെന്നും കരുതി ചിതറി ഓടിയവരാണ് പത്രോസ് ഉൾപ്പെടെയുള്ള ശിഷ്യന്മാർ.

പീഡാനുഭവത്തിന്റെ ആരംഭംമുതൽ അവസാനം വരെ യേശുവിനെ പിന്തുടർന്നവളാണ് മറിയം. യേശുവിന്റെ ശരീരം സംസ്കരിച്ചിടത്ത് വെള്ളവസ്ത്രമണിഞ്ഞ് രണ്ടു മാലാഖമാർ, ഒരാൾ തലയ്ക്കലും, മറ്റേ യാൾ കാൽക്കലുമായി ഇരിക്കുന്നത് അവൾ കണ്ടു. അവർ അവളോടു ചോദിച്ചു: "സ്ത്രീയേ നീ എന്തിനു കരയുന്നു?" അവൾ അവരോടു

പറഞ്ഞു: "അവർ എന്റെ കർത്താവിനെ എടുത്തുകൊണ്ടുപോയി. അവനെ അവർ എവിടെ വച്ചിരിക്കുന്നു എന്നു എനിക്ക് അറിഞ്ഞുകൂടാ. ഇതുപറഞ്ഞ് അവൾ പിന്നോക്കം തിരിഞ്ഞപ്പോൾ യേശു നില്ക്കുന്നതുകണ്ടു. എന്നാൽ അത് യേശുവാണെന്ന് അവൾക്കു മനസ്സിലായില്ല. യേശു ചോദിച്ചു: "സ്ത്രീയേ നീ എന്തിനു കരയുന്നു. നീ ആരെ അന്വേഷിക്കുന്നു?" അതു തോട്ടക്കാരനാണെന്ന് കരുതി അവൾ പറഞ്ഞു: "പ്രഭോ, അങ്ങ് അവനെ എടുത്തുകൊണ്ട് പോയെങ്കിൽ അവനെ എവിടെ വച്ചു എന്ന് പറയുക. ഞാൻ അവനെ കൊണ്ടുപോയ് ക്കോളാം." "മറിയമേ" എന്ന് യേശു വിളിച്ചു. അവൾ തിരിഞ്ഞ് ഹീബ്രുവിൽ അവനോട് "റബ്ബാനീ' എന്നു പറഞ്ഞു" (യോഹ 20:114).

ഇവിടെ മറ്റു ശിഷ്യന്മാരും മറിയവുമായുള്ള അന്തരം എത്ര മാത്രമെന്നു മനസ്സിലാക്കാം. യേശു ഉയിർത്തെണീറ്റ് ആദ്യമായി മറിയ ത്തിനാണ് പ്രത്യക്ഷപ്പെട്ടത് എന്നു പറയുമ്പോൾ അവരെ എത്രമാത്രം അംഗീകരിച്ചെന്നു പറയേണ്ടതുണ്ടോ? ഈ സാഹചര്യത്തിൽ ബൈബിൾ പഠനങ്ങളുടെയും, തെളിവുകളുടെയും അടിസ്ഥാനത്തിൽ ചിന്തിക്കുക യും പഠിക്കുകയും ചെയ്യുമ്പോൾ മഗ്ദലനമറിയം ഇന്ന് എല്ലാ പുണ്യാ ത്മാക്കളെക്കാൾ ഏറെ കൂടുതലായിട്ടുതന്നെ വണങ്ങപ്പെടേണ്ട പുണ്യവ തിയാണെന്നു തെളിയുന്നു. എന്നാൽ എന്തുകൊണ്ട് വിശുദ്ധ പദവി പോലും അംഗീകരിച്ചുകൊടുക്കുന്നില്ല? വിശുദ്ധപദവി പോകട്ടെ സഭ തന്നെ ചാർത്തിക്കൊടുത്ത പെരുദോഷമെങ്കിലും തിരുത്തി പ്രഖ്യാ പിക്കേണ്ടതല്ലെ? വേദസത്യങ്ങളായി അംഗീകരിക്കുന്ന കാനോനിക സുവിശേഷങ്ങളിൽ വായിക്കാത്ത അസത്യങ്ങൾ സഭയിൽ പരമ്പരാഗത വിശ്വാസമായി തുടരുമ്പോൾ അൽമായൻ എന്തു ചെയ്യണം? ഇതിന്റെ യൊക്കെ പൊരുൾ അറിയാൻ മറ്റു വിജ്ഞാനവഴികളിലൂടെ മാറി നടന്നെന്നു വരാൻ സാദ്ധ്യതയുണ്ട്. ഇന്ന് 'അപ്പോക്രിഫാ' സുവിശേ ഷങ്ങളും, *ഡാവിഞ്ചികോഡും*ഒക്കെ അൽമേനികളെ വഴിമാറി നടത്താൻ വട്ടമിട്ടു നില്ക്കുകയാണെന്നോർക്കണം. എന്നുകരുതി *ഡാവിഞ്ചി കോഡിനെയും* അബദ്ധ സുവിശേഷങ്ങളെയും അതിജീവിക്കാൻ കത്തോലിക്കാസഭ മഗ്ദലനയെ തള്ളിപ്പറയണമെന്നുണ്ടോ? ശീശ്മകൾ, പാഷണ്ഡതകൾ, മറ്റ് അബദ്ധപഠനങ്ങൾ ഇവയൊക്കെ എതിർത്ത് തോല്പിക്കുവാൻ സുവിശേഷസത്യങ്ങൾ മറച്ചുവച്ച് അസത്യങ്ങൾ പഠിപ്പിക്കണമോ? ആയതുകൊണ്ട് മഗ്ദലനയെപ്പറ്റിയുള്ള ആരോപണ ങ്ങൾ തെറ്റാണെന്നും, യേശു അവരെ മറ്റു ശിഷ്യന്മാരെക്കാൾ ഏറെ അംഗീകരിച്ചിരുന്നെന്നും, അതിനുള്ള തെളിവാണ് ഉത്ഥാനം ചെയ്ത ശേഷം സ്വന്തം മാതാവിനുപോലും ദർശനം കൊടുക്കുന്നതിനുമുമ്പ് മഗ്ദലനയ്ക്ക് ദർശനം നല്കിയതെന്നും സഭ ഉറക്കെ പ്രഖ്യാപിക്കണം. അങ്ങനെ അനാവശ്യ വിവാദങ്ങളിലും നിഗമനങ്ങളിലും പെട്ടുപോകാൻ സാദ്ധ്യതയുള്ള അൽമേനികളെ അതിൽനിന്നും പിന്തിരിപ്പിക്കണം.

ജോൺപോൾ രണ്ടാമൻ പാപ്പാ മുൻകാലങ്ങളിൽ സഭയ്ക്കു പറ്റിയ

തെറ്റുകുറ്റങ്ങൾ ഏറ്റുപറഞ്ഞ് മുട്ടിൽ വീണ് ഭൂമി ചുംബിച്ച് മാപ്പുപറഞ്ഞ താണല്ലോ? അതുപോലെ മഗ്ദലനയെപ്പറ്റി പറഞ്ഞ അസത്യങ്ങൾക്ക് മാപ്പുപറഞ്ഞുകൂടേ? തെറ്റാവരമുള്ള പാപ്പായ്ക്ക് സുവിശേഷ സത്യങ്ങ ളുടെ പിന്തുണയോടുകൂടി മാത്രമാണെങ്കിലും മഗ്ദലനയെ വിശുദ്ധ പദവിയിലേക്ക് ഉയർത്താമല്ലോ.

9

കത്തോലിക്കർ ഏഴുവിഭാഗം

കേരളത്തിലെ കത്തോലിക്കാ മത വിഭാഗത്തിൽപ്പെട്ടവരെ, അവരുടെ ചിന്തയിലും പ്രവർത്തനങ്ങളിലും ഉൾപ്പെടുത്തി ഏഴു വിഭാഗ ങ്ങളായി വേർതിരിച്ച് കാണാവുന്നതാണ്. ദൃഢവിശ്വാസം, അജ്ഞേയം, അഭിമാനം, നിലനില്പ്, സ്ഥാനമാനങ്ങൾ, രാഷ്ട്രീയം, നവീകരണം എന്നിങ്ങനെ ഏഴുവിഭാഗങ്ങൾ.

ദൃഢവിശ്വാസം

തുർക്കിയിലെ നിഖ്യാപട്ടണത്തിൽ എ ഡി 325 ൽ അക്രൈസ്തവ നായിരുന്ന കോൺസ്റ്റന്റയിൻ ചക്രവർത്തിയുടെ പരിപൂർണ്ണ നിയന്ത്രണ ത്തിൽ കൂടിയ സൂനഹദോസിൽ പാസാക്കിയെടുത്ത "ശുദ്ധമാന കത്തോ ലിക്കാ പള്ളിയിലും ഞാൻ വിശ്വസിക്കുന്നേൻ" എന്ന വിശ്വാസപ്രമാണം ദൈവനിവേശിതമാണെന്ന് അന്നും, ഇന്നും വിശ്വസിക്കുന്നവരാണ് ദൃഢവിശ്വാസികൾ. വിശ്വാസികളിൽ നിന്നും മുൻകൂറായി നേടിയെടുത്ത ഈ ദൃഢവിശ്വാസം പിന്നീട് സഭാനേതൃത്വം, ക്രിസ്തുവിനു തന്നെ എതിരെ പ്രയോഗിച്ചു എന്നതാണ് കത്തോലിക്കാ സഭയ്ക്കു പറ്റിയ ഏറ്റവും വലിയ അപചയം. വിശ്വാസപാരമ്പര്യങ്ങൾ അന്ധമായി വിശ സിക്കുന്നവരാണ് ഏറെയും. എന്നാൽ സ്വന്തം ആത്മീയ വെളിച്ചത്തിൽ – തന്നിലധിവസിക്കുന്ന സത്യദൈവത്തെ കണ്ടെത്തുവാൻ സാധാരണ സഭാവിശ്വാസികൾക്ക് പറ്റുന്നില്ല. സഭാ വിശ്വാസ പ്രമാണത്തിൽ ബുദ്ധി പരമായ അടിമത്തം സ്വീകരിക്കാമെന്ന് ശപഥം ചെയ്യുന്നു. ഈ കരാറി ന്മേൽ അവന്റെ ആത്മാവിനെ രക്ഷിച്ചുകൊള്ളാമെന്ന് സഭ സമ്മതിക്കുന്നു. കരാർ ഉറപ്പിക്കുവാനായി സഭാംഗം അവന്റെ ബുദ്ധിയെ സഭയ്ക്കു കൈയേല്പിക്കുന്നു. വിശ്വാസ പ്രമാണങ്ങൾക്ക് ചേരാത്ത ഏതെങ്കിലും

യാഥാർത്ഥ്യം കണ്ടുപിടിച്ചാൽ ആ യാഥാർത്ഥ്യത്തെ നിഷേധിക്കണം. അതു കണ്ടുപിടിച്ചവനെ ശപിക്കുകയും ചെയ്യണമെന്ന് കരാർ ചെയ്യുന്നു. (ഇംഗസോർ 1833–1899)

കാലാകാലങ്ങളിൽ സഭ പ്രഖ്യാപിക്കുന്ന വിശ്വാസപ്രമാണങ്ങൾ അപ്രമാദിത്വം, തിരുസഭയുടെ കല്പനകൾ, കാനോൻ നിയമം, മതബോധന പുസ്തകങ്ങൾ, ഇടയലേഖനം എന്നുവേണ്ട പള്ളിപ്രസംഗങ്ങൾ വരെ ദൈവനിവേശിതമാണെന്ന് വിശ്വസിക്കുന്നവരെ ഏതു പാട്ടിനും ആട്ടിത്തെളിക്കാമെന്നുള്ളതാണ് സഭയുടെ ഭൗതിക നേട്ടത്തിന്റെ രഹസ്യം.

ലോകചരിത്രത്തിലെ ഏറ്റവും കിരാതവും ബീഭത്സവുമായ നരവേട്ടയും മനുഷ്യക്കുരുതിയും നടന്നിട്ടുള്ളത് കുരിശുയുദ്ധത്തിന്റെയും ഇൻക്വിസിഷന്റെയും പ്രൊട്ടസ്റ്റന്റ് മതവിപ്ലവത്തിന്റെയുമൊക്കെ പേരിലാണ്. സ്നേഹത്തിന്റെ സുവിശേഷകനായ യേശുവിന്റെ പേരിൽ കൊല്ലാനും, ചാകാനും മനക്കരുത്തു നേടിയ ചാവേർപ്പടയെ വളർത്തിയെടുക്കുവാൻ കത്തോലിക്കാ സഭയ്ക്കു കഴിഞ്ഞതും "ശുദ്ധമാന കത്തോലിക്കാ പള്ളിയിലും ഞാൻ വിശ്വസിക്കുന്നേൻ" എന്ന ഉടമ്പടിയുടെ ശക്തിയിലുമാണ്. ഇന്ന് മാർപ്പാപ്പ സഭയുടെ തെറ്റുകുറ്റങ്ങൾക്ക് മാപ്പു പറയുന്നുണ്ട്. എന്നാൽ നാളത്തെ മാർപ്പാപ്പയ്ക്ക് ക്ഷമാപണം നടത്തുവാൻ വേണ്ട ഗുരുതരമായ തെറ്റുകുറ്റങ്ങൾ സഭാനേതൃത്വം തുടർന്നു കൊണ്ടേയിരിക്കുന്നു. നമ്മുടെ മരിച്ചു പോയ മാതാപിതാക്കളുടെയും, ബന്ധുമിത്രാദികളുടെയും ആത്മാക്കളെ ശുദ്ധീകരണസ്ഥലത്തെ എരിതീയിൽ നിന്നും കാലാവധിക്ക് മുൻപേ സ്വർഗ്ഗ സൗഭാഗ്യത്തിലെത്തിക്കാൻ ഇവിടെ പള്ളി അച്ചന്മാർക്ക് പറഞ്ഞു ബോധിച്ച ചിലാനം കൊടുത്ത് പൂജാദികർമ്മങ്ങൾ നടത്തിയാൽ മതിയെന്ന് ഈ 21-ാം നൂറ്റാണ്ടിലും വിശ്വസിക്കുകയും, വിശ്വസിപ്പിക്കുകയും ചെയ്യുന്നു.

"ശുദ്ധമാന കത്തോലിക്കാ പള്ളിയിലും ഞാൻ വിശ്വസിക്കുന്നേൻ" എന്ന 'ലുത്തിനിയ' വിശ്വാസികളിൽ ഏറിയ കൂറും ഭക്തിപൂർവ്വം ചൊല്ലിക്കൊണ്ടേയിരിക്കുന്നു. ഇവിടെ അനുസരിക്കുവാനും അന്ധമായി വിശ്വസിക്കുവാനും മാത്രം പഠിച്ചു ശീലിച്ച ശുദ്ധമനസ്കരായ ദൃഢവിശ്വാസികൾ സഭയ്ക്ക് ആത്മീയ നേട്ടമല്ല – പ്രസ്തുത കോട്ടമാണ് വരുത്തി വച്ചു കൊണ്ടിരിക്കുന്നത്.

അജ്ഞേയർ

ദൈവാസ്തിത്വത്തെ സംബന്ധിച്ച് വിശ്വാസികൾ, അജ്ഞേയർ, നാസ്തികർ എന്നീ മൂന്നുതരം ചിന്താഗതിക്കാരാണുള്ളത്. അതുപോലെത്തന്നെ കത്തോലിക്കാ സഭാ വിശ്വാസികളിലും അജ്ഞേയർ എന്നൊരു വിഭാഗമുണ്ട്. ഒരു വിഷയത്തെ സംബന്ധിച്ചോ, വിശ്വാസത്തെ സംബന്ധിച്ചോ വ്യക്തിപരമായ ഒരഭിപ്രായമോ തീരുമാനമോ എടുക്കാൻ പറ്റാതെ എപ്പോഴും സന്ദേഹപ്പെടുന്നവർ. ഇക്കൂട്ടർ ദൃഢവിശ്വാസികളെ

യും, നവീകരണക്കാരെയും പോലെ വിശ്വാസ കാര്യങ്ങളില്‍ ശബ്ദമുയര്‍ത്താറില്ല. കാരണം ഇവര്‍ എപ്പോഴും സന്ദേഹമുള്ളവരാണല്ലോ. സഭയുടെ പഠനങ്ങളെയും ആചാരാനുഷ്ഠാനങ്ങളെയും തള്ളിപ്പറഞ്ഞാല്‍ അതു വഴി ആത്മനാശം സംഭവിക്കുമോ എന്ന് ഒരു ഉള്‍ഭയം ഇവരിലെപ്പോഴും കാണാനും വഴിയുണ്ട്.

അഭിമാനിക്കുന്നവര്‍

കത്തോലിക്കാ സഭയുടെ ഭൗതിക സമ്പത്തിലും പ്രൗഢിയിലും അന്തസ്സിലും അഭിമാനിക്കുകയും, അഭിരമിക്കുകയും ചെയ്യുന്ന ഇക്കൂട്ടര്‍ ആദ്ധ്യാത്മികതയില്‍ തീക്ഷ്ണതയുള്ളവരായിരിക്കണമെന്നില്ല.

കോടികള്‍ വിലമതിക്കുന്ന മെത്രാസന അരമനയില്‍ നിന്നും ലക്ഷങ്ങള്‍ വിലമതിക്കുന്ന ആഡംബര കാറുകളില്‍, സര്‍വ്വവിധ ആഡംബരങ്ങളോടും വേഷാഭൂഷാദികളോടും കൂടി അംശവടിയും, മുതലവായന്‍ തൊപ്പിയും ധരിച്ച് ഇറങ്ങിവരുന്ന മെത്രാനെ കണ്ട് ഇക്കൂട്ടര്‍ അഭിമാനിക്കുന്നു. സായൂജ്യമടയുന്നു. വലിയ വലിയ പള്ളികളും വലിയ പെരുന്നാളുകളും പൊന്നിന്‍ കുരിശുകളും വെടിക്കെട്ടുകളും എന്നുവേണ്ട എല്ലാ പ്രൗഢികളും പള്ളിക്കു വേണമെന്ന് നിര്‍ബ്ബന്ധമാണ്. ഇങ്ങനെ എല്ലാ തരത്തിലും, തലത്തിലും 'മുടിചൂടി നില്‍ക്കുന്ന സഭയിലെ' ഒരാളായിരിക്കാനാണിവര്‍ ആഗ്രഹിക്കുന്നത്. മന്ത്രിമാരും വലിയ വലിയ ഉദ്യോഗസ്ഥരും രാഷ്ട്രീയ നേതാക്കന്മാരുമൊക്കെ തങ്ങളുടെ സഭാപിതാക്കന്മാരെ സന്ദര്‍ശിക്കുവാന്‍ അരമനകളിലും, പള്ളിമേടകളിലും കയറിയിറങ്ങുന്നതു കാണുമ്പോള്‍ തങ്ങള്‍ പ്രതിനിധാനം ചെയ്യുന്ന സഭ 'മുടിചൂടിത്തന്നെ നില്‍ക്കുന്നു' എന്ന് ഉറപ്പാക്കുന്നു.

നിലനില്‍പ്

സമുദായത്തില്‍ മതത്തിന്റെ സ്വാധീനം വലുതാണല്ലോ? കത്തോലിക്കര്‍ തിങ്ങിപ്പാര്‍ക്കുന്ന സ്ഥലങ്ങളില്‍ പള്ളിയുടെയും, വികാരിയുടെയും സ്വാധീനവലയത്തിനപ്പുറം ചാടാന്‍ ഒരു കത്തോലിക്കന് ഏറെ പ്രയാസമാണ്. മാമ്മോദീസ, കല്യാണം, മരിച്ചടക്ക് പിന്നെ, തെമ്മാടിക്കുഴി, അഡ്മിഷന്‍, നിയമനം, ഡീബാര്‍, മഹറോന്‍ തുടങ്ങിയ ചക്രായുധങ്ങള്‍ കൈവശമിരിക്കുന്ന പള്ളിയോടും പട്ടക്കാരനോടും മുട്ടി സമുദായത്തില്‍ ജീവിക്കണമെങ്കില്‍ പാടു തന്നെയാണ്. പരസ്പരസ്നേഹത്തില്‍ വിശുദ്ധമായി ജീവിക്കുന്നതില്‍ക്കവിഞ്ഞ അനുഷ്ഠാനങ്ങളൊന്നും വേണ്ടാ എന്ന യേശുവിന്റെ ഹിതം നിറവേറ്റിയാല്‍ മതി എന്നു പറഞ്ഞാല്‍ സമ്മതിക്കുകയില്ല. കാരണം ആചാരാനുഷ്ഠാനങ്ങളും പൂജാദികര്‍മ്മങ്ങളും വൈദികരുടെ തൊഴിലിനാധാരമായ കാര്യങ്ങളായതുകൊണ്ട്. സ്വതന്ത്രമായി ചിന്തിച്ച് വിശ്വസിക്കണമെന്ന രണ്ടാം വത്തിക്കാന്‍ കൗണ്‍സിലിന്റെ സന്ദേശം ഒട്ടും ചെവികൊള്ളാത്ത പള്ളിയുടെ നിയമനിയന്ത്രണങ്ങള്‍ക്ക്

വിധേയമായി ചിന്തിക്കുകയും വിശ്വസിക്കുകയും ചെയ്ത് അൽമേനി കഴിയുന്നു. പലപ്പോഴും കുടുംബത്തെയും മറ്റുമോർത്ത് മനസ്സാക്ഷിക്കു വിരുദ്ധമായി അനുസരിച്ചു ജീവിക്കുകയാണ് വിശ്വാസികളിൽ പലരും.

സ്ഥാനമാനങ്ങൾ

പള്ളിയോടും പട്ടക്കാരനോടും ഒട്ടി നിന്ന് നല്ലപിള്ള ചമയുന്ന ഒരു വിഭാഗം കത്തോലിക്കരുണ്ട്. പള്ളിക്കമ്മിറ്റി, മിഷൻലീഗ്, കത്തോലിക്കാ കോൺഗ്രസ്, വിൻസന്റ് ഡി പോൾ മുതലായ ഭക്തസംഘടനകളുടെ സംഘാടകരോ, പ്രവർത്തകരോ ആയിരിക്കും. വേദോപദേശ പഠന ങ്ങളുടെ ചുമതലക്കാരുമായേക്കാം. പള്ളിവക സ്ഥാപനങ്ങളുടെ നടത്തിപ്പു സംബന്ധിച്ച ഭാരവാഹികളുമാകാം. കൈക്കാരൻ എന്ന പദവി വേറെയും. ഇവിടെയൊന്നും ഇവർക്ക് കാര്യമായ അധികാരമൊന്നുമില്ല. അനുസരണയോടെ പ്രവർത്തിക്കുക എന്നുമാത്രം. ഇതൊക്കെ മനസ്സിലാ ക്കണമെങ്കിൽ പള്ളിയോഗ നടപടിക്രമങ്ങളും കാനോൻ നിയമങ്ങളു മൊക്കെ ഒന്നു വായിച്ചു നോക്കിയാൽ മതി. ജനാധിപത്യത്തോട് ഇത്രയും ക്രൂരത കാണിച്ചിട്ടുള്ള ഒരു സംഘടനാ നിയമം ഈ രാജ്യത്ത് വേറെ കാണുകയില്ല. എന്നാൽ അധികാരമൊന്നുമില്ലെങ്കിലും പള്ളിപ്പരിസ രങ്ങളിൽ പ്രവർത്തിക്കുന്നതിൽ മേല്പറഞ്ഞവർ സന്തുഷ്ടരാണ്. അതിൽ അവർ അഭിമാനിക്കുന്നു. വികാരിക്കും മെത്രാനും വിധേയരായി പ്രവർത്തിക്കുന്നവർക്ക് അതിന്റെ ലഭ്യതയുമുണ്ട്. അതു സ്വാഭാവികം. ലഭ്യത എന്നതു കൊണ്ടുദ്ദേശിക്കുന്നത് സാമ്പത്തികമല്ല സമുദായത്തിൽ കിട്ടുന്ന പേരും, അംഗീകാരവുമാണ്. ഷവലിയർ സ്ഥാനം എന്നു പറയുന്നതൊക്കെ സഭാ സ്നേഹികൾക്ക് അത്ര നിസ്സാരമല്ല.

രാഷ്ട്രീയം

ജാതി, മതം, കുടുംബം തുടങ്ങിയ സ്വത്വ ചിന്തകൾ കഴിഞ്ഞാൽ ഇന്ന് സാധാരണ മനുഷ്യനെ സ്വാധീനിക്കുന്ന ഒരു സാമൂഹ്യ ഘടകമാണ് രാഷ്ട്രീയം. രാഷ്ട്രീയത്തെ ഇന്ന് മതങ്ങൾ ഏറെ സ്വാധീനിക്കുന്നുണ്ട്. പ്രത്യക്ഷത്തിൽത്തന്നെ ഇതു പ്രകടമാകുന്നുണ്ട്. ജാതിയും മതവു മൊക്കെ നോക്കിയാണിന്ന് രാഷ്ട്രീയക്കാർ പ്രാദേശിക സ്വയംഭരണ സ്ഥാപനങ്ങളിലെ വാർഡു മുതൽ ലോകസഭാ മണ്ഡലംവരെ സ്ഥാനാർ ത്ഥി നിർണ്ണയം നടത്തുന്നത്. ഒരു മണ്ഡലത്തിൽ നിന്നും രാഷ്ട്രീയ പാർട്ടിയുടെ സ്ഥാനാർത്ഥി ആരായിരിക്കണമെന്ന് അവിടത്തെ രാഷ്ട്രീയ നേതൃത്വവും, മതനേതൃത്വവും കൂടി ആലോചിച്ച് തീരുമാനിക്കുന്നു. ഈ മത-രാഷ്ട്രീയ ഒത്തുതീർപ്പുകൾക്കാണ് ഇന്ന് മതരാഷ്ട്രീയമെന്നു പറ യുന്നത്. ഇത് രാജ്യത്തിന്റെ മതേതര സ്വഭാവത്തിന് മങ്ങലേല്പിക്കുന്നു. ഇത് അപകടകരമായ ഒരു പോക്കാണ്. കാരണം ഇന്ന് നമ്മുടെ രാജ്യ ത്തെ ഗ്രഹിച്ചിരിക്കുന്ന ഏറ്റവും വലിയ ശാപം മതാധിപത്യമാണ്

അല്ലെങ്കിൽ വർഗ്ഗീയതയാണ്. മതവും, രാഷ്ട്രീയവും കൂടിയുണ്ടാകുന്ന ശക്തിയെ തടയിടുവാൻ ഇന്ത്യയിലെ ഒരു രാഷ്ട്രീയ പ്രസ്ഥാനത്തിനും കഴിയുകയില്ല എന്ന് തെളിഞ്ഞുകഴിഞ്ഞു. ജനാധിപത്യം, മതേതരത്വം, സോഷ്യലിസം ഇതൊക്കെയാണ് ഇന്ത്യാ ഗവൺമെന്റിന്റെ പ്രഖ്യാപിത ലക്ഷ്യങ്ങളും നയങ്ങളും. ഇതൊക്കെ ഉൾക്കൊണ്ടുകൊണ്ട് മതാതീത മായി ചിന്തിക്കുകയയും അതനുസരിച്ച് പ്രവർത്തിക്കുകയും ചെയ്തിരുന്ന സംശുദ്ധമായ രാഷ്ട്രീയ പ്രവർത്തനങ്ങൾ ഇന്ന് രാഷ്ട്രീയ കക്ഷികൾക്ക് കൈമോശം വന്നിരിക്കുന്നു. താൽക്കാലിക രാഷ്ട്രീയ ലാഭത്തിനുവേണ്ടി മതപ്രീണനം നടത്തി നടത്തി മതത്തെ അതിജീവിക്കുവാൻ പറ്റാതെ വരുന്നു. മത രാഷ്ട്രീയ – സാമൂഹ്യ പരിസ്ഥിതിക്കെതിരെ ഒരു ഉയിർത്തെ ണീപ്പാണ് ഇന്ന് ഇന്ത്യൻ സമൂഹത്തിന്റെ അടിയന്തിരാവശ്യം.

പ്രാദേശിക രാഷ്ട്രീയ പാർട്ടികൾക്ക് സ്വാധീനമുള്ള ക്രൈസ്തവ സഭാ കേന്ദ്രങ്ങളിൽ രാഷ്ട്രീയക്കാർ പലപ്പോഴും പള്ളിയെയും, വികാരിമാ രെയും സൗകര്യപൂർവ്വം സ്വാധീനിക്കുന്നുണ്ട്. ഇക്കാര്യങ്ങൾക്കായി ഇവർ പള്ളിയോട് ഏറെ ഒട്ടി നില്ക്കും. ഇവിടെ പ്രത്യേകിച്ച് പ്രാദേശിക സ്വയംഭരണ സ്ഥാപനങ്ങളിലേക്കുള്ള തിരഞ്ഞെടുപ്പുകളിൽ സ്ഥാനാർ ത്ഥി ഒരു പള്ളി ഭക്തനാണെങ്കിൽ അതിന്റെ പേരിൽ തന്നെ കുറേ സാമുദാ യിക വോട്ടും കിട്ടും. എന്നാൽ എതിർസ്ഥാനാർത്ഥി പള്ളിഭക്തനേക്കാൾ കുറെക്കൂടി നല്ലവനാണെങ്കിൽപ്പോലും പള്ളിഭക്തനല്ലാത്തതിന്റെ പേരിൽ 20% സാമുദായിക വോട്ടെങ്കിലും കുറഞ്ഞിരിക്കും. ഇവിടെ പള്ളിഭക്ത രുടെ പേരിൽ സാമുദായികമായി 20% വോട്ടെങ്കിലും കൂടുതൽ സമ്പാദി ക്കുവാൻ കഴിഞ്ഞെന്നു വരുന്നു. ഒരു വാർഡ് തിരഞ്ഞെടുപ്പിന്റെ കാര്യ ത്തിൽ മാത്രമാണീ കണക്ക് പ്രവചനം നടത്തിയിരിക്കുന്നത്.

നവീകരണം

രണ്ടാം വത്തിക്കാൻ കൗൺസിൽ സഭാ നവീകരണത്തിന് അൽമേ യരുടെ സ്വതന്ത്ര സംഘടനകൾക്ക് ഏറെ പ്രാധാന്യം കൊടുക്കണമെന്ന് ആവശ്യപ്പെടുന്നുണ്ട്. എന്നാൽ സഭാ നേതൃത്വം ഇത്തരം സംഘടനകളെ ശപിച്ചു തള്ളുകയാണ്. ഇതിന് തെളിവുകൾ ഏറെയാണ്.

വത്തിക്കാൻ കൗൺസിലിന്റെ അൽമേയ പ്രേഷിതത്വം. NO. 18:12 ൽ പറയുന്നു. "സഭയുടെ നവീകരണത്തിനുവേണ്ടി സ്വതന്ത്രമായി സംഘടിപ്പിച്ചുകൊണ്ടുള്ള അൽമേയരുടെ പ്രവർത്തനം ക്രിസ്തീയവും, മാനുഷികവുമായ ആവശ്യമാണ്. ഇതിന്റെ അടിസ്ഥാനം യേശുവിന്റെ പ്രബോധനത്തിൽ കാണാനാകും". "എന്റെ നാമത്തിൽ രണ്ടോ, മൂന്നോ പേർ ഒന്നിച്ചു കൂടുമ്പോൾ അവരുടെ മദ്ധ്യത്തിൽ ഞാനുണ്ടാകും" (മത്താ.18.20). അതുകൊണ്ട് സംഘടനകൾ സ്ഥാപിച്ചു നടത്തുവാനുള്ള അവകാശം അൽമേയർക്കുണ്ട്. അത്തരം സംഘടനകളെ വൈദികരും സന്യാസികളും അൽമേയരും കാര്യമായി കരുതുകയും പ്രോത്സാഹി പ്പിക്കുകയും ചെയ്യേണ്ടതാണ്. ഇത്തരം സംഘടനാ പ്രവർത്തനങ്ങൾ

ക്കായി സമർപ്പിച്ചിരിക്കുന്ന അൽമേയർ സഭയിൽ പ്രത്യേക ബഹുമ
തിയും അഭിനന്ദനവും അർഹിക്കുന്നവരാണ്. ഇവരെ അഭിനന്ദിച്ചില്ലെ
ങ്കിലും നിന്ദിക്കാതിരുന്നാൽ മതിയായിരുന്നു.

കഴിഞ്ഞ 37 വർഷക്കാലമായി രണ്ടാം വത്തിക്കാൻ കൗൺസിലിന്റെ
സ്പിരിറ്റ് ഉൾക്കൊണ്ടുകൊണ്ട് സഭയുടെ നവീകരണത്തിന് ഏറെ
സംഭാവനകൾ നൽകുന്നതിനും ഈ രംഗത്ത് നേർദിശയിലുള്ള ഒരു
ബൗദ്ധിക വഴിത്താര വെട്ടിത്തെളിയിക്കുന്നതിനും ശ്രീ. ജോസഫ് പുലി
ക്കുന്നേലിനും, അദ്ദേഹം നയിക്കുന്ന *ഓശാന* പ്രസിദ്ധീകരണത്തിനും
കഴിഞ്ഞിട്ടുണ്ട് എന്ന് ഇവിടെ സ്മരിക്കുകയാണ്.

മേൽ സൂചിപ്പിച്ചതുപോലെ കേരള കത്തോലിക്കർ ഏറെക്കുറെ
ഏഴുവിഭാഗമായി ചിന്തിക്കുകയും പ്രവർത്തിക്കുകയും ചെയ്യുന്നവരാണ്.
ഓരോരുത്തരും ഏതു കോളത്തിൽ നിൽക്കുന്നു എന്ന് അവരവർക്ക
റിയാം.

സഭയുടെ ഇന്നത്തെ അവസ്ഥയോട് വിയോജിപ്പുള്ളവർ സമുദായ
ത്തെ ഭയന്ന് സഹിച്ച് നിഷ്ക്രിയരായിരിക്കാതെ നവീകരണ പ്രക്രിയ
യിലേക്ക് ഇറങ്ങിവരണം. അതിനുള്ള ധാരാളം വേദികൾ ഇന്നുണ്ട്.
പലരും ഉദ്ദേശിക്കുന്നതിലും കൂടിയ ഒരു വിഭാഗം വിശ്വാസികൾ നവീക
രണം ആഗ്രഹിക്കുന്നവരാണ്. ധൈര്യപ്പെടുത്തുവാൻ പറയുന്ന ഒരു
പൊളിവാക്കല്ലിത്. ഓരോരുത്തരും ഒരു നിശ്ശബ്ദ സർവ്വേയെടുത്തു
നോക്കുമ്പോൾ ശരിയായ വിവരം കിട്ടും.

10
മതാതീത ആത്മീയത

വിശ്വാസവും അതോടനുബന്ധിച്ച മതം, ആത്മീയത തുടങ്ങിയ വിഷയങ്ങളും തമ്മിൽത്തമ്മിൽ ബന്ധപ്പെട്ടിട്ടുള്ളതാണ്. ഈശ്വരൻ ഏകനാണെന്ന് പറയുമ്പോഴും ഈശ്വരന്റെ പേരിൽ മതങ്ങൾ പലതാണ്. ഇങ്ങനെയുള്ള എല്ലാ മതക്കാർക്കും പ്രത്യേകം പ്രത്യേകം മതസങ്കല്പ മാണുള്ളത്. എല്ലാ മതക്കാരും ആത്മീയരാണ്, എന്നാൽ എല്ലാ ആത്മീ യരും മതവിശ്വാസികളായിരിക്കണമോ എന്നതാണ് ഇവിടെ ചിന്താവി ഷയമാകുന്നത്. 'മതമേതായാലും മനുഷ്യൻ നന്നായാൽ മതി' എന്ന് ശ്രീനാരായണഗുരു പ്രഖ്യാപിച്ചു. ഈ പ്രഖ്യാപനം ഒരു ആത്മിയ ഗുരു വിൽ നിന്ന് തന്നെ വന്നതിന് ഏറെ പ്രസക്തിയുണ്ട്. മതാതീത ആത്മീ യതയുടെ തെളിവാർന്ന ഒരു മാനിഫെസ്റ്റോ തന്നെയാണിത്. ആത്മീ യതയെ മതത്തിന്റെ നിയന്ത്രണങ്ങളിൽ നിന്നും, ചിട്ടവട്ടങ്ങളിൽ നിന്നും, അടർത്തിയെടുത്ത് അതിനൊരു പ്രത്യേക സ്വത്വരൂപം നല്കുകയാണി വിടെ. "ഒരുവൻ അവന്റെ ഭക്ഷണത്തെപ്പറ്റി വ്യാകുലപ്പെടുന്നിടത്ത് അവൻ ഒരു ഭൗതിക മനുഷ്യനാണ്. അവൻ തന്റെ സഹോദരന്റെ ഭക്ഷ ണത്തെപ്പറ്റി വ്യാകുലപ്പെടുന്നിടത്ത് ഒരു ആത്മീയ മനുഷ്യനാകുന്നു." നിക്കലോബ് ബർദേവ് എന്ന ശാസ്ത്രജ്ഞന്റെ വാക്കുകളാണിത്. സകലതും ദൈവത്തിലാണെന്ന ആത്മീയബോധമാണ് ആത്മീയത. ദൈവം സത്യമാണ്, നന്മയാണ്. അതുകൊണ്ട് ഈ ആത്മീയ ഘടകങ്ങ ളായിരിക്കണം എല്ലാ മതങ്ങളുടെയും അടിസ്ഥാന ഘടകങ്ങൾ. ഇങ്ങനെ യേ മതങ്ങൾ ആയിരിക്കുവാൻ പാടുള്ളൂ. എങ്കിൽ ദൈവത്തിലാണെന്ന ആത്മബോധം ഉണ്ടാകേണ്ടതിന് പ്രത്യേകം പ്രത്യേകം മതങ്ങൾ എന്തിന് എന്നതും ഇവിടെ ചിന്താവിഷയമാകേണ്ടതാണ്. ശ്രീനാരായണഗുരുവി ന്റെ ആത്മീയ സന്ദേശം എല്ലാ മതങ്ങൾക്കും തന്നെ സ്വീകാര്യമാണ്.

എന്നാൽ മതാധികാരികളും പുരോഹിതന്മാരും ഇതൊന്നും ഉറക്കെപ്പറയു
ന്നില്ലെന്നുമാത്രം. കാരണം ഇവർക്കൊക്കെ പ്രത്യേക മതങ്ങൾ
നിലനിൽക്കേണ്ടത് ആവശ്യമാണ്.

യേശു പറയുന്നു. "സത്യമായും ദൈവത്തിന് പക്ഷപാതമില്ലെന്നും,
അവിടത്തെ ഭയപ്പെടുകയും നീതി പ്രവർത്തിക്കുകയും, ചെയ്യുന്ന ആരും
ഏതു ജാതിയിൽപ്പെട്ടവനായാലും അവിടത്തേക്ക് സ്വീകാര്യനാണെന്നും
ഞാൻ സത്യമായി അറിയിക്കുന്നു." (അപ്പ: പ്രവ: 10: 35) വീണ്ടും അരുളി
ചെയ്യുന്നു. "എന്റെ കർത്താവേ, എന്റെ കർത്താവേ എന്നു വിളിക്കുന്നവ
രെല്ലാം സ്വർഗ്ഗത്തിൽ പ്രവേശിക്കുകയില്ല. എന്റെ പിതാവിന്റെ ഹിതം
നിറവേറ്റുന്നവനേ അവിടെ പ്രവേശിക്കുകയുള്ളു." (മത്തായി) യേശു
തന്റെ വചനങ്ങളിൽ നിന്നും മതവിശ്വാസമെന്നത് ദൈവത്തിന്റെ നാമരൂപ
ത്തിലുള്ള വിശ്വാസമോ, കേവലം അതിന്റെ വിളിച്ചുപറച്ചിലോ അല്ലാ
യെന്നു വ്യക്തമാക്കുന്നു. യേശു ബലിയല്ല കരുണയാണ് ആവശ്യപ്പെട്ടത്.
ഇവിടെ ബലി എന്നത് മതാനുഷ്ഠാനവും കരുണ സ്നേഹാധിഷ്ഠി
തവുമാണെന്നോർക്കുക. യേശുവിന്റെ സന്ദേശങ്ങളെ പിൻചെന്ന് 23-ാം
ജോൺമാർപ്പാപ്പ രണ്ടാം വത്തിക്കാൻ കൗൺസിലിൽ (1962-65) ഇങ്ങനെ
പ്രഖ്യാപിച്ചു: "സ്വന്തം മനസ്സാക്ഷിയെ പിൻചെന്ന് നല്ല ജീവിതം നയിക്കു
ന്നവരെല്ലാം, അവർ യേശുവിനെ അറിഞ്ഞില്ലെങ്കിൽപ്പോലും രക്ഷപ്പെടും.
സ്വർഗ്ഗം ലഭിക്കുവാൻ സദ്ഗുണങ്ങൾ മാത്രം ചെയ്താൽ പോര. മുസ്ലിം
ആകുകതന്നെ വേണമെന്ന് സാമ്പ്രദായിക ഇസ്ലാംമതക്കാർ വിശ്വ
സിച്ചേക്കാം. എന്നാൽ ഖുറാനിലെ രണ്ടാമദ്ധ്യായത്തിലെ 62-ാം സൂക്ത
ത്തിൽ പറയുകയാണ്: "ദൈവത്തിലും, അന്ത്യദിനത്തിലും വിശ്വസിക്കുന്ന
വർ ജൂതരോ, ക്രൈസ്തവരോ, സാബിയന്മാരോ ആരാകട്ടെ ദൈവം
അവർക്ക് പ്രതിഫലം കൊടുക്കും."

മറ്റു മതങ്ങളെപ്പോലെ ഹിന്ദുമതം ഒരു ആവിഷ്കാര മതമല്ല. അതു
പോലെ തന്നെ ഒരു ഒറ്റയടിപ്പാതയിലൂടെ മാത്രമുള്ള ഒരു ദർശനവുമല്ല.
ബുദ്ധം, ജൈനം, ചാർവാകം, മീമാംസ, സാംഖ്യം, വേദാന്തം, ന്യായവൈ
ശേഷികം തുടങ്ങിയ ഭാരതീയ ദർശനങ്ങളിൽ വേദാന്തവും, ന്യായവൈ
ശേഷികവും മാത്രമാണ് ഈശ്വരവാദം അംഗീകരിക്കുന്നതു തന്നെ. അതു
കൊണ്ട് മതങ്ങളുടെയൊന്നും ചട്ടക്കൂടുകളിൽ ഒതുങ്ങുന്നതല്ല ഭാരതീ
യദർശനങ്ങളിൽ പലതും. ഭാരതീയ മഹർഷിമാർ ധ്യാനിച്ചും ചിന്തിച്ചും
അന്വേഷിച്ചും മനനം ചെയ്തും കണ്ടെത്തിയ ഒരു ഈശ്വരദർശനമാണ്
ഭാരതത്തിന്റേത്. അദ്വൈതമാണ് കാതൽ. തൂണിലും തുരുമ്പിലും ഈശ്വ
രാംശം കാണുന്ന മഹത്തായ ഒരു ദർശനസംസ്കാരത്തിൽ നിന്നും
ഒരിക്കലും തീവ്രവാദം ഉണ്ടാവാൻ പാടുള്ളതല്ല. ഒരു മതമാകട്ടെ, ഒരു
പ്രത്യയശാസ്ത്രമാകട്ടെ ഇതൊക്കെ ചരിത്രത്തിൽ, സമൂഹത്തിന് എന്തു
നന്മ-തിന്മകൾ ചെയ്തിട്ടുണ്ട് എന്ന് വിലയിരുത്തിയാണ് ചിന്തിക്കുന്ന
മനുഷ്യൻ അതിനെ തള്ളുകയോ കൊള്ളുകയോ ചെയ്യുന്നത്. മതങ്ങ
ളെപ്പറ്റി വിലയിരുത്തുവാൻ സഹസ്രാബ്ദങ്ങളുടെ കാലയളവാണുള്ളത്.

എങ്കിൽ ലോകം കണ്ടിട്ടുള്ളതിലേക്കും വച്ച് ഏറ്റവും ഭീകരവും ക്രൂരവും പൈശാചികവുമായ ഒരു ഭൂതകാല ചരിത്രമാണ് മതങ്ങൾക്കു പറയുവാനുള്ളത്. ചരിത്രത്തിലെ രണ്ട് മൂന്ന് ഏടുകൾ മാത്രം ഇവിടെ എഴുതുകയാണ്.

എ. ഡി. 1000 നും 1250 നും ഇടയ്ക്കു നടന്ന കുരിശുയുദ്ധങ്ങൾ ഏറെ കുപ്രസിദ്ധി നേടിയതാണ്. കുരിശിന്റെയും ചന്ദ്രക്കലയുടെയും ബാനറിൽ 250 കൊല്ലക്കാലം ക്രിസ്ത്യാനികളും, മുസ്ലീമുകളും കൊന്നും കൊലവിളിച്ചും ചത്തും പോരടിച്ചും നടന്നു. അന്നു നടന്ന രക്തച്ചൊ രിച്ചിലിൽ പാലസ്തീൻ നാടുകളിലെ മണലാരണ്യങ്ങൾ മനുഷ്യരക്തം കൊണ്ട് നനഞ്ഞു കുതിർന്നിരുന്നെന്ന് പറയപ്പെടുന്നു. പിന്നീട് നടന്ന ഇൻക്വിസിഷനും പ്രൊട്ടസ്റ്റന്റ് വിപ്ലവവും ദുർമന്ത്രവാദിനി വേട്ടയുമൊക്കെ ക്രിസ്ത്യാനികളുടെ നാൾവഴി പുസ്തകത്തിൽ ചേർക്കേണ്ടതാണ്. ഇവിടെയൊക്കെ മരിച്ചുവീണവരുടെ സംഖ്യ ലക്ഷങ്ങളോ അതിനപ്പുറമോ ആയിരിക്കും. ഏതായാലും "സ്നേഹത്തിന് അളവും പരിധിയും വയ്ക്കാ തെ ശത്രുക്കളെയും സ്നേഹിക്കുക" എന്നു ഉപദേശിച്ച യേശുവിന്റെ അനുയായികളാണിതൊക്കെ ചെയ്തു കൂട്ടിയതെന്നും ഇവിടെ കൂട്ടി വായിക്കണം.

മതത്തിന്റെ പേരിൽ ഭാരതത്തെ രണ്ടായി വെട്ടി മുറിച്ചു കൊണ്ട് ഇന്ത്യൻ സ്വാതന്ത്ര്യദിനം ആഘോഷിച്ചു. സന്തോഷവും ആഹ്ലാദവും ആശ ആവേശങ്ങളുമായിട്ടാണ് എല്ലാ രാജ്യങ്ങളും സ്വാതന്ത്ര്യദിനങ്ങളാ ചരിക്കുന്നത്. എന്നാൽ ഇന്ത്യൻ ജനതയ്ക്ക് ആ നാളുകൾ ദുഃഖ വെള്ളിയാഴ്ചകളായിരുന്നു. കാളരാത്രികളായിരുന്നു. അന്ന് വർഗ്ഗീയത അതിന്റെ എല്ലാ പൈശാചിക ഭാവത്തോടും കൂടി താണ്ഡവനൃത്തമാടി. ലാഹോറിലെയും കൽക്കത്തയിലെയും ഓടകളിൽ കൂടി ഹിന്ദു മുസ്ലീം രക്തം ഒഴുകിയിരുന്നെന്നും ചോരയുടെ ആ കുത്തൊഴുക്കിൽ ശവശരീ രങ്ങൾ ഒലിച്ചുപോയെന്നും പറയുമ്പോൾ അത് അതിശയോക്തി ആണെ ങ്കിലും അല്ലെങ്കിലും ദിവസം 3000 ആളുകൾവരെ കൊല്ലപ്പെട്ടതായി ചരി ത്രം സാക്ഷ്യപ്പെടുത്തുന്നു. ആ ദുരന്ത നാളുകളിൽ കൊല്ലപ്പെട്ടവരെയും കാണാതായവരെയും കൂട്ടി 23 ലക്ഷത്തിന്റെ കണക്കുകൾ വേറെ. സ്വന്ത മായി ഒരു മതരാഷ്ട്രം വാദിച്ചു വാങ്ങിയ പാക്കിസ്ഥാൻ വിഭാഗീയതയുടെ പേരിൽത്തന്നെ വിഭജിക്കപ്പെട്ടു. ബംഗ്ലാദേശ് വേറൊരു രാഷ്ട്രമാണിന്ന്. ഇന്ന് പാക്കിസ്ഥാനിൽ ഒരേമതക്കാരും, അന്യമതക്കാരുമൊക്കെയായി കലഹിച്ചു കഴിയുന്നു. ഇന്ത്യക്കും അഭിമാനിക്കുവാൻ വകയില്ല. ഇവിടെ ബാബറി മസ്ജിദ് തകർത്തു. മതേതരത്വവും അദൈ്വതവേദാന്തവും മറ്റു സനാതന സങ്കല്പങ്ങളും തകർന്നുവീണ ചരിത്രഭൂമിയാണ് ഇന്ന് ഭാര തം. അയോദ്ധ്യ, മുംബൈ, ഡൽഹി, പഞ്ചാബ്, ഗുജറാത്ത്, അസം, കർ ണാടക ഇങ്ങ് കേരളത്തിൽ മാറാട് എന്നിങ്ങനെ വർഗ്ഗീയ കലാപങ്ങളുടെ കണക്കുകൾ നീളുകയാണ്. എന്തിന് ഏറെ പറയുന്നു, ലോകത്തെ ഗ്രസിച്ചിരിക്കുന്ന ഏറ്റവും വലിയ ശാപം എന്തെന്നു ചോദിച്ചാൽ

ഒറ്റവാക്കിൽ ഉത്തരം പറയുവാൻ പറ്റും; വർഗ്ഗീയത.

അടിച്ചമർത്തപ്പെട്ടവരും യാതനയും വേദനയും പട്ടിണിയും അനുഭ
വിക്കുന്നവരുമായവരുടെ രക്ഷക്കും സ്വാതന്ത്ര്യത്തിനും വേണ്ടിയുള്ള
കലാപമാണെങ്കിൽ അങ്ങനെയെങ്കിലുമെരു സമാധാനവും ന്യായീകര
ണവും ഉണ്ടായേനേ. പലപ്പോഴും മതം കലാപമാണ്. അതിനാൽത്തന്നെ
അത് തിന്മയും പാപവുമാകുന്നു. ചരിത്രവും വർത്തമാനകാലവും
ഇതൊക്കെ സാക്ഷ്യപ്പെടുത്തുന്നുമുണ്ടല്ലോ. എങ്കിൽ സഹസ്രാബ്ദ
ങ്ങളായി തുടരുന്ന ഈ സാമൂഹ്യതിന്മ ലോകാവസാനം വരെ നിലനിർ
ത്തണമെന്ന് ആർക്കാണ് നിർബ്ബന്ധം? മതപുരോഹിതരുടെ തൊഴിലിനും
നിലനില്പിനും ആധാരമായ അതോടനുബന്ധിച്ച അനുഷ്ഠാനകർമ്മ
ങ്ങളും ഇതേപടി തുടരേണ്ടത് അവരുടെ ആവശ്യമാണ്. ഇന്നത്തെ നില
യിൽ മനുഷ്യരക്തത്തിൽ മുങ്ങിക്കുളിച്ചു നിൽക്കുന്ന ഒരു മത
സംസ്കാരത്തെ ശരിയായ ഈശ്വരവിശ്വാസികളോ ആത്മീയരോ ഒരി
ക്കലും അംഗീകരിക്കുകയില്ല. വളരെ ലളിതമായ ഒരു ചോദ്യത്തോടുകൂടി
ഈ വിഷയം ഇവിടെ ഉപസംഹരിക്കാം. സ്വന്തം മതത്തിന്റെ പേരിൽ
അന്യമതസ്ഥരെ ദ്രോഹിക്കുന്ന ഒരു മതവിശ്വാസിയാണോ, നിരുപദ്രവ
കാരിയായ ഒരു നാസ്തികനാണോ? ഇവരിൽ ആരായിരിക്കും
ദൈവത്തിരുമുമ്പിൽ അഭിമതരും അനഭിമതരുമായി വരുന്നത്? ശരിയായ
ഒരു ദൈവവിശ്വാസിക്ക് ഇതിന് വേഗം ഉത്തരം കിട്ടും. എന്നാൽ പൗരോ
ഹിത്യ തിയോളജിയുടെ വർഗ്ഗീയകുഴൽക്കണ്ണാടിയിൽക്കൂടി നോക്കി
ഇതിനെ ദുർവ്യാഖ്യാനം ചെയ്ത് വികൃതമാക്കാതിരുന്നാൽ മതി.
ഇന്നത്തെ സ്ഥാപനവല്ക്കരിക്കപ്പെട്ട വ്യവസ്ഥാപിത മതങ്ങൾ
പലപ്പോഴും മനുഷ്യനും ദൈവത്തിനുമെതിരാണ്. ഈ സാഹചര്യത്തിൽ
ഒരു മതാതീത ആത്മീയത രൂപപ്പെടേണ്ടിയിരിക്കുന്നു. ഈശ്വരവിശ്വാ
സികളെല്ലാവരും ഈ ആശയം ഉൾക്കൊണ്ടുള്ള ഒരു പ്രക്ഷിതവേലയ്ക്ക്
സന്നദ്ധരാകേണ്ടിയിരിക്കുന്നു. കാരണം ഇവിടെ ചേരിതിരിവുകളില്ല,
തർക്കങ്ങളില്ല, ചാവേറുകളും, മനുഷ്യബോംബുകളും ആവശ്യവുമില്ല.
മതാധികാരികളും പുരോഹിതരും അനുശാസനങ്ങളും അനുഷ്ഠാനകർമ്മ
ങ്ങളും, നേർച്ചപ്പെട്ടികളും ഒഴിവാക്കാം - ഇതൊന്നുമില്ലാത്ത സുന്ദരമായ
ഒരു സാമൂഹ്യരീതി. ഏറെ കലുഷിതമായിരിക്കുന്ന മത-സാമൂഹ്യ
ചുറ്റുപാടിൽ മതാതീതമായ ചിന്തയിൽക്കൂടി മാത്രമേ ലോകസമാധാനം
സാദ്ധ്യമാവുകയുള്ളൂ.

11
വ്യാകുലം നിറഞ്ഞ ആത്മീയത

സന്യാസിനികളുടെ കോൺവെന്റുകൾ ശുദ്ധീകരണസ്ഥലമല്ലെ ന്നും ദുഃഖത്തോടുകൂടിയ ഒരു ജീവിതശൈലിയല്ല ഇവിടെ വേണ്ടതെന്നു മാണ് ഫ്രാൻസിസ് മാർപ്പാപ്പ റോമിലെ ഒരു കോൺവെന്റു സന്ദർശനവേ ളയിൽ പറഞ്ഞത്. വിമാന ജോലിക്കാരികളുടെ രീതിയിൽ കൃത്രിമ സന്തോഷമായിരിക്കരുത് സന്യാസിനികൾ പ്രകടിപ്പിക്കേണ്ടതെന്നു മൊക്കെ ഈ അവസരത്തിൽ പറയുകയുണ്ടായി. നൂറ്റാണ്ടുകളായി ക്രൈസ്തവസഭയിൽ കടന്നുകൂടി നിലനിന്നുപോരുന്ന ഒരു അക്രൈസ്ത വ പാരമ്പര്യ വിശ്വാസത്തിനെതിരെയുള്ള ഒരു വിരൽചൂണ്ടലായിട്ടുതന്നെ ഈ വെളിപ്പെടുത്തലുകളെ കാണേണ്ടതാണ്. യാതനയും വേദനയും സ്വയം പീഡനങ്ങളുമൊക്കെ ദൈവത്തെ പ്രതി സഹിച്ചാൽ അത് പുണ്യമാണെന്നും, അതുകൊണ്ട് സ്വർഗ്ഗപ്രാപ്തിക്ക് ഇതൊക്കെ ആവശ്യമാണെന്നും ആദിമ വിശ്വാസികൾ ഉറച്ചു വിശ്വസിച്ചിരുന്നു.

മതപീഡന കാലശേഷം സ്വയം പീഡനമെന്നത് ക്രൈസ്തവ വിശ്വാ സികളുടെ ഒരു സ്ഥായിയായ സ്വഭാവമായി മാറിക്കഴിഞ്ഞു. സിറിയയി ലെയും ഈജിപ്തിലെയും പാലസ്തീനിലെയും സന്യാസിമഠങ്ങളിലെ സന്യാസിമാർ സ്വയം കുരിശിലേറുകവരെ ചെയ്തിരുന്നു. രണ്ടും മൂന്നും നൂറ്റാണ്ടുകളിൽ വെറും മൃഗങ്ങളുടെ രീതിയിൽ നഗ്നരായി നാലു കാലിൽ നടന്ന് പുല്ലും പച്ചിലയും തിന്ന് ഗുഹകളിൽ ജീവിച്ചിരുന്നതായിട്ട് ചരിത്രം സാക്ഷ്യപ്പെടുത്തുന്നു. ഇവിടെ ഇവരിൽ സ്നേഹവും സന്തോഷവുമല്ല, വെറുപ്പും ക്രൂരതയുമാണ് പ്രകടമായിരുന്നത്. ഒരു തരം മനോരോഗം. 407-ൽ മരണപ്പെട്ട ക്രിസോസ്റ്റം പുണ്യവാളന്റെ അഭിപ്രായം ഇതായിരുന്നു. "ചിരി പാപമല്ലായിരിക്കും, എന്നാൽ പാപത്തിലേക്കുള്ള വഴിയാണ്." അദ്ദേഹത്തിനും ഏറെ അനുയായികളുണ്ടായിരുന്നു.

ബൈബിൾ കഴിഞ്ഞാൽ ഏറെ പ്രചരിച്ച ഒരു പുസ്തകമാണ് *ക്രിസ്താനുകരണം* ജീവിതത്തെ ദുഃഖസാഗരമായിട്ടു കാണുകയും, സഹനത്തെ ഏറെ പ്രകീർത്തിക്കുകയും ചെയ്യുന്ന ഒരു ഗ്രന്ഥം. സഹന ത്തിന്റെ വഴിത്താരയിലൂടെയാണ് സ്വർഗ്ഗപ്രാപ്തിയുണ്ടാകുന്നത് എന്നു പറഞ്ഞു സ്ഥാപിക്കുന്നു. അതുപോലെ തന്നെ മതപീഡനകാലത്ത് യോഹന്നാൻ രചിച്ച വെളിപാടുപുസ്തകത്തിൽ നിറഞ്ഞു നില്ക്കുന്ന ഭീകരതയും, ബീഭത്സതയും മനുഷ്യനിൽ വിഭ്രാന്തിയുണ്ടാക്കുന്നതാണ്. ഇങ്ങനെ പേടിപ്പിച്ചും, വിഭ്രാന്തിയുണ്ടാക്കിയും വിശ്വാസികളെ സഭയിൽ ചേർത്ത് പിടിച്ചു നിർത്താമെന്ന് കരുതുന്ന ക്രിസ്ത്യൻ 'കൾട്ടുകൾ' ഇന്നും രൂപപ്പെട്ടു വരുന്നുണ്ട്. ക്രൂശിതന്റെ രൂപവുമായി ഇവർ സ്വയം പീഡനം നടത്തുന്നു.

പ്രത്യക്ഷത്തിൽ ക്രൈസ്തവ സഭയുടെ സ്ഥായീഭാവം പ്രകടമാക്കു ന്നത് വ്യാകുലവും, ദുഃഖവുമാണോ എന്നു തോന്നിപ്പോകുന്നു. യഹോവ മുതൽ മോശ, അഹറോൻ, അബ്രഹാം, ദാവീദ്, യൗസേഫ്, കന്യാമറിയം, സർവ്വ പുണ്യവാളന്മാർ ഇവരുടെയൊക്കെ ചിത്രങ്ങളിലോ സന്തോഷവും സംതൃപ്തിയും, സമാധാനവും ഒന്നുംതന്നെ കാണുന്നില്ല. ചിരിക്കുന്ന യേശുവിനെയും കാണുന്നില്ല 'യഹോവ'യിലും, ചില പുണ്യവാളന്മാരി ലും രൗദ്രഭാവമാണെങ്കിൽ മറ്റുള്ളവരെല്ലാം വ്യാകുല മുഖഭാവക്കാരാണ്. കന്യകാമറിയത്തിനെ സംബോധന ചെയ്യുന്ന പല പേരുകളിൽ ഒരം ഗീകൃത പേരാണ് 'വ്യാകുലമാതാവ്' എന്നത്. ഹൃദയം 'വ്യാകുല വാളാൽ പിളർന്നു' എന്നുവരെ വ്യാകുലത്തെ വിശേഷിപ്പിക്കുന്നു. 'കുന്തമമ്പു വെടി ചങ്കിൽ കൊണ്ടപോലെ മനംവാടി'– എന്നുള്ള പാനപ്പു സ്തകത്തിലെ ദുഃഖവെള്ളിയാഴ്ച പാട്ടുകളുമൊക്കെ വിശ്വാസികളെ കരയിപ്പിക്കുവാൻ പോന്നതുതന്നെയാണ്. ദുഃഖത്തിന്റെ രഹസ്യവും, കരുണക്കൊന്തയും, പീഡാനുഭവ പ്രഭാഷണങ്ങളും, കുരിശിന്റെ വഴിയുമൊക്കെത്തന്നെ 'വിലാപത്തിന്റെ മാറ്റൊലികൾ'– തന്നെയാണ്. പീഡാനുഭവയാത്രയുടെ അന്ത്യത്തിൽ ക്രൂശിതനായ യേശുവിന്റെ രൂപം, ഷീറ്റ് വിരിച്ച് അതിൽ കിടത്തുന്നു. രൂപത്തിന്റെ കാൽക്കൽ ഒരു നേർച്ചപ്പെട്ടിയും വച്ചിരിക്കും. യേശു മരിച്ചു കിടക്കുന്നതായി സങ്കല്പി ക്കുന്ന ഈ സമയത്തുപോലും – കത്തോലിക്കാ സഭയുടെ 'തഴക്ക ദോഷ മായ' നേർച്ചപ്പെട്ടി മറക്കുകയില്ല. മാമോന്റെ പണപ്പാത്രമായ നേർച്ചപ്പെട്ടി ഒരു ദുഃശകുനമായി ക്രൂശിതന്റെ രൂപത്തോടു ചേർന്നു കാണും. അന്നേ ദിവസം – ആ സമയം പോലും നേർച്ചപ്പെട്ടി വേണ്ട – എന്നു വയ്ക്കുക യില്ല. ഇവിടെയൊക്കെ എങ്ങനെ ദൈവാനുഗ്രഹമുണ്ടാകും?

പെരുന്നാൾ സ്ഥലങ്ങളിലും, ചന്ത സ്ഥലങ്ങളിലും അംഗഭംഗം വന്നവരെയും, തീരാവ്യാധിക്കാരെയും കൊണ്ടുവന്നു കിടത്തി, തലക്കീൽ ധർമ്മപാത്രം വച്ച് യാചന നടത്തുന്നവരുടെ നിലയിലേക്ക് പീഡാനുഭ വരംഗം തരം താഴ്ത്തുകയാണ്. യേശുവിന്റെ പീഡാനുഭവ അനുസ്മര ണം പോലും ധനസമ്പാദനത്തിനുവേണ്ടി ദുർവിനിയോഗം ചെയ്യുന്നു.

ഇവിടെ യൂദാസ് സഭാപിതാക്കന്മാരെക്കാൾ എത്രയോ ഭേദം. അന്ന് യൂദാസ് യേശുവിനെ 30 വെള്ളിക്കാശിന് ഹോൾസെയിൽ ആയിട്ട് വിറ്റെങ്കിൽ കത്തോലിക്കാ സഭ 1700 കൊല്ലമായിട്ട് പീസുപീസായിട്ട് വില്ക്കുന്നു എന്നു പറയുന്നതിലെ ഫലിതവും, ആലങ്കാരികതയും മാറ്റി ചിന്തിച്ചാൽ -? കണ്ണുള്ളവൻ കാണട്ടെ. ചെവിയുള്ളവൻ കേൾക്കട്ടെ. മരിച്ച യേശുവിന്റെ തിരുശരീരം മാതാവിന്റെ മടിയിൽ കിടത്തിയിരിക്കുന്ന രൂപങ്ങളും, പ്രതിമകളും ഇന്ന് സർവ്വസാധാരണമാണല്ലോ-? ലക്ഷങ്ങ ളുടെ പ്രതിമകൾ.

ദൈവത്തിന്റെ പേരിൽ കരയുകയും, ദൈവത്തോട് സഹതാപം കാണിക്കുകയും ചെയ്യുന്ന മതവിശ്വാസികൾ ക്രൈസ്തവർ മാത്രമായി രിക്കും. ദൈവം മനുഷ്യരുടെ മേൽ കരുണ ചൊരിയട്ടെ. അത് മനുഷ്യനു വേണം. എന്നാൽ വെറും ദൈവസൃഷ്ടിയായ മനുഷ്യൻ സ്രഷ്ടാവിനു വേണ്ടി കരയുകയും, സഹതാപം പ്രകടിപ്പിക്കുകയും ചെയ്യുന്നത് ദൈവമ ഹത്വത്തെ കുറച്ചു കാണുകയാണ്. ദൈവത്തിനുവേണ്ടി യാതനയും, വേദനയും, സ്വയം പീഡനവും സഹിക്കണമെന്ന് ആവശ്യപ്പെടുന്ന ഒരു ദൈവത്തെയും, ദൈവസങ്കല്പത്തെയും യേശു അവതരിപ്പിച്ചിട്ടില്ല. എന്നാൽ യേശു പറഞ്ഞു: "നിങ്ങളെയും, നിങ്ങളുടെ മക്കളെയും ഓർത്തു നിങ്ങൾ കരയുവിൻ" -എന്ന്. യേശുവിന്റെ ആത്യന്തിക ലക്ഷ്യം മനുഷ്യനും, മനുഷ്യസ്നേഹവുമായിരുന്നു. യേശുവിന്റെ ദർശനങ്ങളുടെ യും, ഉപദേശങ്ങളുടെയും ആകെ തുക സ്നേഹമായിരുന്നു. മനുഷ്യ സ്നേഹത്തിൽ അധിഷ്ഠിതമായ ഒരു സ്നേഹക്കൂട്ടായ്മ-അതാണ് യേശു വിഭാവനം ചെയ്ത സ്വർഗ്ഗരാജ്യം. ആ സ്വർഗ്ഗരാജ്യം ഭൂമിയിലുമുണ്ടാ കണം. അതുതന്നെയായിരുന്നു യേശുവിന്റെ ആഗമനോദ്ദേശ്യവും. യേശു ഇങ്ങനെ പറയുന്നു: "ദൈവം സ്നേഹമാണ്. ആ സ്നേഹത്തിന്റെ മക്കളാണ് മനുഷ്യർ." 'ആബാ പിതാവേ' എന്ന സ്വാതന്ത്ര്യത്തോടെ മനുഷ്യന് ദൈവത്തെ വിളിക്കാം. സ്നേഹത്തിന് പരിധികൾ വയ്ക്കാതെ ശത്രുക്കളെയും സ്നേഹിക്കുവാൻ ഉപദേശിച്ചു. വിശന്ന്, ദാഹിച്ച്, നഗ്നനായി പാർപ്പിടമില്ലാതെ വന്നവന് വസ്ത്രവും, ഭക്ഷണവും, പാർപ്പിടവും നിങ്ങൾ കൊടുത്തപ്പോൾ - അത് തനിക്കുതന്നെ തന്നതായിട്ട് ദൈവം കണക്കാക്കുന്നു. ഇവിടെ ദൈവത്തിനുവേണ്ടി ഒന്നും പ്രത്യേകം ചെയ്യേണ്ടതില്ല. മനുഷ്യന് നന്മ ചെയ്താൽ മതി. അത് ദൈവത്തിലെത്തും. പരസ്നേഹവും, ദൈവസ്നേഹവും ഇവിടെ സമന്വയിപ്പിക്കുകയാണ്. ചുരുക്കിപ്പറഞ്ഞാൽ പരസ്നേഹത്തെ ദൈവസ്നേഹത്തോളം ഉയർത്തിക്കാണിക്കുന്നു. അതുകൊണ്ട് ക്രിസ്തീയ ആത്മീയത സ്നേഹത്തിൽ അധിഷ്ഠിതമായിരിക്കണം. അങ്ങനെയെ പാടുള്ളു. അനുഷ്ഠാന കർമ്മങ്ങൾ ഇതിനൊന്നും മങ്ങലേല്പിക്കരുത്.

ക്രൈസ്തവ ആത്മീയതയുടെയും, അതോടനുബന്ധിച്ച ഭക്തി പ്രകടനങ്ങളുടെയും അടിസ്ഥാന ശില ഇന്ന് വ്യാകുലമാണെന്നു തോന്നി

പ്പോകുന്നു. എരിവോടും തീക്ഷ്ണതയോടും കൂടി ദൈവത്തെ നാമരൂപത്തിൽ വിളിച്ചു പറഞ്ഞുകൊണ്ട് കരഞ്ഞു പ്രാർത്ഥിക്കണമെന്ന് ധ്യാനഗുരുക്കൾ ആവശ്യപ്പെടുന്നു. ധ്യാനകേന്ദ്രങ്ങളിൽ നിന്ന് പ്രാർത്ഥനയ്ക്കൊപ്പം കരച്ചിലും, നിലവിളിയും ഏറിവരികയാണ്. യേശുവിനെ പറ്റിയുള്ള ശോകഗാനങ്ങൾക്ക് വിലാപത്തിന്റെ മാറ്റൊലിസംഗീതം ഈണം പകരുമ്പോൾ ഉണർന്നു വരുന്ന ഭക്തിയുടെ തീവ്രവികാരം മനുഷ്യ മനസ്സുകൾക്ക് അവാച്യമായ അനുഭൂതി ഉണ്ടാക്കുന്നു. അതൊരു മാനസിക ലഹരിയായി മാറുന്നു. ഈ മാറുന്ന മാനസികാവസ്ഥയിൽ രോഗശാന്തിവരെ ഉണ്ടാകുമായിരിക്കും. എന്നാൽ യേശുവിന്റെ ദർശന ങ്ങളിലും പഠനങ്ങളിലുമുള്ള പരസ്നേഹത്തിന്റെ പുണ്യവും, അതിന്റെ നിറക്കൂട്ടുമില്ലാത്ത ഇത്തരം അനുഷ്ഠാനങ്ങളിൽ യേശു വിഭാവനം ചെയ്ത ആത്മീയത എത്രമാത്രമുണ്ട് എന്ന് സംശയിക്കുന്നു. സഭാപി താക്കന്മാർ ഇതിന് ഉത്തരം പറയട്ടെ.

ആദ്യ നൂറ്റാണ്ടുകളുടെ ബാക്കിപത്രമായ മുള്ളുമരങ്ങളുടെയും, മിണ്ടാമരങ്ങളുടെയും, മണ്ണുമാന്തി മരങ്ങളുടെയും കാലം കഴിഞ്ഞ ന്നുതന്നെ പറയാം. എന്നാൽ വ്യാകുലത്തിന്റെയും, മൗനത്തിന്റെയും അതുവഴിയുള്ള ശൂന്യതാബോധത്തിന്റേതുമായ ആവാസ കേന്ദ്രങ്ങളായ മഠങ്ങൾ ഇന്നും തുടരുന്നു. ദൈവവിളിയുടെ മേൽവിലാസത്തിൽ ഒരു ധ്യാനം നടത്തി ദൈവവിളി സ്ഥിരീകരിച്ച് പെൺകുട്ടികളെ മഠങ്ങളിലേക്ക് റിക്രൂട്ട് ചെയ്യുന്നു. മാതാപിതാക്കൾ കുട്ടികൾക്ക് കിട്ടാൻ പോകുന്ന സ്വർഗ്ഗ സൗഭാഗ്യം മാത്രം ഉദ്ദേശിച്ചല്ല അവിടേക്ക് പറഞ്ഞയയ്ക്കുന്നത്. ഭൗതി കമായ പല കാര്യങ്ങളുടെയും പേരിലാണ്. കുട്ടികൾ അവരുടെ എല്ലാ ആഗ്രഹങ്ങളും, അവകാശങ്ങളും, അവസരങ്ങളും, സ്വർഗ്ഗത്തിലെ കാര്യവും, അതോടൊപ്പം വീട്ടിലെ കാര്യവും ഓർത്ത് ഹോമിക്കുകയാണ്. സഹിക്കുകയാണ്. ആർക്കും ഒരു ഗുണവുമില്ലാത്ത സഹനം. മഠം - എന്ന മൗനത്തിന്റേതായ ഒരു ശൂന്യാവസ്ഥയിലേക്ക് മനസ്സാലെയും അല്ലാ തെയും പോകുന്നു. അല്ലെങ്കിൽ പറഞ്ഞു വിടുന്നു. എന്നാൽ ഇവിടെ ദൈവവിളിക്കാരായ പുരോഹിതർ സ്വതന്ത്രരാണ്. സമൂഹത്തിൽ സ്ഥാന മാനങ്ങളുമുണ്ട്. പുരുഷാധിപത്യ വ്യവസ്ഥിതി നിലനില്ക്കുന്ന സഭകളിൽ പലപ്പോഴും പുരോഹിതരുടെ ആജ്ഞാനുവർത്തികൾ മാത്രമാണ് കന്യാസ്ത്രീകൾ. അല്ലെങ്കിൽ പുറം രാജ്യങ്ങളിൽ മിഷൻ വേലക്കു പോകുന്ന കന്യാസ്ത്രീകളാകണം.

വാനമേഘങ്ങളിൽ ഇടിമിന്നലിന്റെയും ഇടിമുഴക്കത്തിന്റെയും അക മ്പടിയോടുകൂടി ക്രൂരഭാവത്തിൽ വരുന്ന യഹോവയുടെ പേടിപ്പെടു ത്തുന്ന കാര്യങ്ങൾ പറഞ്ഞ് പുരോഹിതർ പണ്ട് ജനങ്ങളെ ഏറെ ഭയപ്പെടുത്തിയിരുന്നു. ദുർവ്വഹങ്ങളായ മതനിയമങ്ങൾ അടിച്ചേല്പി ച്ചിരുന്നു. എന്നാൽ അതൊന്നും ഇന്ന് നടപ്പില്ലാത്തതിനാൽ പറ്റുന്നതു പോലെ, പറ്റുന്ന ഇടങ്ങളിൽ പുരോഹിതർ ഇതൊക്കെ നടത്തുന്നുണ്ട്. "ബലിയല്ല കരുണയാണെനിക്കു വേണ്ടതെന്ന്"-യേശു പറയുന്നു.

എന്നാൽ അനുഷ്ഠാന കർമ്മങ്ങളിൽ അധിഷ്ഠിതമായ ഒരു മത വ്യവസ്ഥ യാണ് ഇന്നും ഈ സഭയിൽ തുടരുന്നത്. പുരോഹിതരുടെ തൊഴിലിനും, ധനസമ്പാദനത്തിനും ആധാരമായിരിക്കുന്ന പൂജാദികർമ്മങ്ങൾ വേണ്ടെ ന്നു വയ്ക്കുന്ന പ്രശ്നം അവർക്കില്ല. നൂറ്റാണ്ടുകളായി ആചാരാനു ഷ്ഠാനങ്ങളിലും പൂജാദി കർമ്മങ്ങളിലും പീഡാസഹനങ്ങളിലും കുരിശിന്റെ വഴിയിലും കയ്പ്പുനീരു കുടിയിലും നേർച്ചപ്പെട്ടിയിലുമൊക്കെ സജീവമാക്കി നിർത്തുന്നു. മറുവിലയായിട്ട് സ്വർഗ്ഗരാജ്യം വാഗ്ദാനം ചെയ്യുന്നു. ദൈവത്തിനുവേണ്ടി സഹതപിക്കുകയും, പീഡകൾ സഹിക്കുകയും ചെയ്യുമ്പോൾ സംതൃപ്തനാകുകയും, സന്തോഷി ക്കുകയും ചെയ്യുന്ന ഒരു സാഡിസ്റ്റാണോ ദൈവം? മനുഷ്യസ്നേഹം ഇല്ലാത്ത ഒരു കളിപ്പീരുപണികളും യേശുവിന്റെ പക്കൽ ചെലവാകുക യില്ലെന്ന് പുരോഹിതർക്കും അറിയാവുന്നതാണല്ലോ?

കോൺവെന്റുകൾ ശുദ്ധീകരണസ്ഥലമല്ല എന്ന ഫ്രാൻസിസ് പാപ്പായുടെ വെളിപ്പെടുത്തൽ ഇന്നും സഭയിൽ തുടരുന്ന അക്രൈസ്തവ നടപടിക്കെതിരെയുള്ള താക്കീതാണ്. സ്വയം പീഡനവും, സഹനങ്ങളു മൊന്നും അതിനാൽത്തന്നെ പുണ്യമാകുന്നില്ല. അതൊക്കെ സഹജീവി കളുടെ നന്മയ്ക്കു വേണ്ടിയാകുമ്പോഴാണ് പുണ്യമാകുന്നത്. മിണ്ടാ മഠങ്ങളിലെ ഏകാന്തതയിൽ സ്വയം ചാട്ടവാറടി ഏല്ക്കുന്നതൊന്നും പുണ്യമല്ല. പാഴായിപ്പോകുന്ന സഹനങ്ങൾ ഏറ്റുവാങ്ങുന്ന സ്ഥലങ്ങളാ യിരിക്കരുത് കോൺവെന്റുകൾ എന്നാണ് മാർപ്പാപ്പ പറഞ്ഞതിനർത്ഥം. 'സഹനദാസൻ' 'സഹനദാസി' ഇതൊക്കെ വിശുദ്ധരാകുവാനുള്ള കത്തോലിക്കാ സഭയുടെ യോഗ്യതകളാക്കുകയാണ്. സന്ദർഭോചിതമാ യിട്ട് പറയുകയാണ്. നാല് പതിറ്റാണ്ടുകൾക്കുമുമ്പ് മറിയക്കുട്ടി കൊല ക്കേസിൽ പ്രതിയായിരുന്ന ഫാദർ ബെനഡിക്ടിനെ ഒരവസരത്തിൽ കോടതി വധശിക്ഷയ്ക്കു വിധിച്ചു. മേൽക്കോടതി പിന്നീട് വെറുതെ വിട്ടു. കുറച്ച് വർഷങ്ങൾക്കു മുമ്പ് അദ്ദേഹം മരിച്ചു പോയി. എന്നാൽ ഒരു വർഷം മുമ്പ് ഇദ്ദേഹത്തെ 'സഹനദാസൻ' എന്ന പേരിൽ പുണ്യവാനാ ക്കുവാനുള്ള ഒരു ശ്രമം ചങ്ങനാശ്ശേരി അതിരൂപതാ തലത്തിൽ നടക്കുക യുണ്ടായി. അതിരൂപതയുടെ മുഖ പ്രസിദ്ധീകരണമായ *കുടുംബ ജ്യോതിസ്* എന്ന മാസികയിൽ 2012 നവംബർ ലക്കത്തിൽ യേശുവിന്റെ ചിത്രത്തിനോടൊപ്പം ഒരേ നിരയിൽ ഒരേ വലിപ്പത്തിൽ ഫാദർ ബെനഡിക്ടിന്റെയും ചിത്രം. രണ്ടു ചിത്രത്തിന്റെയും താഴെ ഉദ്ദിഷ്ടകാര്യ ത്തിന് ഉപകാരസ്മരണ എന്നു ചേർത്തിരിക്കുന്നു. ഇതോടൊപ്പം സഹന ദാസന്റെ കല്ലറയിൽ തിരികത്തിക്കലും ഒക്കെ നടന്നിരുന്നു. *ഓശാന* മാസികയിൽ മേൽപ്പറഞ്ഞ ചിത്രങ്ങളുടെ കോപ്പികൾ പ്രസിദ്ധീകരിച്ചു. (12-2012-ൽ) നവീകരണ പ്രസ്ഥാനക്കാരിൽ നിന്നും, വൈദികരിൽ നിന്നു തന്നെയും വിമർശനങ്ങൾ വന്നതിന്റെ പേരിലായിരിക്കും പിന്നീട് വിശു ദ്ധനാക്കുവാനുള്ള ശ്രമങ്ങൾ അതിരൂപത തന്നെ നിർത്തിവച്ചു. 'സഹന ദാസൻ' എന്ന പേരിലാണ് ഫാ:ബെനഡിക്ടിനെ വിശുദ്ധനാക്കുവാൻ

തുടക്കമിട്ടത്. ലളിതമായ ഒരു ചോദ്യം ഇവിടെ ഉയരുകയാണ്. സിസ്റ്റർ അഭയാകേസിൽ പ്രതികളായ രണ്ടു വൈദികരും, ഒരു കന്യാസ്ത്രീയും ഫാ: ബെനഡിക്ടിനെക്കാൾ കൂടുതലായിട്ട് സഹിക്കുന്നുണ്ട്. കാരണം ഇന്ന് ദൃശ്യമാധ്യമങ്ങളിൽക്കൂടി ഇവരെ പ്രദർശിപ്പിക്കുന്നു. അന്ന് ദൃശ്യമാധ്യമങ്ങൾ പ്രചാരത്തിലില്ലായിരുന്നു. ഈ സാഹചര്യത്തിൽ അഭയാകേസിലെ പ്രതികളെ സഹനദാസർ - എന്ന പദവി വച്ച് ചങ്ങനാ ശ്ശേരി അതിരൂപത - എന്നെങ്കിലും വിശുദ്ധരാക്കാൻ ശ്രമിക്കുമോ? സ്വന്തം തെറ്റുകുറ്റങ്ങളുടെ പേരിലുണ്ടാകുന്ന സഹനങ്ങൾക്കും വിശുദ്ധി കല്പിക്കുന്ന ഒരു ദൈവശാസ്ത്രമാണിതൊക്കെ. വരുംനാളുകളിൽ ഉണ്ടാകാൻ പോകുന്ന വിശുദ്ധർ ഏറെയും ഇതേപോലുള്ള സഹനദാ സരും സഹനദാസികളുമായിരിക്കുമോ?

പ്രസാദത്തിന്റെ ഒരു പടികൂടി ഉയർന്ന ആനന്ദം ആത്മീയതയുടെ ലക്ഷണം കൂടിയാണ്. മനസ്സിൽ ആനന്ദമില്ലാത്തവൻ ഒരു ആത്മീയനായി രിക്കുകയില്ല. "നിങ്ങളോട് സംസാരിക്കുന്നത് നിങ്ങൾക്ക് ആനന്ദം പകരാ നാണെന്നാണ്" യേശു പറഞ്ഞത്. പിന്നെ എന്തിനാണ് സഭാ പിതാക്ക ന്മാർ ചിരിക്കാത്ത യേശുവിനെ അവതരിപ്പിക്കുന്നത്? "നിങ്ങളെയും, നിങ്ങ ളുടെ മക്കളെയും ഓർത്ത് നിങ്ങൾ കരഞ്ഞു കൊള്ളുവിൻ" എന്ന യേശു വചനത്തിൽ നിന്നും യേശു തനിക്കു വേണ്ടി കരയേണ്ട- എന്നു തന്നെ യാണ് സൂചിപ്പിക്കുന്നത്. എങ്ങും വ്യാകുലതകൾ മാത്രം നിറഞ്ഞ അന്ത രീക്ഷം കണ്ടുമടുത്ത തെരേസാ പുണ്യവതി പറഞ്ഞു: "പ്രഭോ ഈ വ്യാകുലന്മാരുടെ ഇടയിൽ നിന്ന് രക്ഷിക്കേണമേ" എന്ന്. ഇതിന്റെയെല്ലാം പശ്ചാത്തലത്തിലാണ് ഫ്രാൻസിസ് മാർപ്പാപ്പാ പറഞ്ഞത് കോൺവെന്റു കൾ ശുദ്ധീകരണസ്ഥലമല്ലെന്നും അതുകൊണ്ട് സന്ന്യാസിനികൾ പ്രസാദത്തോടുകൂടി ജീവിക്കണമെന്നും.

മനുഷ്യസഹജമായ ഇന്ദ്രിയാനുഭവങ്ങൾ ഏല്ക്കുവാനും, ഏല്ക്കാ തിരിക്കുവാനും, എല്ലാം മായക്കാഴ്ചയാക്കുവാനും കഴിയുന്ന ദൈവഹി തമെന്തെന്ന് അല്പനായ മനുഷ്യനറിയുന്നില്ല. അതുകൊണ്ട് അതിൽ വ്യഗ്രതപ്പെടുകയും വേണ്ട. എന്നാൽ യേശു മനുഷ്യരോട് ആവർത്തി ച്ചാവർത്തിച്ച് ആവശ്യപ്പെട്ട ഒരു കാര്യമുണ്ട്. "നിങ്ങൾ തമ്മിൽ സ്നേഹി ക്കുവിൻ" എന്ന്. അക്കാര്യത്തിന് ഒട്ടുമേ സംശയം വേണ്ട. അതുകൊണ്ട് യേശു ആവശ്യപ്പെട്ടതും, സാമൂഹ്യ നന്മയ്ക്കു വേണ്ടതുമായ മനുഷ്യ സ്നേഹം ജീവിതത്തിൽ പ്രാവർത്തികമാക്കുക. അതാണ് ലോകരക്ഷ യ്ക്കും, ആത്മരക്ഷയ്ക്കുമുള്ള മാർഗ്ഗം.

12

ദരിദ്രർക്കു വേണ്ടി സഭ ദരിദ്രയാവുക'

യേശുവിന്റെ ദർശനങ്ങളിൽ നിന്നും ഏറെ വിട്ടകന്ന് സ്ഥാപനവല്‍ ക്കരിക്കപ്പെട്ട ഒരു കോർപ്പറേറ്റ് പ്രസ്ഥാനമായി തരംതാണുപോയ ഇന്ന ത്തെ കത്തോലിക്കാസഭയുടെ സ്വഭാവത്തിനും, രീതിക്കും ഒട്ടും തന്നെ നിരക്കാത്തതും, സഹിക്കാൻ പറ്റാത്തതും അതിനാൽത്തന്നെ അനുസ രിക്കാൻ വിസമ്മതിച്ചേക്കാവുന്നതുമായ ഉപദേശങ്ങളും, നിർദ്ദേശങ്ങളു മാണ് വത്തിക്കാനിൽ നിന്നും ഫ്രാൻസിസ് മാർപ്പാപ്പ നിരന്തരം പ്രഖ്യാ പിച്ചുകൊണ്ടിരിക്കുന്നത്. യേശുവിന് പക്ഷം ചേർന്നുള്ള പ്രസ്തുത സന്ദേ ശങ്ങൾ ഇന്നത്തെ സഭാപിതാക്കന്മാർക്ക് സഹിക്കാവുന്നതിലും അപ്പുറ മാണ്. ഇതിനു മുമ്പ് 23-ാം ജോൺ മാർപ്പാപ്പയുടെ ഇതിലും ശക്തി കുറഞ്ഞ രണ്ടാം വത്തിക്കാൻകൗൺസിൽ തീരുമാനങ്ങൾ പോലും തള്ളി ക്കളയുകയോ തമസ്കരിക്കുകയോ ചെയ്തിട്ടുള്ള പാരമ്പര്യമാണ് സഭ യുടെ 'കുരിയ' സംഘങ്ങൾക്കുണ്ടായിരുന്നത്. അതുപോലെ തന്നെ ഇന്നും തങ്ങളുടെ സ്ഥാപിത താല്പര്യങ്ങൾക്ക് ഭീഷണിയായി വരുന്ന ഇന്നത്തെ ഫ്രാൻസിസ് മാർപ്പാപ്പയുടെ പല ഉദ്ബോധനങ്ങളും സഭാ നേതൃത്വം തന്ത്രപൂർവ്വം തമസ്കരിക്കുകയാണ്. *ഇറ്റാലിയൻ പത്രമായ ഇറ്റാലിയൻ റിപ്പബ്ലിക്കാ* എന്ന പ്രസിദ്ധമായ പ്രസിദ്ധീകരണത്തിന് ഫ്രാൻസിസ് മാർപ്പാപ്പ നല്കിയ അതീവ ശ്രദ്ധേയമായ അഭിമുഖ സംഭാ ഷണങ്ങളാണ് വത്തിക്കാൻ വെബ് സൈറ്റിൽ നിന്നും നീക്കം ചെയ്തല്‍. കത്തോലിക്കാ സഭയിൽ ഇന്നും നിലനില്‍ക്കുന്ന പല അബദ്ധ പഠനങ്ങളെയും വിശ്വാസപ്രമാണങ്ങളെയും തിരുത്തിക്കുറിക്കുന്നതായി രുന്നു പ്രസ്തുത അഭിമുഖം. ഈ സംഭവം ക്രൈസ്തവ പ്രസിദ്ധീകരണ ങ്ങളിൽ പോലും വന്നിരുന്നതാണ്.

ഫ്രാൻസിസ് മാർപ്പാപ്പ അടുത്തനാളുകളിൽ പറഞ്ഞതിലേറ്റവും

മഹത്തരമായ ഒരു ക്രൈസ്തവ സന്ദേശമായിരുന്നു: "ദരിദ്രർക്കു വേണ്ടി സഭ ദരിദ്രയാകണം" എന്നത്. ഈ ഉദ്ബോധനം കേട്ട് കർദ്ദിനാൾ തിരുസംഘവും, മെത്രാസന അരമനകളും, ഇങ്ങേയറ്റം പള്ളി മേടകൾ വരെ ഞെട്ടി വിറച്ചു കാണും. കാരണം ഇന്നത്തെ സാഹചര്യത്തിൽ ഒരു ധനകാര്യ സ്ഥാപനം കൂടിയായ സഭ ദരിദ്രയായാൽ ഇതോടൊപ്പം ഇതിന്റെ സംവിധായകരായ പുരോഹിത വർഗ്ഗം കൂടി ദരിദ്രരാവുകയാണ്. ഇതുൾക്കൊള്ളുവാൻ ഇന്നത്തെ പുരോഹിതർക്കു പറ്റുമോ?

പരസ്നേഹത്തിൽ അധിഷ്ഠിതമായ ഒരു സോഷ്യലിസ്റ്റ് സ്നേഹ കൂട്ടായ്മയായിരുന്നു ആദിമസഭ. സ്വകാര്യ സമ്പത്തും, അധികാര ശൃംഖ ലയുമില്ലായിരുന്നു. അങ്ങനെ ഒന്നുമില്ലായ്മയോടുകൂടിയ സഭ കോൺസ്റ്റ ന്റൈൻ ചക്രവർത്തിയുമായി സന്ധിചെയ്ത് കൂട്ടുകൂടിയത് ദരിദ്രയാകു വാനായിരുന്നില്ല. ദാരിദ്ര്യം പങ്കുവയ്ക്കാനുമായിരുന്നില്ല. അധികാരവും, സമ്പത്തും വീതംവെച്ച് അനുഭവിക്കാനായിരുന്നു. ആദിമസഭയിലേക്ക് പിന്നീട് സഭ തിരിഞ്ഞു നോക്കിയിട്ടില്ല. കൊന്നും, ചത്തും, സമ്പത്തും, അധികാരവും നിലനിർത്തിപ്പോന്ന സഭയുടെ ചരിത്രം ലോകചരിത്രം തന്നെയായിരുന്നു. മത താല്പര്യങ്ങൾ നിലനിർത്തുന്നതിനുവേണ്ടി ഇത്രയും രക്തച്ചൊരിച്ചിൽ നടത്തിയ വേറൊരു മതവും ലോകചരി ത്രത്തിൽ കാണുകയില്ല. ഇന്നത്തെ കാര്യമല്ല പറയുന്നത്. പഴയ ചരി ത്രം ആവർത്തിക്കുവാൻ സഭാ വിശ്വാസികൾ ഇന്ന് തയ്യാറാവുകയുമില്ല.

ഏതായാലും സമ്പത്തിനെയും അധികാരത്തെയും പറ്റി യേശു വ്യക്തമായ ഭാഷയിൽ പ്രതികരിച്ചിട്ടുണ്ട്. "നിങ്ങളിൽ അധികാരം പാടില്ല" എന്നു പറയുമ്പോൾത്തന്നെ സമ്പത്തിനെപ്പറ്റിയും ഇങ്ങനെ പറയുന്നു. "നിങ്ങളുടെ മടിശ്ശീലയിൽ പൊന്നും, വെള്ളിയും, ചെമ്പും, വഴിക്ക് പൊക്കണവും, രണ്ടുടുപ്പും, ചെരുപ്പും, വടിയും കരുതരുത്." അതുപോലെതന്നെ ദേവാലയമുറ്റത്തുവച്ചുകണ്ട മുടന്തനോട് ശിഷ്യനായ പത്രോസു പറയുന്നു: "സ്വർണ്ണവും, വെള്ളിയും എനിക്കില്ല. നസ്രായനായ യേശുവിന്റെ നാമത്തിൽ നീ എണീറ്റു നടക്കുക" എന്ന്. ഇങ്ങനെയൊക്കെ ആയിരുന്നു യേശുവും, ആദിമസഭയും. ശിഷ്യന്മാരും.

ഇവിടെ മാർപ്പാപ്പ മാമോന്റെ (പണപ്പിശാച്) പക്ഷം ചേരാതെ യേശുവിന്റെ പക്ഷം ചേരുകയാണ്. ഒന്നുമില്ലാത്തവരുടെ കൂടെ ഒന്നുമി ല്ലാത്തവനായി ജീവിച്ച് ദൈവരാജ്യം പ്രസംഗിച്ചു നടന്നവനായിരുന്നു യേശു. അങ്ങനെ ആകുവാനേ മാർപ്പാപ്പ പറയുന്നുള്ളൂ. ഒരു നല്ല ഇടയന്റെ ശബ്ദമാണിതെന്നോർക്കണം. കുന്നുകൂട്ടിയുണ്ടാക്കുന്ന സമ്പത്തും, അതോടനുബന്ധിച്ച ആഡംബര ജീവിതവും പാപമാണെന്ന് യൂറോപ്യൻ കത്തോലിക്കാ വൈദികർ തന്നെ തെളിയിച്ചു കഴിഞ്ഞു. അവിടെ വൈദികരുടെ കുത്തഴിഞ്ഞ ജീവിതത്തിനും, ബാലപീഡനങ്ങൾക്കും സർക്കാരിലേക്ക് പിഴയടച്ച് 4-5 രൂപതകൾ തീർത്തും പാപ്പരായി എന്ന വാർത്തയെ സഭാ നേതൃത്വം നിഷേധിച്ചിട്ടില്ല എന്ന് പ്രത്യേകം ഓർക്കണം. പാപദണ്ഡവിമോചനവും, കൂദാശകളും, അതുപോലുള്ള അനേകം

അനുഷ്ഠാനകർമ്മങ്ങളും വിലവിവര പട്ടിക പ്രകാരം വില പറഞ്ഞുണ്ടാക്കിയ പണമാണ് അനാശാസ്യങ്ങൾക്കുവേണ്ടി പിഴയടച്ചു തീർത്തതെന്നോർക്കണം. വ്യഭിചരിച്ച് സഭാ സ്വത്തുക്കൾ നശിപ്പിക്കുന്ന തിലും ഭേദമല്ലേ സ്വത്തുക്കൾ ദരിദ്രർക്കു കൊടുത്തു തീർത്ത് ദരിദ്രരായി ജീവിക്കുന്നത്? ഇവിടെ എന്തെങ്കിലും സംശയത്തിനിടമുണ്ടോ—? ഇതെല്ലാം കണ്ടറിഞ്ഞാണ് ഫ്രാൻസിസ് മാർപ്പാപ്പ "സഭ ദരിദ്രയാകണം" എന്നു പറഞ്ഞത്. യേശുവിന്റെ വചനങ്ങളാണ് ഇവിടെ പ്രതിദ്ധ്വനിക്കു ന്നത്.

മേല്പറഞ്ഞ വിഷയത്തെ സംബന്ധിച്ച ചിന്തകൾ നമുക്ക് കേരള സഭയിലേക്കു കൊണ്ടുവരാം. ഇവിടെ സഭ തീർത്തും ദരിദ്രയാകണം എന്നു പറയുന്നില്ല. ഒറ്റയടിക്ക് ഈ അഭിപ്രായം നടപ്പാക്കണമെന്നു പറ ഞ്ഞാൽ സഭാപിതാക്കന്മാർക്ക് കടുത്ത ഷോക്ക് ഏറ്റെന്നു വരും. അതു കൊണ്ട് പടിപടിയായി ലക്ഷ്യത്തിലേക്കുവരാം. പാപ്പരാകേണ്ട. ഒരിടത്ത രക്കാരായിരിക്കാം.

സമ്പദ്ഘടനയിൽ കേരളം ഒരു മുന്നോക്ക സംസ്ഥാനമാണ്. എന്നാ ൽ ഇന്നു കേരളത്തെ ഗ്രസിച്ചിരിക്കുന്ന വലിയ പ്രശ്നങ്ങളിൽ ഒന്നാണ് പാർപ്പിട പ്രശ്നം. ഇവിടെ ഭക്ഷണമല്ല പാർപ്പിടമാണു പ്രശ്നം. ഇവിടെ എത്ര കൂലി കൂടുതലുണ്ടെങ്കിലും ഇന്നത്തെ സാഹചര്യത്തിൽ 4-5 കുടുംബാംഗങ്ങളുള്ള ഒരു കുടുംബനാഥന് എത്ര ചുരുങ്ങി ജീവിച്ചാലും മിച്ചമുണ്ടാക്കി 4-ഓ 5-ഓ സെന്റു സ്ഥലം വാങ്ങി വീടുണ്ടാക്കുവാൻ പറ്റാ തെ വരുന്നു. നാട്ടിൻപുറങ്ങളിൽ പോലും സെന്റിന് ഒരു ലക്ഷം രൂപയിൽ കൂടുതലാണ്. സ്വന്തമായി ഭൂമിയുള്ളവർക്കാണ് സർക്കാർ വീടിനുവേണ്ടി ധനസഹായം ചെയ്യുന്നത്. ഇവിടെ സംജാതമായിരിക്കുന്ന ഈ സാമൂഹ്യ സാമ്പത്തിക പരിതസ്ഥിതിയിൽ ഭൂമിയില്ലാത്തവനെ സഹായിക്കുവാനുള്ള ചുമതല സഭ ഏറ്റെടുക്കേണ്ടതാണ്.

ഇന്ന് പള്ളികളിൽ കോടിക്കണക്കിനു രൂപയുടെ ആഡംബരവസ്തു ക്കൾ ആർക്കും ഒരുപകാരവുമില്ലാതെ കെട്ടിക്കിടപ്പുണ്ട്. പൊൻ-വെള്ളി കുരിശുകൾ, അളിക്കാകൾ, കൊടിമരങ്ങൾ അങ്ങനെ പലതും. പൊൻ-വെള്ളി കുരിശുകൾ നിരോധിച്ചുകൊണ്ടുള്ള ഒരു ഇടയലേഖനം അടുത്ത കാലത്തിറക്കിയിരുന്നു. അത് കത്തോലിക്കാ സഭയുടേതായിരുന്നില്ല എന്നു മാത്രം. വേറെ എപ്പിസ്കോപ്പൽ സഭയുടേതായിരുന്നു. ഇങ്ങനെ യുള്ള നവീകരണാശയങ്ങൾ കത്തോലിക്കാ സഭക്ക് അന്യമാണല്ലോ?

ഇന്ന് പള്ളികളിലുള്ള എല്ലാ സ്വർണ്ണവും വെള്ളിയും വില്ക്കണം. മെത്രാൻമാരുടെ സിംഹാസനാരോഹണ മഹോത്സവങ്ങളും രാജകീയ സ്വീകരണങ്ങളും നിർത്തലാക്കണം. മെത്രാസന അരമനകളിലെ ആഡം ബര ജീവിതവും, കോടികളോളം വില വരുന്ന ആഡംബര കാറുകളും വിറ്റ് പൈസയാക്കണം. കോടികൾ മുടക്കി നടത്തുന്ന തിരുനാൾ ആഘോ ഷങ്ങളും, കരിമരുന്നു പ്രയോഗവും വേണ്ട എന്നു വയ്ക്കണം. വികാരി മാരും ബിഷപ്പുമൊക്കെ കക്ഷികളായി കോടതിക്കേസുകൾ നടന്നു

വരുന്നു. ശിക്ഷിക്കപ്പെടുന്ന കേസുകളിൽ ലക്ഷങ്ങൾ പിഴയടക്കേണ്ടി വരുന്നു. കേസുകൾ നടത്തി ലക്ഷങ്ങൾ തുലയ്ക്കുന്ന പതിവു പരിപാടി നിർത്തലാക്കണം. ഇങ്ങനെ ലാഭിക്കുന്ന സംഖ്യകളും 'കിടപ്പാട'പദ്ധതി യിലേക്ക് മുതൽക്കൂട്ടാം. അതുപോലെ സഭയുടെ മാനവും സംരക്ഷിക്കാം. അടുത്ത കാലത്തു നടന്ന കുറവിലങ്ങാട്, പെരുമ്പടവം എന്നിവിടങ്ങളിലെ മരിച്ചടക്കു കേസുകളുടെയും, ഞാറക്കൽ കോൺവെന്റു കേസുകളു ടെയും സ്വഭാവവും, കോടതിവിധികളും കേട്ടാൽ സാമാന്യ ജനങ്ങൾ അന്തിച്ചു പോകും. വിസ്തര ഭയത്താൽ വിവരിക്കുന്നില്ല. 1991 ലെ കാനോൻ നിയമം 191-ാം വകുപ്പു പ്രകാരം പള്ളിവക സ്വത്തുക്കൾ കൈ കാര്യം ചെയ്യുവാനുള്ള പരമാധികാരം അതതു പ്രാദേശിക മെത്രാനുണ്ട്. അതുകൊണ്ട് കേസുകൾക്കും മറ്റും എത്ര ചെലവാക്കുവാനും പറ്റുന്നു. ഈ ഏകാധിപത്യ നിയമം മാറ്റണമെന്ന് കാത്തോലിക്കാ സംഘടന ആവശ്യപ്പെടുന്നുണ്ട്. ദൈവാരൂപിയുണ്ടെങ്കിൽ അല്ലേ ഇതൊക്കെ കേൾക്കൂ.

നേരത്തെ സൂചിപ്പിച്ചതുപോലെ ജാതിമതഭേദമന്യേ കേരളത്തിലെ ഭൂരഹിതരുടെ പ്രശ്നം പരിഹരിക്കുക എന്നത് ഒരു സമയബന്ധിത പരിപാടിയായി സഭ ഏറ്റെടുക്കണം. ആദ്യ പരിപാടി എന്ന നിലയിൽ 100 കോടിയുടെ ഒരു ടാർജെറ്റിടണം. 2,500-പേർക്കെങ്കിലും ഇതുപകരിക്കും. അടുത്ത വർഷവും അതു തുടരണം. ആദ്യമായി പള്ളിയിൽ അനാവശ്യമായി സൂക്ഷിച്ചിരിക്കുന്ന ആഡംബര വസ്തുക്കൾ വിറ്റ് പണ മാക്കണം. പിന്നെ നേരത്തെ സൂചിപ്പിച്ചതുപോലുള്ള എല്ലാ ആഡംബര സംരംഭങ്ങളും നിർത്തലാക്കിയാൽ 100 കോടി രൂപ ലാഭിക്കാം (ഒരു പള്ളിക്കു തന്നെ 42 കോടിയാകുന്നെങ്കിൽ). ഇതുകൊണ്ടൊന്നും സഭ ദരിദ്രയാവുകയില്ല. അത്യാഡംബരവും, ധൂർത്തും, അഹങ്കാരവുമില്ലാത്ത ഒരു ഇടത്തരം മത സംഘടനയായിട്ടു തന്നെ തുടരാം.

ഇതൊക്കെയാണ് ക്രിസ്ത്യാനിറ്റി. അല്ലാതെ അധാർമ്മികമായി സമ്പാദിച്ച് അനാശാസ്യത്തിന് പിഴയടച്ചു തീർക്കലല്ല ക്രിസ്ത്യാനിറ്റി. ഇതൊക്കെ നമ്മളെപോലുള്ള സാദാ-അൽമേനികൾ പറഞ്ഞു മനസി ലാക്കി കൊടുക്കേണ്ടി വരുന്നത് കഷ്ടതരം തന്നെ. സമ്പത്തും അധികാ രവും ആഡംബരങ്ങളും അതോടനുബന്ധിച്ച സുഖലോലുപതയും കണക്കിൽ കവിഞ്ഞു കൂടുകയും ബ്രഹ്മചര്യം പോലുള്ള നിബന്ധനകൾ നിയമമാക്കുകയും ചെയ്യുമ്പോൾ ഉണ്ടാകാൻ ഏറെ സാദ്ധ്യതയുള്ള സദാ ചാര ഭ്രംശമാണ് യൂറോപ്യൻ സഭയിൽ സംഭവിച്ചത്. അതിന്റെ പകർ ച്ചവ്യാധി കേരളസഭയിലേക്ക് പകരാതിരിക്കുവാൻ സഭ - ഒരു പരിധി വരെയെങ്കിലും - ദരിദ്രയായിരിക്കുകയായിരിക്കും നല്ലത്. സഭയിലെ വൈദികരെയും മെത്രാന്മാരെയും പ്രത്യേകം വ്യക്തിപരമായിട്ടു കുറ്റം പറഞ്ഞിട്ടു കാര്യമില്ല. പാപത്തിന് പ്രചോദനം നല്കുന്ന എല്ലാ അനുകൂല സാഹചര്യങ്ങളും ഇന്ന് കത്തോലിക്കാ സഭയിൽ നില നില്ക്കുകയാണ്. ഏതായാലും യേശുവിൽ നിന്ന് വിട്ടകന്നുപോയ കത്തോലിക്കാ സഭയെ

ക്രിസ്തുവിന് ആഭിമുഖ്യമുള്ളതാക്കി തീർക്കുവാനുള്ള ഫ്രാൻസിസ് പാപ്പയുടെ "ദരിദ്രർക്കുവേണ്ടി സഭ ദരിദ്രയാകണം" എന്ന ദിവ്യ സന്ദേശം സഭ ഏറ്റെടുത്ത് പ്രാവർത്തികമാക്കിയാൽ മാത്രമേ കത്തോലിക്കാസഭ, കത്തോലിക്കാ 'തിരുസഭ'യാവുകയുള്ളു. അതുപോലെതന്നെ "മുടി ചൂടി നില്ക്കുന്ന സഭയും" ആവുകയുള്ളു.

13

വിശുദ്ധരുണ്ടാകുന്നത്......?

"സഭയിലെ പരമോന്നത അദ്ധ്യാപകൻ റോമിലെ പാപ്പയാണ്. ഒരേ വിശ്വാസത്തിൽ എല്ലാവരും റോമൻ പാപ്പയ്ക്ക് പൂർണ്ണമായും ദൈവത്തിനു കീഴടങ്ങുന്നതുപോലെ കീഴടങ്ങണം. സർവ്വശക്തനായ ദൈവത്തിന്റെ പദവികൾ ഞങ്ങൾ വഹിക്കുന്നു." *തിരുവെഴുത്തുകൾ* എന്ന പുസ്തകത്തിലൂടെ ലിയോ 10-ാമൻ മാർപ്പാപ്പ കണ്ടുപിടിച്ച "ദൈവ ശാസ്ത്ര"മാണ് മേൽകൊടുത്തിരിക്കുന്നത്. എന്നാൽ ഇവിടെ ലോകത്തിലെ കാണപ്പെട്ട ദൈവത്തിന് ലോകത്തിലെ അധികാരം മാത്രം പോരാതെ സ്വർഗ്ഗരാജ്യത്തിലെ അധികാരംകൂടി വേണമെന്നു പറഞ്ഞാലോ? ഇത്രയും ചിന്തിക്കുവാൻ കാരണം ഈ ലോകത്തു നിന്നും മരിച്ച് പരലോകത്തിലെത്തുന്നവരുടേയും ജാതകം ഈ ഭൂമിയിൽ കുറിക്കുന്നു; സഭാനേതൃത്വം അഥവാ മാർപ്പാപ്പ. അതായത് മരിച്ച വിശ്വാസികളിൽ ആരെയൊക്കെയാണ് വിശുദ്ധരാക്കേണ്ടത് എന്നു തീരുമാനിക്കുന്നത് കർത്താവല്ല, വത്തിക്കാനാണെന്ന് വരുന്നു. ഇതുവഴി രണ്ടാം പ്രമാണത്തിന്റെ ലംഘനമാണ് നടക്കുന്നത്. "ഒരു വിഗ്രഹവും നീ ഉണ്ടാക്കരുത്. നീ അവയ്ക്കു മുൻപിൽ തല കുനിക്കുകയോ (വണക്കം) ആരാധന നടത്തുകയോ അരുത്." (പുറ:20:45).

"എന്നാൽ നിങ്ങളോട് ഉപമയിൽ കൂടിയല്ലാതെ പിതാവിനെപ്പറ്റി വ്യക്തമായി പറയുന്ന സമയം വരുന്നു. അന്നു നിങ്ങൾ എന്റെ നാമത്തിൽ ചോദിക്കും. അപ്പോൾ നിങ്ങൾക്കു വേണ്ടി പിതാവിനോട് പ്രാർത്ഥിക്കും എന്നു ഞാൻ പറയുന്നില്ല. കാരണം നിങ്ങൾ എന്നെ സ്നേഹിക്കുകയും ഞാൻ പിതാവിൽ നിന്നും വന്നു എന്ന് വിശ്വസിക്കുകയും ചെയ്തതിനാൽ പിതാവു തന്നെ നിങ്ങളെ സ്നേഹിക്കുന്നു. ഞാൻ പിതാവിൽ നിന്നും ലോകത്തിലേക്കു വന്നു. വീണ്ടും ലോകം വെടിഞ്ഞ് പിതാവിന്റെ അടുക്ക

ലേക്കുപോകുന്നു." (യോഹ. 16:2528). ഇവിടെ നിങ്ങൾക്കുവേണ്ടി പിതാ വിനോട് പ്രാർഥിക്കും എന്ന് യേശു പറയുന്നില്ല. കാരണം പിതാവായ ദൈവത്തെ നിങ്ങൾ സ്നേഹിച്ചാൽ പുത്രരെന്ന നിലയിൽ നിങ്ങൾ ചോദി ക്കുന്നതെന്തും തരുമെന്ന് യേശു പറയുന്നു. നിങ്ങൾ ചോദിക്കുന്നതിനു മുൻപെ നിങ്ങളുടെ ആവശ്യമെന്തെന്ന് പിതാവിനറിയാം, എന്നും കൂടി പറഞ്ഞ യേശുവചനങ്ങൾ വിശ്വസിച്ചാൽ പോരെ? ദൈവത്തെ 'ആബാ പിതാവെ' എന്നു വിളിക്കുവാനുള്ള അവകാശമാണ് യേശു മനുഷ്യനു നൽകിയത്" (റോമക്കാർ 8:1517). അപ്പോൾ ആ പിതാവിനോട് പ്രാർഥി ക്കുവാൻ മധ്യസ്ഥരെ കൂട്ടുപിടിക്കുന്നത് യേശുവിന്റെ പഠനങ്ങളെ ദുർബ്ബലപ്പെടുത്തുകയാണ്.

എല്ലാ മരിച്ചവരോടുമൊപ്പം നിദ്രകൊള്ളുന്ന ചിലരെ മാത്രം നിത്യ വിധിക്കുമുമ്പേ സ്വർഗ്ഗാരോഹണം നടത്തി വിശുദ്ധരാക്കി, രൂപക്കൂട്ടിലാക്കി, മുൻപിൽ തിരികത്തിച്ച്, വലിയ ഭണ്ഡാരക്കുറ്റി സ്ഥാപിച്ച്, ലദീഞ്ഞും നൊവേനയും നടത്തി, പണ സമ്പാദനം നടത്തുന്ന ഒരു പ്രവണത കത്തോലിക്കാസഭയിൽ മാത്രം കാണുന്ന ദുരാചാരമാണ്.

ഇന്ത്യയിൽ ആദ്യമായി ഒരു വിശുദ്ധയുണ്ടായി. വി. അൽഫോൺ സാമ്മ. 2008 ഒക്ടോബർ 12-ാം തിയതി വിശുദ്ധയായി പ്രഖ്യാപിച്ചു. നവംബർ 9 ന് പ്രൗഢഗംഭീരമായി ഭരണങ്ങാനത്ത് ഇതോടനുബന്ധിച്ച ചടങ്ങുകൾ നടന്നു. ഭാരതസഭയുടെ ഒരു ചരിത്ര സംഭവമായിരുന്നു. എളി മയുടേയും, സഹനത്തിന്റേയും പ്രതീകമായിരുന്നു അൽഫോൺസാമ്മ. അതുകൊണ്ടുതന്നെയാണ് വിശുദ്ധയായതും. മനുഷ്യസേവനത്തിനൊ ന്നും അവസരം കിട്ടിയതുമില്ലല്ലോ? എന്നാൽ, എളിമയുടെ വിശുദ്ധയെ സഭ എളിയരീതിയിൽ അല്ല വിശുദ്ധയായി പ്രഖ്യാപിച്ചത്. സഭയുടെ അന്തസ്സിനും അഭിമാനത്തിനും ഒരു കുറച്ചിലും വരാതെ തന്നെ നാമകര ണച്ചടങ്ങ് കൊണ്ടാടി. അതൊരുത്സവമാക്കിമാറ്റി. പതിനായിരങ്ങൾ തടിച്ചുകൂടി. 10000 കാറുകൾ എത്തിച്ചേർന്ന വിവരം വിശ്വാസികളേയും, അവിശ്വാസികളേയും ലുത്തിനിയപോലെ പറഞ്ഞുകേൾപ്പിച്ചു കൊണ്ടേ യിരുന്നു. സുന്ദരവും, വിശാലവുമായ അലങ്കാരപ്പന്തൽ, എല്ലാവിധ അധികാരചിഹ്നങ്ങളും, വർണ്ണശബളമായ ഉടയാടകളും, മുതലവായൻ തൊപ്പിയും, അംശവടിയുമെല്ലാമായി 60 ഇടയന്മാർ അണിനിരന്നു നിന്ന പ്പോൾ അതൊരഴകായിരുന്നു. അതിലുപരി ഹൈരാർക്കി സിസ്റ്റത്തിന്റെ പ്രൗഢഗംഭീരമായ ഒരു പ്രകടനം കൂടിയായിരുന്നു. വേദിയിൽ ലളിതമായി വസ്ത്രധാരണം ചെയ്ത ഒരാളുണ്ടായിരുന്നു. അക്രൈസ്തവനായ മുൻ ഇൻഡ്യൻ രാഷ്ട്രപതി ഡോ.എ.പി.ജെ. അബ്ദുൾകലാം.

ഇവിടെ ഈ സാഹചര്യത്തിൽ ഒരു നാമകരണച്ചടങ്ങു നടക്കണ മെങ്കിൽ ലക്ഷങ്ങൾ ചെലവിടേണ്ടിവരുന്നു. വിശുദ്ധരാകണമെങ്കിൽ സാമ്പത്തികവും ഒരു ഘടകമായിവരുന്നു. വർഷങ്ങളായി ഭരണങ്ങാന ത്തും, വത്തിക്കാനിലും ഓരോ ഓഫീസുകൾ തുറന്നിരുന്നെന്നും, അതി

ലേക്കു വേണ്ട ചെലവുകൾ ഭരണങ്ങാനത്തുള്ള അൽഫോൺസാമ്മയുടെ കബറിടത്തുങ്കൽ നിന്നും കിട്ടിയ നേർച്ചസംഖ്യകൊണ്ട് നടത്തിയെന്നും അറിയുന്നു. പിന്നെ നാമകരണത്തോടനുബന്ധിച്ച് വത്തിക്കാനിലും ഭരണ ങ്ങാനത്തും കൂടി വന്ന ചെലവുകൾ എത്രലക്ഷമായിരിക്കും? അതിവിടെ പ്രശ്നമല്ല. കാരണം അൽഫോൺസാമ്മയുടെ കബറിടത്തിൽ വീണു കിട്ടിയ സംഖ്യ എല്ലാ ചെലവിനേക്കാൾ അധികമായിരിക്കും. ഇതിന്റെ യൊന്നും കണക്കുകൾ വിശ്വാസികൾക്കറിഞ്ഞുകൂട. പണമത്രയും മെത്രാസനത്തിലേക്ക് പോകുന്നു.

60-65 കൊല്ലങ്ങൾക്ക് മുൻപ് ഓസ്ട്രിയക്കാരിയായ ഡെങ്കൽസ് എന്നു പേരുള്ള ഒരു ഡോക്ടർ ഇന്ത്യയിൽ വന്നു. ആതുര സേവനത്തി നുവേണ്ടി വന്ന ആ ലേഡീഡോക്ടർ മെഡിക്കൽ മിഷൻ എന്ന ഒരു സ്ഥാപനത്തിന് രൂപം നല്കി. അന്നുകാലത്ത് അതൊരു ആവശ്യം തന്നെ യായിരുന്നു. കാരണം മെഡിക്കൽ സൗകര്യങ്ങൾ നാട്ടിൽ കുറവായിരു ന്നല്ലോ. മദർ ഡെങ്കൽസ് എന്നറിയപ്പെട്ടിരുന്ന ആ സന്ന്യാസിനിയെ വിശുദ്ധയാക്കുന്നതിനുള്ള ആലോചനകളും, നീക്കങ്ങളും ഓസ്ട്രിയാ യിലും ഇന്ത്യയിൽത്തന്നെയും നടന്നു. ഇന്ത്യയിലെ മെഡിക്കൽമിഷൻ സഭയോട് ഇതേപ്പറ്റി ആലോചിച്ചപ്പോൾ വളരെ ചെലവുള്ളതുകൊണ്ടും അങ്ങനെ ചെലവു ചെയ്ത് വിശുദ്ധയാക്കുന്നതിൽ താല്പര്യമില്ലാ ത്തതുകൊണ്ടും ആ സംരംഭം വേണ്ടെന്നുവെച്ചതായിട്ടും അറിയുവാൻ കഴിഞ്ഞു. ചിലപ്പോൾ സഭയ്ക്ക് ഏറെ താല്പര്യങ്ങൾ ഉണ്ടായിരി ക്കുകയും, സാമ്പത്തിക ബാദ്ധ്യത ഇല്ലാതെ വരുകയും ചെയ്യുന്ന സാഹചര്യത്തിൽ അതൊന്നും കണക്കാക്കാതെയും വിശുദ്ധരാക്കാറുണ്ട്.

11-ാം നൂറ്റാണ്ടിൽ ആരംഭിച്ച ഇൻക്വസിഷൻ (മതപീഡനം) താണ്ഡ വമാടി തകർത്ത ഒരു രാജ്യമായിരുന്നു സ്പെയിൻ. ആയിരങ്ങളെ കൊ ന്നൊടുക്കിയ മതപീഡനങ്ങൾക്ക് മെത്രാന്മാർ നേതൃത്വം കൊടുത്തിരുന്നു. ഭരണം മെത്രാന്മാരുടെ സ്വാധീനത്തിലുമായിരുന്നു. ഈ ഭീകരവാഴ്ചക്കെ തിരെ ജനങ്ങൾ ഇളകി മറിഞ്ഞു. ഭരണം ഏറ്റെടുത്തു. 1930 ൽ അവിടെ റിപ്പബ്ലിക്കൻ ഗവൺമെന്റുണ്ടായി. ഈ ഗവൺമെന്റിനെ അട്ടിമറിക്കാൻ സഭ വിമോചനസമരത്തിന് നേതൃത്വം നല്കി. കുപ്രസിദ്ധ ഏകാധിപതി ഫ്രാങ്കോ എന്ന പട്ടാള ഉദ്യോഗസ്ഥനായിരുന്നു നേതാവ്. ഇയാൾ ഹിറ്റ്ല റിന്റേയും മുസ്സോളിനിയുടേയും സഹകാരി. പോപ്പിന്റെ അടുത്ത ആളും. പോപ്പിനു കൂടാൻ പറ്റിയ ആൾക്കാരുതന്നെ. ഈ അവിഹിത കൂട്ടുകെ ട്ടാണ് പിന്നീട് ലോകമഹായുദ്ധത്തിനുപോലും വഴി മരുന്നിട്ടതെന്ന് തോന്നിപ്പോകുന്നു. ഏതായാലും മേല്പറഞ്ഞ വിമോചനസമരത്തിൽ പങ്കാളികളായ 498 പേരെയാണ് ഒറ്റയടിക്ക് വാഴ്ത്തപ്പെട്ടവരായിട്ട് പ്രഖ്യാ പിച്ചത് എന്നാണ് വാർത്ത. അതുപോലെ തന്നെ ജപ്പാനിൽ 188 പേരെ വിശുദ്ധരായി പ്രഖ്യാപിച്ചതായി വാർത്ത വന്നിരിക്കുന്നു. (*മലയാള മനോരമ*) 1633 നും 1639 നും ഇടയ്ക്ക് മതപീഡനത്തെ തുടർന്ന് രക്തസാ

ക്ഷികളായവരാണ് ഇവരെന്നാണ് സഭാപഠനങ്ങളിൽ പറയുന്നത്. അത്
അങ്ങനെ തന്നെ ആയിരിക്കട്ടെ. ഏതായാലും 1981 ൽ ജോൺപോൾ
രണ്ടാമൻ മാർപ്പാപ്പ ജപ്പാൻ സന്ദർശിച്ചപ്പോൾ ആണ് ഈ തീരുമാനം
ഉണ്ടായത്.

ആധുനിക യുഗങ്ങളിലെ വിശുദ്ധരിൽ പലരും സഭയുടെ പീഡന
ങ്ങൾ ഏറ്റുവാങ്ങിയിട്ടുള്ളവരാണ്. ഇന്നു വിശുദ്ധപദവിയിലേക്ക് ഉയർത്തി
യിരിക്കുന്ന ജൊവാൻ ഓഫ് ആർക്കിനെ ഇൻക്വസിഷന്റെ പേരിൽ
ജീവനോടെ തീയിലിട്ടു ചുട്ടുകരിച്ചതാണ്. 1431 ൽ കൊല ചെയ്തു. 1931 ൽ
വിശുദ്ധയാക്കി. വി. യോഹന്നാൻ ക്രൂസിനെ ലജ്ജാകരങ്ങളായ ആരോ
പണങ്ങൾ ഉന്നയിച്ച് ശിക്ഷിക്കുവാനുള്ള ഗൂഢാലോചനകൾ നടന്നതാണ്.
അവസാനം അദ്ദേഹം ഉദ്യോഗം രാജിവെച്ച് പെനിവേൽ മരുഭൂമിയിലേക്ക്
പോയതായിട്ടാണ് ചരിത്രം. ജീവിതം പണയം വെച്ച് മൊളോക്കോ
ദ്വീപിലെ കുഷ്ഠരോഗികളെ ശുശ്രൂഷിക്കാൻ പോയ മഹാത്യാഗിയായ
ഫാ:ഡാമിയനെ പരിഹസിച്ച് പീഡിപ്പിച്ചു. അഭിനവക്രിസ്തു എന്നുപോ
ലും പാടിപ്പുകഴ്ത്തപ്പെട്ട ഫ്രാൻസീസ് അസ്സീസിയെ അന്നത്തെ മാർപ്പാപ്പ
'പന്നി' എന്നാണ് സംബോധന ചെയ്തിരുന്നത്. അടുത്ത പോപ്പ് വന്ന
പ്പോൾ ഇതൊക്കെ തിരുത്തിക്കുറിച്ച് ബഹുമാനിച്ചാദരിച്ചു എന്നുള്ളതും
മറച്ചുവെക്കുന്നില്ല. ആവിലായിലെ അമ്മ ത്രേസിയേയും സഭ പോരു
കുത്തിയിരുന്നു. എന്തിന് ആദ്യകാലങ്ങളിൽ മദർതെരേസയെ 'മഠം ചാടി'
എന്ന് പരിഹസിക്കുമായിരുന്നു. ഇതിനൊക്കെ കാരണം ഈ പുണ്യാ
ത്മാക്കളോളം ആത്മീയ വളർച്ച സഭാ നേതൃത്വത്തിന് ഇല്ലാതായിപ്പോയി
എന്നുള്ളതാണ്.

ഭൂമി ഉരുണ്ടതാണെന്നും, സൂര്യനുചുറ്റും അത് സ്വയം കറങ്ങി വലം
വയ്ക്കുന്നു എന്നും സ്ഥാപിച്ച ഗലീലിയോയെ 1633 ൽ ദൈവദൂഷണ
ക്കുറ്റം ചുമത്തി കാരാഗൃഹത്തിൽ അടച്ച് പീഡിപ്പിച്ചു. അവസാനം ഉരുണ്ട
ഭൂമി പരന്നതാണെന്ന് എഴുതിവാങ്ങിയശേഷമാണ് കാരാഗൃഹത്തിൽ
നിന്നും വിട്ടയച്ചത്. ഉരുണ്ടഭൂമിയെ പരത്തിയെടുത്ത് ബിഷപ്പിന്റെ കൈ
യിൽ കൊടുക്കുന്ന ഒരു കാർട്ടൂൺവരെ ഇറങ്ങി പ്രചരിച്ചതാണ്. ഏതാ
യാലും ഭൂമികേന്ദ്രീകൃതമായ ഒരു സൗരയൂഥ ദൈവശാസ്ത്രമായിരുന്നു
അന്നു സഭയിലുണ്ടായിരുന്നത്. എന്നാൽ ഇന്ന് ഗലീലിയോ ടെലസ്കോപ്പ്
കണ്ടുപിടിച്ചതിന്റെ 400-ാം വാർഷികം ആഘോഷിക്കുന്നതോടൊപ്പം
തടവിൽ പാർപ്പിച്ച വത്തിക്കാൻ ഗാർഡനിൽ തന്നെ അദ്ദേഹത്തിന്റെ
പ്രതിമ സ്ഥാപിച്ച് ആദരിക്കുകയാണ് സഭ. വത്തിക്കാൻ പൊന്തിഫിക്കൽ
അക്കാദമി ഓഫ് സയൻസാണ് ഇതിനു മുൻകൈയെടുത്തത്. അങ്ങനെ
പരിശുദ്ധ റൂഹയുടെ സഹവാസവും തെറ്റാവരവും എന്നുവേണ്ട
എല്ലാവിധ ദൈവരൂപികളും നിറഞ്ഞ് 'മുടിചൂടി' നില്ക്കുന്ന സഭയ്ക്ക്
ഒരു തെറ്റുതിരുത്തി ശരി കണ്ടുപിടിക്കുവാൻ 400 വർഷങ്ങൾ വേണ്ടി
വന്നു. ഈ കാലയളവിൽത്തന്നെ 1600 ൽ ഇതേപോലൊരു കണ്ടുപിടി

ത്തത്തിന് 'ബ്രൂണോ' എന്ന ശാസ്ത്രജ്ഞനെ ചുട്ടുകൊന്നത് ഈ സന്ദർ
ഭത്തിൽ ഓർത്തുപോകുന്നു. ഗലീലിയോയുടെ പ്രതിമ തിരുസ്വരൂപമായി
മാറിക്കൂടെ? അതിനു 400 കൊല്ലം വേണ്ടിവരില്ലായിരിക്കും. ഏറെക്കുറെ
ഇതേകാലഘട്ടത്തിൽ മാർട്ടിൻ ലൂഥറും ഒരു ശരി പറഞ്ഞു. ആ ശരി
പറച്ചിലിന്റെ പ്രതിഫലം മഹറോനായിരുന്നു. ശാപമായിരുന്നു. പണം
വാങ്ങി 'പാപദണ്ഡവിമോചനം' നടത്തിയ ദൈവദ്രോഹത്തിനെതിരെ
ശബ്ദിച്ച " ശരി" കണ്ടുപിടിക്കാൻ 400 വർഷം പോരെ? ഗലീലിയോയുടെ
ഭൗതികശാസ്ത്രമാണെങ്കിൽ ലൂഥറിന്റെ ദൈവശാസ്ത്രമാണെന്നു
മാത്രം. ലൂഥറിന്റെ പ്രതിമ സ്ഥാപിക്കാൻ 400 വർഷം മതിയാവുകയില്ലേ?

12-ാം പീയൂസ്പാപ്പയെ വിശുദ്ധനായിട്ടു പ്രഖ്യാപിക്കുന്നതിനുള്ള
പ്രാരംഭനടപടികൾ വത്തിക്കാനിൽ ആരംഭിച്ചു കഴിഞ്ഞു. 40 ലക്ഷം
യഹൂദരെ കൂട്ടക്കൊലചെയ്ത ക്രൂരനെന്ന് ലോകർവിളിക്കുന്ന ഹിറ്റ്ലറുടെ
ചെയ്തികൾക്കെതിരെ ഒരക്ഷരം പറയാൻ മടിച്ചുനിന്ന 12-ാം പീയൂസിനെ
വിശുദ്ധനാക്കുന്നതിനെതിരെ യൂദർ രംഗത്തെത്തിക്കഴിഞ്ഞു. 20-ാം
നൂറ്റാണ്ട് കണ്ടതിൽവെച്ചേറ്റവും ക്രൂരന്മാരായ ഏകാധിപതികൾ ആയി
രുന്നു ഹിറ്റ്ലർ, മുസ്സോളിനി, ഫ്രാങ്കോ എന്നിവർ. മൂന്നുപേരും കത്തോ
ലിക്കർ. 12-ാം പിയൂസിന്റെ സുഹൃത്തുക്കൾ. ജൂതർക്കെതിരെ നടത്തുന്ന
കൂട്ടക്കൊലയെ അപലപിക്കുന്ന പ്രഖ്യാപനത്തിൽ ഒപ്പുവയ്ക്കുവാൻ
പോപ്പ് തയ്യാറായില്ല. പ്രൊട്ടസ്റ്റന്റുകാരോടും യഹൂദരോടും കമ്യൂ
ണിസ്റ്റുകാരോടുമുള്ള വിരോധമായിരിക്കണം കാരണങ്ങൾ. ഏതായാലും
യഹൂദകൂട്ടക്കൊലയെ അപലപിക്കാതിരുന്നത് സഭാ ചരിത്രത്തിലെ ഒരു
തീരാക്കളങ്കമായി എന്നെന്നും നിലനില്ക്കും.

കുപ്രസിദ്ധ ഗോവൻ ഇൻക്വസിഷനെപ്പറ്റി വിവരിക്കുന്നില്ല. ഏതാ
യാലും 1545 ൽ വിശുദ്ധ ഫ്രാൻസിസ് സേവ്യരും, ഇഗ്നേഷ്യസ് ലെ
യോളായും കൂടിയാണ് പോർട്ടുഗീസ് രാജാവിനോട് ഇൻക്വസിഷിനുള്ള
അനുവാദത്തിനു അപേക്ഷ നല്കിയത്. 1560 ൽ മതദ്രോഹവിചാരണ
ക്കോടതി ഗോവയിൽ ആരംഭിച്ചു. ഇൻഡ്യൻ ചരിത്രകാരൻ ആനന്ദ് കെ
പ്രയോൽക്കർ *ദി ഗോവാ ഇൻക്വസിഷനിൽ* ഗോവയിൽ നടന്ന ഇൻക്വസി
ഷന്റെ ഭീകരരൂപം അനാവരണം ചെയ്യുന്നുണ്ട്. 'ഒന്നുകിൽ മാമ്മോദീസാ
അല്ലെങ്കിൽ മരണം' – എന്നുവരെ പോയി കാര്യങ്ങൾ. വഴിവക്കുകളിൽ
വിറകടുക്കി പരസ്യമായി മനുഷ്യനെ ചുട്ടുകരിക്കുന്നതെന്തിനുവേണ്ടി
യാണെങ്കിലും ഒരു ക്രിസ്തുവിന്റെ അനുയായിക്ക് അത് അംഗീകരിക്കാൻ
പറ്റുമോ? വിശുദ്ധരാകുന്നതിന്റെ ദൈവശാസ്ത്രം പഠിക്കാത്ത സാദാ
ക്രിസ്ത്യാനിക്ക് തോന്നിയേക്കാവുന്ന സംശയങ്ങളാണിതൊക്കെ. ഗോവ
യിൽ 5 അടി ഘനവും, 200 മുറികളുമുണ്ടായിരുന്ന കെട്ടിടം. അതൊരു
സുൽത്താന്റെ വകയായിരുന്നു. പോർട്ടുഗീസുകാരുടെ കൈവശം വന്നു.
അതായിരുന്നു മരണത്തിന്റെ കെട്ടിടം. അഥവാ ഇൻക്വസിഷന്റെ കെട്ടിടം.
അതിന്റെ വാതിലുകൾ നരകവാതിലുകളായിരുന്നു. 1859 ൽ ഫ്രാൻസിസ്

സേവ്യറുടെ ശരീരം പുറത്തെടുത്ത് പ്രദർശിച്ചപ്പോഴാണ് ആ കെട്ടിടം പൊളിച്ചു കളഞ്ഞത്.

ലെയോ 13-ാം മാർപ്പാപ്പ വിശുദ്ധനായില്ല. സോഷ്യലിസ്റ്റുപാപ്പ എന്നായിരുന്നു അപരനാമം. ജീവിക്കാനുള്ള വേതനം തൊഴിലാളിക്കു കൊടുക്കണമെന്നു പറഞ്ഞു. 'റേരും-നേവരും' - എന്ന അദ്ദേഹത്തിന്റെ തിരുവെഴുത്ത് 'തൊഴിലാളിപ്പട്ടയം' എന്നാണ് കണക്കാക്കിയത്. സ്വത്തും, സൈന്യവുമല്ല പാപ്പ അധികാരമെന്നും ഉദ്ബോധിപ്പിച്ചു. ആറാം പിയൂ സ്പാപ്പ വിശുദ്ധനായില്ല. അദ്ദേഹം പറഞ്ഞു "ഫ്യൂഡലിസത്തിന്റെയും, രാജത്വത്തിന്റെയും രീതികളും അടയാളങ്ങളും സഭ പാടേ ഉപേക്ഷിക്കേണ്ടിയിരിക്കുന്നു."

ഇവിടെ വിശുദ്ധ പദവിക്കുപോലും ശാശ്വതമായ നിലനില്പില്ല. 1960-70 കാലഘട്ടങ്ങളിൽ 200 വിശുദ്ധരെ നീക്കം ചെയ്തിട്ടുണ്ട് എന്ന് കേട്ടുകാണും. വി. ഗീവർഗ്ഗീസും, വി. ഫിലോമിനയും ഇവരിലുൾപ്പെടും. എന്നാൽ എടത്വ, ഇടപ്പള്ളി, അരുവിത്തുറ എന്നിവിടങ്ങളിൽ ഇക്കാര്യം പറഞ്ഞാൽ സത്യക്രിസ്ത്യാനിയുടെ കൈയിൽ നിന്നും തല്ലുകൂടി കിട്ടും. മാർപ്പാപ്പ ഇതൊക്കെ പള്ളിയിൽ പോയി പറഞ്ഞാൽ മതി എന്നു കൂടി പറഞ്ഞെന്നുമിരിക്കും. അതുപോലെ തന്നെയായിരിക്കും മൈസൂരിൽ വി. ഫിലോമിനയുടെ കാര്യവും. കാലകാലങ്ങളായി വിശുദ്ധരായി ദൈവാലയത്തിലെ രൂപക്കൂട്ടിൽ സ്ഥാപിച്ച് വണങ്ങി, തിരികത്തിച്ച്, നേർച്ചയിട്ട്, പെരുന്നാളും പ്രദക്ഷിണവും വെടിക്കെട്ടും, ഗാനമേളയും നടത്തി ഉദ്ദിഷ്ട കാര്യങ്ങൾ നേടിയും ലക്ഷങ്ങൾ സമ്പാദിച്ചും ചെലവിട്ടും കഴിഞ്ഞശേഷം വിശുദ്ധനല്ലെന്നുപറഞ്ഞാൽ സഭയുടെ പഠനങ്ങൾക്കും വിശ്വാസ പ്രഖ്യാപനങ്ങൾക്കും തെറ്റാവരത്തിനുമൊക്കെ എന്തു വിശ്വാസ്യതയാണ് ഉള്ളത്? വിശുദ്ധരാക്കുമ്പോഴും, പുറന്തള്ളുമ്പോഴും തെറ്റാവരത്തിന് 'പ്രസാദവരങ്ങൾ' പ്രസാദിക്കാതെ പോകുന്നതെന്തേ? സ്വർഗ്ഗരാജ്യത്തിൽ ഉന്നതസ്ഥാനം കൊടുക്കുന്നതും ആ വിശുദ്ധസ്ഥാനം റദ്ദാക്കുന്നതും നിസ്സാരകാര്യമല്ല?

ആറുദശാബ്ദകാലത്തെ നിരന്തരമായ അന്വേഷണങ്ങളും തെളിവെടുപ്പുകളും മറ്റു നടപടിക്രമങ്ങളും പൂർത്തിയാക്കിയ ശേഷമാണ് അൽഫോൺസാമ്മയെ വിശുദ്ധയായി പ്രഖ്യാപിച്ചത്. വമ്പിച്ച സാമ്പത്തിക ചെലവുകളുമുണ്ടായി. എന്നാൽ സഭയുടെ ഭൗതിക താല്പര്യങ്ങൾക്കു വേണ്ടി സ്പെയിനിൽ വിമോചനസമരം നടത്തി മരിച്ച 498 പേരെ വിശുദ്ധരാക്കിയപ്പോൾ മേൽസൂചിപ്പിച്ചതുപോലെ വ്യക്തിപരമായി പ്രത്യേകം പ്രത്യേകം ഓരോരുത്തരുടേയും ഭൂതകാലജീവിത ശുദ്ധിയെയും പറ്റി മറ്റും സൂക്ഷ്മമായ അന്വേഷണങ്ങൾ നടന്നിരിക്കുമോ? ഇവിടെ സ്വന്തം ജീവിത വിശുദ്ധികൊണ്ടും സഭയ്ക്കുവേണ്ടി മരിക്കുന്നതു വഴിയും

വിശുദ്ധരാകാമെന്നുവരുന്നു. ഈ സാഹചര്യത്തിൽ 1959 ൽ കേരളത്തിൽ നടന്ന വിമോചനസമരത്തിൽ ഫ്ളോറിയുൾപ്പെടെ രക്തസാക്ഷികളായ 19 പേരെ വാഴ്ത്തപ്പെട്ടവരാക്കേണ്ടതല്ലേ?

മരിച്ചവർക്ക് സ്വർഗ്ഗത്തിൽ കിട്ടുന്ന സ്ഥാനമഹിമകളെപറ്റി യേശു ഒരു സൂചനപോലും നല്കിയിട്ടില്ല. ആയതിനാൽ അപ്പസ്തോലപഠനങ്ങളിലും ആദിമസഭാപാരമ്പര്യങ്ങളിലും ഇതൊന്നും പരാമർശിക്കുന്നതു പോലുമില്ല. എങ്കിലും പരമപിതാവായ ദൈവത്തിന്റെ മാത്രമായ അധികാരങ്ങൾ ഒരു പേടിശങ്കയും കൂടാതെ അല്പനായ മനുഷ്യൻ സഭാ അധികാരത്തിന്റെ ഹുങ്കിൽ ചെയ്തുകൊണ്ടേയിരിക്കുന്നു.

14

പുതിയ ആത്മീയ പ്രസ്ഥാനങ്ങൾ

എല്ലാ ക്രൈസ്തവസഭകളുടേയും ഐക്യത്തിനു വേണ്ടിയുള്ള ശ്രമങ്ങൾ വത്തിക്കാൻ കേന്ദ്രമായി നടന്നുവരുകയാണ്. അതിനായി പൊന്തിഫിക്കൽ കൗൺസിൽ രൂപീകരിച്ച് പ്രവർത്തനങ്ങൾ തുടങ്ങിയിട്ട് അരനൂറ്റാണ്ടായി. ആദ്യ കാലങ്ങളിൽ അകത്തോലിക്കരായ മറ്റ് എപ്പി സ്കോപ്പൽ സഭകളുമായിട്ടായിരുന്നു ഐക്യസംഭാഷണങ്ങൾ നടന്നി രുന്നത്. എന്നാൽ ഇന്ന് ആ സാഹചര്യം ഏറെ മാറിവന്നിരിക്കുന്നു. കാര ണം, ഇവാഞ്ചലിക്കൽ-പെന്തക്കോസ്ത്- കരിസ്മാറ്റിക് പ്രസ്ഥാനങ്ങൾ ഇവയൊക്കെ അതിശക്തമായി വളർന്നുകൊണ്ടിരിക്കുകയാണ്. അഭൂ തപൂർവ്വമായ ഒരു വളർച്ചാനിരക്കാണ് ഇവരുടേത്. (ഒരു വർഷം 1900000 എന്ന കണക്കിലാണന്നു അമേരിക്കയിലെ ഗ്ലോബൽ ക്രിസ്റ്റ്യാനിറ്റി വെളിപ്പെടുത്തുന്നു.)

വ്യവസ്ഥാപിത മതങ്ങളുടെ നിയമനിയന്ത്രണങ്ങളിൽ നിന്നും വിട്ടകന്നു കൊണ്ടുള്ള പുതിയ ആത്മീയ പ്രസ്ഥാനങ്ങളായ 'സെക്ടുകൾ' അതിവേഗം വളർന്നുകൊണ്ടിരിക്കുന്നു. യേശുവിന്റെ ദർശനങ്ങളിൽ നിന്നും ഏറെ വിട്ടകന്ന് സ്ഥാപനവല്ക്കരിക്കപ്പെട്ട ഒരു പ്രസ്ഥാനമോ, കോർപ്പറേറ്റ് മാനേജ്മെന്റോ ആയിപ്പോകുന്ന കത്തോലിക്കാ സഭപോ ലുള്ള ക്രൈസ്തവ സഭകളിൽ നിന്നും യഥാർത്ഥ ക്രിസ്ത്യാനികൾ ഓടിയകലുന്നതിൽ അതിശയിക്കേണ്ടതില്ല. ക്രിസ്തുവിനെ വിശ്വസിച്ച് അനുഗമിക്കേണ്ടവരാണ് ക്രിസ്ത്യാനികൾ. "ശുദ്ധമാന കത്തോലിക്കാ പള്ളിയിലും ഞാൻ വിശ്വസിക്കുന്നേൻ" എന്ന ഒരു വാചകത്തിന്റെ പിൻ ബലത്തിൽ കോൺസ്റ്റന്റയിൻ ചക്രവർത്തി രൂപകല്പന ചെയ്തെടുത്ത കത്തോലിക്കാ സഭയുടെ നേതൃത്വത്തിൽ നടക്കുന്ന എല്ലാ അക്രൈ സ്തവ നടപടികളെയും ഉൾക്കൊള്ളുവാൻ പറ്റില്ലെന്ന് ഒരു തിരിച്ചറിവു

ണ്ടാകുന്നവർ സഭയെ വിമർശിക്കുകയോ, വിട്ടുപോവുകയോ ചെയ്യുന്നു. ചോദ്യം ചെയ്യപ്പെടാതെ കത്തോലിക്കാ സഭയിൽ പൂർണ്ണമായി വിശ്വസി ക്കുകയും, കല്പനകൾ അനുസരിക്കുകയും, കൂദാശകൾ കർക്കശമായി അനുഷ്ഠിക്കുകയും ചെയ്താൽ- നിന്റെ ആത്മരക്ഷയുടെ കാര്യം ഞങ്ങ ളേല്ക്കാം, എന്ന സഭയുടെ ഉടമ്പടി മനോഭാവമാണ് ഇന്നും നിലനില്ക്കു ന്നത്. ഈ മനുഷ്യ ഉടമ്പടിയിൽ വീഴുന്നവരുടെ എണ്ണം കുറഞ്ഞു വരുന്നു.

യേശുവിന്റെ പഠനങ്ങൾക്കും ഉപദേശങ്ങൾക്കും എതിർ സാക്ഷ്യം പറയുകയും പ്രവർത്തിക്കുകയും, ചെയ്യുന്ന ഒരു പ്രസ്ഥാനമായിട്ട് കത്തോലിക്കാ സഭ രൂപാന്തരപ്പെട്ടിരിക്കുന്നു. എ ഡി -325 നു ശേഷമുള്ള സഭയുടെ ചരിത്രം ഇത് സാക്ഷ്യപ്പെടുത്തുന്നു. 1700 വർഷത്തെ സഭാ ചരിത്രമെടുത്തു നോക്കിയാൽ ഇത്രയും മനുഷ്യക്കുരുതിയും, രക്തച്ചൊരിച്ചിലും നടത്തിയിട്ടുള്ള മറ്റൊരു മതവും ഇല്ല തന്നെ. (ഉദാ: കുരിശു യുദ്ധങ്ങൾ, ഇൻക്വസിഷൻ, പ്രൊട്ടസ്റ്റന്റു കലാപം, ദുർമന്ത്ര വാദിനി വേട്ട - etc.) ഏതു മതദർശനമാകട്ടെ, പ്രത്യയശാസ്ത്രമാവട്ടെ - അതൊക്കെ ചരിത്രത്തിൽ എന്തൊക്കെ നന്മ-തിന്മകൾ ചെയ്തിട്ടുണ്ട് എന്നു നോക്കിയാണ് വിലയിരുത്തുന്നത്. ഇതു കൂടാതെ മദ്ധ്യയുഗ ങ്ങളിലെ സഭാ നേതൃത്വത്തിന്റെ അസാന്മാർഗ്ഗിക ജീവിതവും, കൊലപാ തകങ്ങളും, അധികാര വടംവലികളുമൊക്കെ സഭാചരിത്രത്തിൽ തന്നെ രേഖപ്പെടുത്തിയിരിക്കുന്നു- നിഷേധിക്കുവാൻ പറ്റാത്ത വിധത്തിൽ. അതുകൊണ്ട് ഇവിടെ 'ശുദ്ധമാന കത്തോലിക്കാപള്ളി' മുടിചൂടി നില് ക്കുന്നു' എന്നോ, സഭക്ക് അപ്രമാദിത്വമുണ്ട് എന്നോ, പരിശുദ്ധാത്മാവിന്റെ സഹവാസമുണ്ടെന്നോ ഒക്കെ എത്ര ഇടയലേഖനമെഴുതിപ്പറഞ്ഞാലും ചരിത്രസംഭവങ്ങൾ മാത്രം മാറ്റമില്ലാതെ നിലനിൽക്കും.

കാലാനുസൃതമായ മാറ്റങ്ങളോടെ സഭാപൗരോഹിത്യം തെറ്റുകൾ ഇന്നും തുടരുന്നു. കൂദാശകളുടെ നിരക്കുകൾ വച്ചുള്ള കച്ചവടം നടത്തു ന്നു. ദൈവത്തിന്റെ അധികാരം ഭൂമിയിലെ വെറും മനുഷ്യരായ പുരോ ഹിതർ സ്വയം ഏറ്റെടുത്ത് പുണ്യവാന്മാരെ വാഴിക്കുന്നു. ഇവരുടെയൊ ക്കെ പ്രതിമയുണ്ടാക്കി നേർച്ചപ്പെട്ടി വച്ച് ധനസമ്പാദനം നടത്തുന്നു. മരിച്ച വിശ്വാസികളെ എളുപ്പത്തിൽ സ്വർഗ്ഗത്തിലെത്തിക്കുവാൻ നിശ്ചിത റേറ്റിൽ പുരോഹിതർക്ക് പണം കൊടുത്ത് പൂജ ചെയ്യിക്കുന്നു. പുരോഹിതർ അധികാരവും അധികാരചിഹ്നങ്ങളും വേഷഭൂഷാദികളും കൊണ്ട് പദവി കൾ വഹിക്കുന്നു. ക്രിയാരൂപത്തിൽ പാപമോചനം നിർവ്വഹിക്കുന്നു. ഇങ്ങ നെ എത്രയോ ദൈവദോഷങ്ങളാണ് കത്തോലിക്കാസഭയിൽ ഇന്നും നിലനില്ക്കുന്നത്? ഇതൊക്കെ മനസ്സിലാക്കാൻ ദൈവം തന്ന ചെറിയ ബുദ്ധി മാത്രം മതി. സ്വതന്ത്ര ചിന്താഗതിയുണ്ടായിരിക്കണമെന്നുമാത്രം.

ഇന്ന് കത്തോലിക്കാ സഭയിൽ നിന്നും പല സെക്ടുകളായി പിരി ഞ്ഞു പോകുന്നവരുടെ എണ്ണം ഏറിവരികയാണ്. പണ്ടുകാലത്ത് പെന്ത ക്കോസ്തുകാരെ വീട്ടിൽ കയറ്റരുതെന്നൊക്കെ വികാരിയച്ചൻ പള്ളിപ്ര സംഗം നടത്തി അവരുടെ പ്രചരണം കുറെയെങ്കിലും നിയന്ത്രിക്കുമായി

രുന്നു. വിശ്വാസപ്രമാണങ്ങളുടെ പേരിൽ തന്നെയല്ല മേല്പറഞ്ഞ കൊഴി ഞ്ഞുപോകൽ. ജീവിതരീതിയുടെയും, സ്വഭാവത്തിന്റെയും, പെരുമാറ്റ രീതിയുടെയും കൂടിയാണ്. കത്തോലിക്കാസഭാ നേതൃത്വം ഇന്നും ഫ്യൂഡലിസ്റ്റ് രീതിയോ, മുതലാളിത്ത രീതിയോ തുടരുകയയാണ്. പള്ളിമേ ടയും മെത്രാസനഅരമനയും ഇന്നും രാജകീയം തന്നെയാണ്. പാവപ്പെ ട്ടവനും ദളിത് ക്രൈസ്തവർക്കും പണക്കാരനും പ്രമാണിമാർക്കും ഒരേ രീതിയിൽ കയറിയിറങ്ങാവുന്ന സ്ഥലമല്ല-മെത്രാസന അരമനകൾ. പൊന്നിൻകുരിശും മെത്രാനും പണക്കാരന്റെ ശവസംസ്കാരത്തിനു കാണും. വലിയവന്റെ കല്യാണം ആശിർവദിക്കുന്നതു മെത്രാനച്ചനായി രിക്കും. ഇന്ന് കത്തോലിക്കാ വിശ്വാസികളെ ഉള്ളവനും ഇല്ലാത്തവനുമായി തിരിക്കുന്ന രണ്ടു മാധ്യമങ്ങളാണ് പൊന്നിൻ കുരിശും മെത്രാനും. വിശ്വാ സികളിൽ ഇങ്ങനെയുള്ള പ്രകടമായ തരംതിരിവുകൾ പെന്തക്കോസ് സഭകളിലില്ല. ഏറെക്കുറെ വിശ്വാസിയും, ഉപദേശിയും, പാസ്റ്ററുമൊക്കെ ഒപ്പത്തിനൊപ്പം പെരുമാറുന്നു. സമഭാവന കുറെയെങ്കിലും നിലനിൽ ക്കുന്ന പെന്തക്കോസ്ത് സഭകളിലേക്കാണ് ദളിത് ക്രൈസ്തവർ കൂടുത ലും ആകർഷിക്കപ്പെടുന്നത്.

ഇന്ത്യൻ സഭയിൽ ഇന്നും ജാതി വിവേചനം നിലനിൽക്കുന്നതിന്റെ കാരണം ഇവിടത്തെ സഭാ ഹൈരാർക്കിയാണെന്നും ഹൈദരാബാദ് ആർച്ചു ബിഷപ്പ് റവ: ഡോ.ജ്യോതിമാരംപുഡി അഭിപ്രായപ്പെട്ടു. ദളിത് സമുദായത്തിൽ നിന്നും വന്ന ഒരു ആർച്ചുബിഷപ്പാണ് അദ്ദേഹം. ദളിത് ക്രൈസ്തവർക്ക് പള്ളിക്കമ്മിറ്റിയിൽ നോമിനേഷനിൽ കൂടിയാണെങ്കിലും പ്രവേശനം കിട്ടിയിട്ട് അധികവർഷങ്ങളായിട്ടില്ല. ഇവിടെ ജനാധി പത്യരീതിയിൽ ഒരു റിസർവ്വേഷൻ സീറ്റ് അനുവദിക്കാതെ വികാരിക്ക് ഇഷ്ടമുള്ള ഒരാളെ നോമിനേറ്റ് ചെയ്യുന്നു. ന്യൂനപക്ഷാവകാശത്തിനു വേണ്ടി വാദിക്കുന്ന സഭ, സ്വന്തം മതത്തിൽപ്പെട്ട ദളിത് ക്രൈസ്തവരോട് ഒരു നീതിയും കാണിക്കുന്നില്ല.

ദൈവജനത്തെ സമഭാവനയിൽ കാണാൻപോലും പറ്റാത്ത ഒരു മതത്തിന് എങ്ങനെ യേശുവിനെ പ്രഘോഷിപ്പിക്കുവാൻ പറ്റും? യേശു വിനെ പ്രഘോഷിപ്പിക്കുവാൻ അർഹതയും, അവകാശവും നഷ്ടപ്പെട്ട സഭയിൽ നിന്ന് വിശ്വാസികൾ പുതിയ ആത്മീയ പ്രസ്ഥാനങ്ങളിലേക്ക് പോകും അതിലെന്താണ് അദ്ഭുതം? സഭകളുടെ പുനരൈക്യത്തിനു വേണ്ടിയുള്ള ചർച്ചകൾ തുടങ്ങിയിട്ട് 50 വർഷങ്ങളായെന്നു പറയുന്നു, എങ്ങും എത്തിയിട്ടുമില്ല. ഈ രാജ്യത്തിലെ മുന്നണി രാഷ്ട്രീയ സംവിധാ നങ്ങൾ പോലെ ഒത്തുതീർപ്പുകൾക്കും, വിട്ടുവീഴ്ചകൾക്കും ഒതുക്കി തീർക്കാവുന്നതല്ല ക്രൈസ്തവ ആത്മീയത. കാരണം യേശുവിന്റെ പ്രബോധനങ്ങൾ ദൈവികമാണ്. അതുകൊണ്ടുതന്നെ അത് ആത്യ ന്തികവും അനശ്വരവുമാണ്. അതുകൊണ്ട് യേശുവിന്റെ പ്രബോധന ങ്ങളോട് കൂടി പരിപൂർണ്ണമായി സഭകളെല്ലാം എന്ന് എത്തിച്ചേരുന്നുവോ അന്നു മാത്രമെ ശരിയായ പുനരൈക്യമുണ്ടാവുകയയുള്ളൂ. അതുവരെ നവ-നവങ്ങളായ ആത്മീയ പ്രസ്ഥാനങ്ങൾ ഉണ്ടായിക്കൊണ്ടേയിരിക്കും.

15

പൊൻ-വെള്ളി കുരിശുകൾ

പള്ളികളിൽ നിന്ന് പൊൻ-വെള്ളി കുരിശുകളും സ്വർണ്ണക്കൊടി മരങ്ങളും ഒഴിവാക്കണമെന്നും, ലാളിത്യത്തിന്റെ പ്രതീകമായ തടിക്കുരിശ് ഉപയോഗിക്കണമെന്നും യാക്കോബായ സഭ - നിരണം ഭദ്രാസനത്തിന്റെ ഇടയലേഖനം പള്ളികളിൽ വായിച്ചു. ഭദ്രാസന മെത്രാപ്പൊലീത്ത - ഗീവർഗ്ഗീസ് മാർ. കൂറില്ലോസ് തയ്യാറാക്കിയതായിരുന്നു ഇടയലേഖനം.

ക്രൈസ്തവ വീക്ഷണത്തിനനുസൃതമായ ഇതേപോലുള്ള ഇടയലേ ഖനങ്ങൾ, പൊന്നിൻകുരിശ് പള്ളികളിൽ പ്രവേശിപ്പിച്ച നാളുകളിൽത്ത ന്നെ ഇറക്കേണ്ടിയിരുന്നു. കാരണം യേശുവിന്റെ ലാളിത്യ സ്വഭാവത്തിന് പൊങ്ങച്ചത്തിന്റെ പ്രതീകമായ പൊന്നിൻകുരിശ് ഒട്ടും തന്നെ ഇണങ്ങുന്ന തല്ല അത്രതന്നെ. എന്നാൽ ഇപ്പോഴെങ്കിലും ഗീവർഗ്ഗീസ് മാർ. കൂറില്ലോ സ് കാണിച്ച ഈ ക്രൈസ്തവ വീക്ഷണം നടപ്പാക്കുവാനുള്ള ഒരാർജ്ജ വം മറ്റ് എപ്പിസ്കോപ്പൽ സഭകളിലെ മെത്രാൻമാർക്കോ, കർദ്ദിനാളന്മാർ ക്കോ ഇല്ലാതായിപ്പോയി. ക്രിസ്തു സ്ഥാപിച്ച സത്യസഭ തങ്ങളുടേതു മാത്രമാണെന്നും, പത്രോസിന്റെ പിൻഗാമികളും, ദൈവത്തിന്റെ പ്രതി പുരുഷന്മാരുമായ മാർപ്പാപ്പ തങ്ങൾക്കു മാത്രമേയുള്ളൂ എന്നും, അതു കൊണ്ട് മാർപ്പാപ്പയുടെ കീഴിൽ എല്ലാവരും ഒന്നാകണമെന്നും പറഞ്ഞ് എക്യുമിനിസത്തിന്റേയും, പുനരൈക്യത്തിന്റേയും കെട്ടുപിടിക്കാരായി നടക്കുന്ന കത്തോലിക്കാ സഭാ നേതൃത്വത്തിന് ഉൾക്കൊള്ളുവാൻ പറ്റാ ത്ത ക്രൈസ്തവ അവബോധം - ഗീവർഗ്ഗീസ് മാർ. കൂറില്ലോസിനുണ്ടായി എന്നു ചുരുക്കം.

കാലിത്തൊഴുത്തിൽ ജനിച്ച്, തച്ചന്റെ സംരക്ഷണയിൽ വളർന്ന്, യാതനയും വേദനയും അനുഭവിക്കുന്ന പാവപ്പെട്ടവന്റെ ഇടയിൽ ജീവിച്ച് എളിമ എന്താണെന്ന് ജീവിച്ച് കാണിച്ചു കൊടുത്ത യേശുവിന്റെ

പെരുപറഞ്ഞുണ്ടായ മതത്തിന്റെ ആഡംബര ചിഹ്നങ്ങളിൽ ഒന്നു മാത്രമാണ് പൊന്നിൻകുരിശ്. അനുദിന കാര്യങ്ങൾ കഴിഞ്ഞുപോയാൽ മതി എന്നുദ്ദേശിച്ചാണ് നിങ്ങളുടെ മടിശ്ശീലയിൽ പൊന്നോ, വെള്ളിയോ, ചെമ്പോ കരുതിവെക്കരുത്. യാത്രയിൽ സഞ്ചിയോ, രണ്ടുടുപ്പോ, ചെരിപ്പോ, വടിയോ കൊണ്ടുപോകരുത് (മത്താ. 10:910) എന്ന് യേശു പറഞ്ഞത്. വെറും മടിശ്ശീലയിൽ കൊള്ളുന്നതുപോലും കരുതിവയ്ക്കരുതെന്ന് യേശു പറയുമ്പോൾ ഇവിടെ കോടിക്കണക്കിന് വില വരുന്ന പൊൻ, വെള്ളി കുരിശുകൾ നൂറ്റാണ്ടുകളായി പള്ളിമേടകളിൽ ആർക്കും ഒരു ഉപകാരവും ഇല്ലാതെ സൂക്ഷിച്ചു വെച്ചിരിക്കുന്നു. നിത്യജീവൻ അവകാശമാക്കാൻ എന്തുചെയ്യണമെന്നാരാഞ്ഞവനോട് യേശു പറഞ്ഞു. "ഒരു കാര്യം നിനക്ക് കുറവുണ്ട്. നിനക്കുള്ളതെല്ലാം വിറ്റ് ദരിദ്രർക്ക് വിതരണം ചെയ്യുക. അപ്പോൾ നിനക്ക് സ്വർഗ്ഗത്തിൽ നിക്ഷേപമുണ്ടാകും. പിന്നെ വന്ന് എന്നെ അനുഗമിക്കുക (ലൂക്കോസ് 18:22-23). ഈ യേശുവചനം അനുദിന ജീവിതത്തിൽ മാതൃകയാക്കേണ്ട പള്ളി പൊന്നും വെള്ളിയും കൂട്ടി വെയ്ക്കുന്നു.

അന്തസ്സിന്റെയും അഹങ്കാരത്തിന്റെയും ആഡംബരത്തിന്റെയും ചിഹ്നം തന്നെയാണ് പൊന്നിൻ കുരിശ്. പള്ളി പ്രദക്ഷിണത്തിന് പള്ളി മുറ്റത്ത് കൂടിയും, പൊതുനിരത്തുകളിൽ കൂടിയും നിരനിരയായിട്ട് പോകുന്ന പൊൻ, വെള്ളി കുരിശുകളും, വെട്ടിത്തിളങ്ങുന്ന അതിന്റെ പ്രഭയും കണ്ട് അഭിമാനിക്കുകയും, അതിലൊക്കെ അഭിരമിക്കുകയും ചെയ്യുന്ന സഭാനേതൃത്വവും, അതേ സ്വഭാവക്കാരായ പള്ളി പ്രമാണികളും ഒക്കെ ചേർന്നതാണല്ലോ സീറോ - മലബാർ സഭ. സമഭാവന നിലനില്ക്കേണ്ട ദൈവജനത്തെ ഉള്ളവനും, ഇല്ലാത്തവനുമായി വേർതിരിക്കുന്ന ഒരു മാധ്യമമായി പലപ്പോഴും പൊന്നിൻകുരിശ് പ്രത്യക്ഷപ്പെടുന്നു. ഇതൊക്കെ പ്രകടമായിട്ടും കാണുന്നത് ശവസംസ്കാര വേളകളിലാണ്. ധനവാന്മാരുടെ ശവസംസ്കാരത്തിന് പൊന്നിൻകുരിശ്. ഇടത്തരക്കാരന് വെള്ളിക്കുരിശ്. തീരെ പാവപ്പെട്ടവന് മരക്കുരിശ്. ഇതൊക്കെയാണ് അടുത്ത കാലം വരെ നിലനിന്നിരുന്ന രീതികൾ. അപൂർവ്വമായിട്ടാണെങ്കിലും ഇന്നും ഇതൊക്കെ തുടരുന്നുണ്ട്. ഉള്ളവനെയും, ഇല്ലാത്തവനെയും പരസ്യമായി വേർതിരിക്കുന്നതിന് പൊന്നിൻ കുരിശ് എങ്ങനെ പറ്റുന്നുവോ, അപ്രകാരം തന്നെ ഈ തിരിവുകളുണ്ടാക്കുവാൻ മെത്രാന്മാരുടെ സാന്നിദ്ധ്യത്തിനും പറ്റുന്നു. ധനവാന്റെ ശവസംസ്കാരത്തിനും, കല്യാണാഘോഷങ്ങൾക്കും മെത്രാൻമാർ. പാവപ്പെട്ടവരുടെ കാര്യങ്ങൾക്ക് വികാരിയോ, അസിസ്റ്റന്റോ. ഇതൊക്കെയാണ് കത്തോലിക്കാ പള്ളിയുടെ നടപടി ക്രമങ്ങളും രീതിശാസ്ത്രവും.

പൊൻ, വെള്ളി കുരിശുകൾ നിരോധിക്കുമ്പോൾ ഇതിന്റെയൊക്കെ മൂല്യങ്ങൾ മരവിപ്പിച്ചു വെക്കാൻ പാടില്ല. ഉള്ളവൻ ഇല്ലാത്തവന് കൊടുക്കണമെന്ന ക്രിസ്തീയ സന്ദേശം ഇവിടെ പ്രാവർത്തികമാക്കണം. കാരണം നൂറുകണക്കിന് പള്ളികളിലുള്ള പൊൻ വെള്ളി കുരിശുകളുടെ

മൂല്യം നോക്കിയാൽ അത് കോടിക്കണക്കിന് രൂപയുടേതായിരിക്കും. പാവപ്പെട്ടവനെ സഹായിക്കുവാൻ പറ്റിയ അവസരമാണിത്. ഇന്ന് കേരളം നേരിടുന്ന വലിയ ഒരു പ്രശ്നമാണ് 'കിടപ്പാടം' എന്നുള്ളത്. ഒരു സാധാരണ തൊഴിലാളിയുടെ മിച്ചസമ്പാദ്യം കൊണ്ടൊന്നും ഇന്നത്തെ സാഹചര്യത്തിൽ ഒരു കിടപ്പാടം ഉണ്ടാക്കുവാൻ സാധിക്കുന്നില്ല. ഇത് ഒരു വലിയ സാമൂഹ്യപ്രശ്നമായിരിക്കുകയാണ്. പള്ളികളിലെ നിരോധി ക്കപ്പെടുന്ന പൊന്നിന്റെയും, വെള്ളിയുടേയും മൂല്യം കോടികളുടേതായി രിക്കുമല്ലോ. ഈ സംഖ്യ കിടപ്പാടമില്ലാത്തവർക്കായി ഉപയോഗിക്കാം. ഇതൊരു സാമൂഹ്യ വിപ്ലവമായിരിക്കും. അതിലുപരി നന്മ നിറഞ്ഞ ഒരു മാതൃകയും. ഇവിടെ മറ്റൊരു ഗുണം കൂടിയുണ്ട്. പള്ളി തുടങ്ങി വയ്ക്കുന്ന മാതൃകകളാണ് വിശ്വാസികളുടെ ശീലവും, സ്വഭാവവുമായി മാറി വരുന്നത്. തുടങ്ങി വയ്ക്കുന്ന പുണ്യ പ്രവൃത്തികൾ പൂർത്തിയാ ക്കുവാൻ വിശ്വാസികൾ തയ്യാറാവുന്നു. ഗീവർഗ്ഗീസ്മാർ. കൂറില്ലോസ് പൊൻ – വെള്ളി കുരിശുകൾ നിരോധിച്ചതുപോലെ ഇവിടെ വളരെ ഏറെ കാര്യങ്ങളിൽ നിയന്ത്രണവും, നിരോധനങ്ങളും ഏർപ്പെടുത്തേണ്ടതാ യിട്ടുണ്ട്. പള്ളികളുടെ മടിശ്ശീലകളിലും പൊന്നോ വെള്ളിയോ ധനമോ ഒന്നും മിച്ചമുണ്ടാകുവാൻ പാടില്ല. എല്ലാം ദരിദ്രർക്ക് ദാനം ചെയ്തുകൊ ണ്ടേയിരിക്കണം. അതാണ് ക്രിസ്തീയ ആത്മീയത. ധനസമ്പാദനവും സ്വരൂപിച്ചു കൂട്ടലും മാമോന്റെ സ്വഭാവമാണ്. ദൈവസ്വഭാവമല്ല. മെത്രാ സന അരമനകളിലെ അത്യാഡംബര ജീവിതം, ലക്ഷങ്ങൾ ചെലവ് വരു ന്ന മെത്രാഭിഷേകവും സിംഹാസനാരോഹണവും, 66 ലക്ഷം രൂപാ വരെ വിലയുള്ള മെത്രാൻമാരുടെ വാഹനങ്ങൾ, പെരുന്നാളുകൾ, കരിമരുന്ന് പ്രയോഗം, 42 കോടി വരെ ചെലവ് വരുന്ന പള്ളികൾ, മെത്രാസന അരമനകൾ, പള്ളിമേടകൾ ഇവിടെയൊക്കെ നിരോധനങ്ങളും, നിയന്ത്ര ണങ്ങളും കൂടിയേ തീരൂ. പള്ളിയിലെ പൊന്നും, വെള്ളിയും മേല്പറഞ്ഞ നിയന്ത്രണങ്ങളിലൂടെയും, നിരോധനങ്ങളിലൂടെയും ആണ്ട് തോറും ഉണ്ടാകുന്ന പണവും, വിശ്വാസികളുടെ വിഹിതവും എല്ലാമെല്ലാം കൂട്ടി സ്വരൂപിച്ചാൽ രണ്ട് – മൂന്ന് വർഷങ്ങൾ കൊണ്ട് കേരളത്തിലെ കിടപ്പാട മില്ലാത്തവരുടെ പ്രശ്നങ്ങൾ പരിഹരിക്കാം. ഇതല്ലേ ക്രിസ്തീയത ? ഇത ല്ലേ പുണ്യം? ഇവിടെയല്ലേ യേശു വിഭാവനം ചെയ്ത സ്വർഗ്ഗരാജ്യം താ ണിറങ്ങി വരുന്നത്?

16

രാജ്യനിയമങ്ങളും മതനിയമങ്ങളും

ജനാധിപത്യം, സെക്കുലറിസം, സോഷ്യലിസം ഇതൊക്കെ ഇന്ത്യ
ൻ ഭരണഘടനയുടെ പ്രഖ്യാപിത നയങ്ങളാണല്ലോ? അപ്പോൾ ഇതി
നൊക്കെ അനുസൃതമായി വേണം കോടതിവിധികൾ ഉണ്ടാകേണ്ടത്.
നിയമനിർവ്വഹണവും അതുപോലെ തന്നെയായിരിക്കണം. എന്നാൽ
കോടതിവിധികൾ ചിലപ്പോഴെങ്കിലും ഭരണഘടനയുടെ പരിധിവിട്ട്
പോകുന്ന സംഭവങ്ങളും ഉണ്ടാകാറുണ്ട്. അതുപോലെതന്നെ നിയമാനു
സൃതമുണ്ടാകുന്ന കോടതിവിധികൾ നടപ്പാക്കുന്നതിൽ വീഴ്ച വരുത്തുന്ന
നിയമനിർമ്മാണസഭയും (സർക്കാർ) നിയമ നിർവ്വഹണ ഘടകവും
പലപ്പോഴും പ്രതിക്കൂട്ടിലാകുന്നുണ്ട്. നിയമനിർമ്മാണം (Legislature) ഭര
ണനിർവ്വഹണം (Executive) നീതിന്യായം (Judicial) എന്നീ മൂന്നു ഘട
കങ്ങളും പലപ്പോഴും യോജിച്ചു പോകാതെ വരുന്ന സന്ദർഭങ്ങളും ഉണ്ടാ
കാറുണ്ട്. പ്രധാനപ്പെട്ട ഉദാഹരണങ്ങൾ മാത്രം ഇവിടെ കുറിക്കുകയാണ്.

ഇന്ത്യാ ചരിത്രത്തിലെ വളരെ ഏറെ ശ്രദ്ധേയമായ ഒരു കോടതി
വിധിയായിരുന്നു 'അയോധ്യ'യെ സംബന്ധിച്ചുണ്ടായത്. എന്നാൽ ഈ
വിധി ഒരു പരിധിവരെ വിശ്വാസത്തിന്റെയും, മിത്തുകളുടെയും ഇതിഹാ
സങ്ങളുടെയും കൂടി അടിസ്ഥാനത്തിലാണ് നടന്നത്. ഇവിടെ ഒരു കാര്യം
ശ്രദ്ധിക്കണം. ഇന്ത്യയിലെ ഓരോ മതവിഭാഗങ്ങളുടെയും, വിശ്വാസ
പ്രമാണങ്ങൾക്കും, ആചാരാനുഷ്ഠാനങ്ങൾക്കും അനുസൃതമായി
വിധിയുണ്ടാക്കുക എന്നതല്ല കോടതിയുടെ കടമ. മതത്തിന്റെ സമ്മർദ്ദം
ഇന്ന് ഇന്ത്യൻ നീതിന്യായ വ്യവസ്ഥയെ ഏറെ സ്വാധീനിക്കുന്നുണ്ട്.

മതസമ്മർദ്ദം പലപ്പോഴും നിയമനിർവ്വഹണത്തിന് തടസ്സം സൃഷ്ടി
ക്കുന്നുണ്ട്. അതിനുപറ്റിയ ഉദാഹരണം ഷാബാനു ബീഗത്തിന്റെ
ജീവനാംശത്തിനുവേണ്ടിയുണ്ടായ കേസായിരുന്നു. ഇവിടെ ബീഗത്തിന്

അനുകൂലമായി സുപ്രീംകോടതിയിൽ വരെ വിധിയുണ്ടായി. എന്നാൽ കോടതിവിധിക്കെതിരെ യാഥാസ്ഥിതിക മതസ്ഥർ ഇളകി മറിഞ്ഞു. അതിശക്തമായ മത സമ്മർദ്ദത്തെത്തുടർന്ന് ഷബാനു ബീഗം എന്ന 69 കാരി തനിക്ക് അനുവദിച്ചു കിട്ടിയ ജീവനാംശത്തെ സംബന്ധിച്ച നിയമാനുകൂല്യങ്ങൾ നിരാകരിക്കുവാൻ നിർബ്ബന്ധിതയായി. ഇതൊന്നും കൂടാതെ മതഭീഷണിക്കു വഴങ്ങി സർക്കാർ തന്നെ അബലകളായ സ്ത്രീകളുടെ അവകാശങ്ങൾ മറികടക്കുന്നതിനുവേണ്ടി ഒരു മുസ്ലീം വനിതാബില്ലുകൊണ്ടുവന്ന് പാസാക്കിയെടുക്കുകയും ചെയ്തു. അങ്ങനെ ഇന്ത്യൻ പാർലമെന്റിൽ സെക്കുലറിസം പരാജയ പ്പെട്ടപ്പോൾ മതാധിപത്യം വിജയിച്ചു.

സാമുദായിക വിഷയങ്ങളിലുണ്ടാകുന്ന കേസുകളിൽ കോടതിനി യമമല്ല, മതനിയമമാണ് നടപ്പിലാക്കേണ്ടതെന്ന ഒരു അവകാശവാദം അടുത്ത വർഷങ്ങളിൽ ചെന്നൈ ഹൈക്കോടതിയിൽ അരങ്ങേറി. മൈലാ പ്പൂർ മദ്രാസ് ആർച്ച് ബിഷപ്പ് 14 ലക്ഷം രൂപ ഗണേഷ് അയ്യർ എന്ന ഒരു ചരിത്രകാരന് ഇന്ത്യയിലെ ക്രൈസ്തവരുടെ ഉൽഭവത്തെക്കുറിച്ച് ഗവേഷണം നടത്തുന്നതിനുവേണ്ടി കൊടുക്കുകയുണ്ടായി. ഇതോടനുബ സ്ഥിച്ച്, സഭാസ്വത്തുക്കൾ ദുരുപയോഗം ചെയ്തു എന്നു കാണിച്ച് കത്തോലിക്കാസഭാ വിശ്വാസികളായ രണ്ടുപേർ ഹൈക്കോടതിയിൽ കേസു സമർപ്പിച്ചു. എന്നാൽ ആർച്ച് ബിഷപ്പ് തന്റെ പത്രികയിൽ, കത്തോലിക്കർ എന്ന നിലയിൽ പരാതിക്കാർക്കെന്തെങ്കിലും പറയുവാനു ണ്ടെങ്കിൽ അത് മദ്രാസിലെ സഭാകോടതിയിലാണ് പറയേണ്ടതെന്നും വാദിച്ചു. പരാതിക്കാർ അപ്രകാരം ചെയ്യാതിരുന്നതിനാലും, തന്റെ അനു വാദം കൂടാതെ കോടതിയിൽ കേസു കൊടുത്തതിനാലും പരാതിക്കാർ കത്തോലിക്കർ അല്ലാതായിത്തീർന്നെന്നും പറഞ്ഞു. സഭാ സ്വത്തുക്കൾ ഭരിക്കുന്നതിന് തനിക്ക് സമഗ്രാനുവാദമുണ്ടെന്നും അവകാശപ്പെട്ടു. ഈ കേസിലെ വിധിയിൽ കോടതി ഇങ്ങനെ പ്രസ്താവിച്ചു. "ട്രസ്റ്റ് സ്വത്തു ക്കൾ കൈകാര്യം ചെയ്യുന്നതു സംബന്ധിച്ചുള്ള ആർച്ച് ബിഷപ്പിന്റെ അവകാശവാദം ഞെട്ടിപ്പിക്കുന്നതും ഇത്തരം അവകാശ വാദങ്ങൾ രാജ്യത്തിന്റെ സാംസ്കാരിക ചൈതന്യത്തിന് അന്യവുമാണ്. കാനോൻ നിയമമനുസരിച്ച് പള്ളിസ്വത്തുക്കൾ ഭരിക്കുവാനുള്ള ബിഷപ്പിന്റെ അവകാശവാദത്തെ പരാമർശിച്ച് ആ നിലപാട് ഇത്തരം സ്വത്തുക്കളുടെ ശരിയായ ഭരണത്തിനുള്ള ഉചിതമായ നിയമനിർമ്മാണത്തിന്റെ ആവശ്യ കതയിലേക്ക് വിരൽ ചൂണ്ടുന്നതായും" ജഡ്ജി പറഞ്ഞു. മതേതര ജനാധിപത്യം നിലനില്ക്കുന്ന ഇന്ത്യപോലുള്ള ഒരു രാജ്യത്ത് പ്രത്യേകം പ്രത്യേകം മതനിയമങ്ങൾ ഓരോ മതക്കാർക്കും വേണ്ടി നടപ്പാക്കണ മെന്ന ആഗ്രഹം തന്നെ ഒരു ഡമോക്രാറ്റിക് ചിന്തയിൽ തരം താണതുത ന്നെയാണ്. അതുകൊണ്ട് മനുസ്മൃതി, ശരിഅത്ത്, കാനോൻ നിയമം ഇതൊക്കെ പൊതുസമൂഹത്തിലോ, സമുദായങ്ങളിൽ തന്നെയോ നടപ്പാക്കണമെന്നു പറയുന്നതുതന്നെ ബാലിശമാണ്. അതുകൊണ്ട്

ഇവിടെ മതവിശ്വാസങ്ങളും അതോടനുബന്ധിച്ചുള്ള ആചാരാനു
ഷ്ഠാനങ്ങളുമൊഴിച്ചുള്ള എല്ലാ കാര്യങ്ങൾക്കും ഭരണഘടന ആർട്ടിക്കിൽ
44 പ്രകാരം പൊതു സിവിൽകോഡുണ്ടാകണം. ഇല്ലെങ്കിൽ 65 വർഷം
പഴക്കമുള്ള കേസുകളുടെ എണ്ണം കൂടിക്കൊണ്ടേയിരിക്കും.

നിയമത്തിന്റെ തലനാരിഴ കീറി വ്യാഖ്യാനിച്ചു വരുമ്പോൾ നിയമ
ത്തിന്റെ ശരികൾ ചിലപ്പോഴെങ്കിലും സാമൂഹ്യനീതിക്കു നിരക്കാതെ
വരുകയോ, അങ്ങനെ സമൂഹത്തിനു തോന്നുകയോ ചെയ്യുമ്പോൾ
സമൂഹത്തിൽ നിയന്ത്രണാതീതമായി വൈകാരിക പ്രശ്നങ്ങൾ
ഉണ്ടായെന്നുവരാം. അത്തരം വരുന്ന പ്രശ്നങ്ങളാണ് കോടതിക്കു
പുറത്ത് ജനപ്രതിനിധികൾ ഒത്തുതീർപ്പിലൂടെയും, അനുരഞ്ജനത്തിൽ
കൂടിയും തീർപ്പാക്കേണ്ടത്. ഈ അഭിപ്രായം സുപ്രീം കോടതി ചീഫ്
ജസ്റ്റീസ് ജെ എസ് ശർമ്മ തന്നെയാണ് ആദ്യമായി അഭിപ്രായപ്പെട്ടത്.
പ്രായോഗികമായി നോക്കുമ്പോൾ ഇത് അംഗീകരിക്കാവുന്ന ഒരഭിപ്രാ
യമാണ്. കാരണം അപൂർവ്വം ചില സന്ദർഭങ്ങളിലെങ്കിലും വന്നേക്കാവുന്ന
വലിയ വലിയ കലാപങ്ങളും, രക്തച്ചൊരിച്ചിലും ഒഴിവാക്കുവാൻ ഈ
നയങ്ങൾ തന്നെ വേണ്ടിവരും. നിയമം മനുഷ്യനുവേണ്ടിയാണ്. അല്ലാതെ
മനുഷ്യൻ നിയമത്തിനുവേണ്ടിയല്ല എന്ന തത്ത്വമാണ് ഇവിടെ അംഗീക
രിക്കേണ്ടത്. പിന്നെ ജനപ്രതിനിധികൾ തമ്മിലുള്ള ഒത്തുതീർപ്പുക
ളാകുമ്പോൾ ജനാധിപത്യസ്വഭാവം ഇവിടെ നിലനില്ക്കുകയും ചെയ്യും.
ഈ രീതികൾ ഒരു സ്ഥിരം പരിപാടിയാകാൻ പാടില്ല. ജനപ്രതിനിധി
സഭകൾ ഇതൊക്കെ പഠിച്ച് തീരുമാനമെടുക്കണം. അപൂർവ്വത്തിൽ
അപൂർവ്വമായി നടക്കേണ്ട കാര്യങ്ങളാണിതൊക്കെ. അയോദ്ധ്യ കേസിലെ
വിധിയിലും, ഷാബാനുബീഗം കേസിൽ പുതിയ നിയമം കൊണ്ടുവ
ന്നതിലും പ്രത്യക്ഷമായയോ, പരോക്ഷമായയോ ശക്തമായ മതസമ്മർദ്ദങ്ങൾ
ഉണ്ടായിട്ടുണ്ട്. ഒരിടത്ത് മതവിശ്വാസങ്ങളെ പ്രീണിപ്പിച്ചെങ്കിൽ, മറ്റൊരി
ടത്ത് സമ്മർദ്ദങ്ങൾക്കു വഴങ്ങി നിലവിലുള്ള നിയമത്തെ മറികടക്കുവാൻ
പുതിയ നിയമം തന്നെ കൊണ്ടുവന്നു. മദ്രാസ് ഹൈക്കോടതി വിധി
നിയമാനുസൃതമായിരുന്നു. എങ്കിലും മതസമുദായങ്ങളിലെ നിയമപ്രശ്ന
ങ്ങൾ തീർക്കുവാൻ മതനിയമങ്ങളെ അനുവദിക്കണമെന്ന ഒരവകാശവാ
ദം കോടതിയിൽ ഉന്നയിക്കപ്പെട്ടു. ജുഡീഷ്യറിയിൽ പോലും മതനിയമത്തി
ന്റെ സ്വാധീനമുണ്ടാക്കുവാനുള്ള ശ്രമമായിട്ടുവേണം ഇതിനെ കാണാൻ.

മതവും, രാഷ്ട്രീയവും തമ്മിൽത്തമ്മിൽ യോജിച്ചുള്ള ഒരു പരസ്പര
സഹായ സഹകരണ പ്രസ്ഥാനമാണ് 'മതരാഷ്ട്രീയം'. ഇന്ന് മതേതരത്വം
നേരിടുന്ന മറ്റൊരു ഭീഷണിയാണിത്. തത്ത്വാധിഷ്ഠിത രാഷ്ട്രീയത്തിനു
പകരം അവസര രാഷ്ട്രീയവും ആത്മീയതയ്ക്കു പകരം കപട ആത്മീയ
തയും രൂപപ്പെട്ടുവരുന്ന ഇന്നത്തെ സാമൂഹ്യ പരിസ്ഥിതിയിൽ ഇതൊക്കെ
ജനാധിപത്യത്തിനും മതേതരത്വത്തിനും ഭീഷണിയാവുകയാണ്.
ഇങ്ങനെയുള്ള മതതാല്പര്യങ്ങളും രാഷ്ട്രീയ താല്പര്യങ്ങളും കൂടി
താല്ക്കാലിക ലാഭത്തിനുവേണ്ടി തട്ടിക്കൂട്ടുന്ന ആത്മാർത്ഥതയില്ലാത്ത

മതരാഷ്ട്രീയ കൂട്ടുകെട്ട് ഇന്ന് സമൂഹത്തിൽ ഏറെ ശക്തിപ്രാപിച്ചു വരു
ന്നുണ്ട്. ഈ പ്രവണതയെ അതിന്റെ ഗൗരവത്തിൽത്തന്നെ കാണേണ്ടി
യിരിക്കുന്നു. കാരണം ഇന്ന് ലോകത്തെ ഗ്രസിച്ചിരിക്കുന്ന ഏറ്റവും വലിയ
ശാപം വർഗ്ഗീയതയും, വംശീയതയും അതിനോടനുബന്ധിച്ചുണ്ടാകുന്ന
തീവ്രവാദ പ്രവർത്തനങ്ങളുമാണ്.

ജാതി, മതം, ആചാരാനുഷ്ഠാനങ്ങൾ, പ്രാദേശികം, ഭാഷ തുടങ്ങിയ
ഏറെ വൈവിദ്ധ്യങ്ങളുള്ള ഒരു വലിയ രാജ്യമാണല്ലോ ഇന്ത്യ. അതുകൊ
ണ്ടുതന്നെ പ്രത്യേകം പ്രത്യേകം താല്പര്യങ്ങളുമുണ്ടാകാം. വിഘടനവാ
ദികൾ, മതതീവ്രവാദികൾ, ജാതിരാഷ്ട്രീയക്കാർ, ഇവർക്കൊക്കെ
അവസരങ്ങളുമുണ്ടാകുന്നു. ഇന്ത്യൻ ജനാധിപത്യത്തിനും മതേതരത്വ
ത്തിനും നേരെയുള്ള ഒരു വലിയ ഭീഷണിതന്നെയാണിത്. ഇതിനെ
നേരിടാൻ ഇന്ത്യൻ ഭരണഘടനയുടെ വ്യാഖ്യാതാക്കളും നിയമനിർമ്മാ
താക്കളായ സർക്കാരും, നീതിനിർവ്വഹണം നടത്തുന്ന എക്സിക്യൂട്ടീവ്
ഘടകങ്ങളും പരസ്പരധാരണയോടും യോജിപ്പോടും കൂടി ജനാധിപത്യ
സംരക്ഷകരായി ഒന്നിച്ചു പ്രവർത്തിക്കണം. നമ്മുടെ നീതിന്യായ
വ്യവസ്ഥകൾക്ക് വിധേയമായിരിക്കണം ഇവിടത്തെ മതനിയമങ്ങളും
സാമുദായിക പ്രവർത്തനങ്ങളും. "മതം ഏതായാലും മനുഷ്യൻ നന്നായാ
ൽമതി" എന്ന ശ്രീനാരായണഗുരുവിന്റെ ഉപദേശം രാഷ്ട്രീയത്തിലും
ബാധകമാകട്ടെ. രാഷ്ട്രീയമേതായാലും അതിൽ ജനാധിപത്യവും,
മതേതരത്വവും, സോഷ്യലിസവും ഉണ്ടായിരിക്കണം. ഈ അടിസ്ഥാന
മാനിഫെസ്റ്റോ ആയിരിക്കണം നമ്മുടെ രാജ്യത്തെ നയിക്കുകയും,
ഭരിക്കുകയും ചെയ്യേണ്ടത്. അതിന് എല്ലാതരത്തിലുമുള്ള വിഭാഗീയ
ചിന്താഗതികൾക്കും അതീതമായി ചിന്തിക്കുന്ന ഒരു ജനസമൂഹമായി
രിക്കണം നമ്മുടേത്. നേരത്തെ സൂചിപ്പിച്ചതുപോലെ വളരെ ഏറെ
വൈവിദ്ധ്യങ്ങളുള്ള ഈ രാജ്യത്ത് മതവിശ്വാസികൾ വളരെ കരുതലോ
ടെയും സംയമനത്തോടും കൂടി ജീവിക്കണം. നമ്മുടെ മഹാത്മജിയുടെ
പഠനങ്ങൾ ഇവിടെ പ്രാവർത്തികമാക്കണം അതായത് മതസഹിഷ്ണു
തയും, മതസൗഹാർദ്ദവും. എല്ലാതരത്തിലുമുള്ള വിഭാഗീയ ചിന്താഗതി
കൾക്കും അതീതമായി ചിന്തിക്കുന്ന ഒരു സിദ്ധാന്തമായിരിക്കട്ടെ നമ്മുടെ
രാഷ്ട്രീയത്തെ സംബന്ധിച്ച അടിസ്ഥാന പ്രമാണങ്ങൾ. ഇതിനു മാത്രമേ
ഒരു മതേതര ജനാധിപത്യ രാജ്യത്തിന് രൂപം കൊടുക്കാൻ പറ്റൂ. ഇതിനു
ഭംഗം വന്നാലുണ്ടാകുന്ന അപകടങ്ങൾ എന്താണെന്ന് ഇന്ത്യൻ ജനത
പലതവണ അനുഭവിച്ചറിഞ്ഞിട്ടുള്ളതുമാണല്ലോ?. അതുകൊണ്ട് ഓരോ
മതവിശ്വാസികളും സംയമനം പാലിക്കുക, ഇതിനൊക്കെ വിരുദ്ധമായി
വരുന്ന ശക്തികളെ നിയമം കൊണ്ടുതന്നെ നിയന്ത്രിക്കുന്നതിനുള്ള
പിന്തുണ ബന്ധപ്പെട്ട അധികാരികൾക്കു കൊടുക്കുക. പിന്നെ, എന്തെ
ല്ലാം നിയമങ്ങൾ ഉണ്ടായാലും ഇന്ത്യൻ ജനതയിൽ ശക്തമായ മതേത
രത്വ സ്വഭാവം വളർന്നു വന്നെങ്കിൽ മാത്രമേ മത നിയമങ്ങളേയും,
സാമുദായിക ശക്തികളെയും രാജ്യനിയമത്തിന് നിയന്ത്രിക്കുവാൻ സാധി
ക്കുകയുള്ളൂ.

സഭയും കൂദാശകളും

ക്രിസ്തീയ ആത്മീയതയുടെ കാതൽ ദൈവസ്നേഹവും, പരസ്നേഹവുമാണ്. അതുകൊണ്ടുതന്നെ സഭയുടെ അനുഷ്ഠാന കർമ്മങ്ങളും, കൂദാശകളുമൊക്കെ അതിനനുസൃതവുമായിരിക്കണം. ക്രൈസ്തവ സഭകളുടെ പ്രത്യേകിച്ച് കത്തോലിക്കാസഭയുടെ കൂദാശകളിലും കല്പനകളിലുമൊന്നും തന്നെ യേശുവിന്റെ മേല്പറഞ്ഞ സ്നേഹ സന്ദേശത്തിന്റെ നിഴലാട്ടംപോലും കാണുന്നില്ല. ഈ അവസരത്തിൽ കത്തോലിക്കാസഭ നടപ്പിലാക്കിയ ഏഴു കൂദാശകളുടെ പ്രസക്തിയെപ്പറ്റി ഒരു പുന:ചിന്തനം നടത്തേണ്ടതാണെന്നു തോന്നുന്നു.

മാമ്മോദീസ

മനുഷ്യജന്മം ആരംഭിക്കുന്നത് ജന്മപാപത്തിൽ നിന്നാണെന്ന് വി അഗസ്തിനോസ് കണ്ടെത്തി. അത് സഭയുടെ ദൈവശാസ്ത്രവുമായി. ജന്മപാപത്തെപ്പറ്റി പഴയ നിയമത്തിൽ ഒന്നും പറയുന്നില്ല. 'പുത്രൻ പിതാവിന്റെ കുറ്റവും പിതാവ് പുത്രന്റെ കുറ്റവും വഹിക്കേണ്ട' (ഏറസ:18:20:22) എന്നുതന്നെയാണു പറയുന്നത്. 'വിശ്വസിച്ച് രക്ഷപ്പെട്ട വരാണ് സ്നാനപ്പെടേണ്ടത്' (അപ്പ:18:8) പിന്നെ ഇവിടെ സഭയിലെ ശിശു സ്നാനത്തിനെന്താണ് പ്രസക്തി?

ക്രിസ്തുമതത്തിന് പഴയ നിയമവും, പുതിയ നിയമവും എന്ന് രണ്ട് ചരിത്ര ഘട്ടങ്ങളും അതിനോടനുബന്ധിച്ച വിശ്വാസ പ്രമാണങ്ങളുമുണ്ട്. യഹൂദ മതനിയമങ്ങളും അനുഷ്ഠാനങ്ങളുമാണ് പഴയ നിയമത്തിലുള്ളത്. യേശുവിന്റെ ഉപദേശങ്ങളും, ദർശനങ്ങളുമാണ് പുതിയ നിയമത്തിൽ. പഴയ നിയമത്തിലെ ദൈവത്തിനെ യഹൂദർ 'യഹോവ' എന്ന് സംബോധന ചെയ്തിരുന്നു. ഇതിൻ പ്രകാരം 'യഹോവ'-യാണ് ഈ

പ്രപഞ്ചത്തെ സൃഷ്ടിച്ചത്. പ്രപഞ്ചത്തിലുള്ള എല്ലാ ചരാചരങ്ങളെയും സൃഷ്ടിച്ച ശേഷമാണ് ആദിമമനുഷ്യനെ സൃഷ്ടിച്ചത്. അവന് ആദം-എന്ന പേരിട്ടു വിളിച്ചു. പിന്നീട് പുരുഷനായിരുന്ന ആദത്തിന് തുണയായിട്ട് ആദത്തിന്റെ വാരിയെല്ലിൽ നിന്ന് ഒരെല്ലെടുത്ത് 'ഹവ്വ'-എന്ന പെൺ പ്രജയെ സൃഷ്ടിച്ചു. 'പറുദീസ'-(Paradise) എന്ന സുന്ദരമായ ഒരു തോട്ടം ഇവർക്ക് പാർക്കുവാനായിട്ട് കൊടുത്തു. എന്നാൽ പറുദീസയിൽ നില്ക്കുന്ന ഒരു പ്രത്യേക മരത്തിൽ നിന്നു മാത്രം അതിന്റെ കനികൾ ഭക്ഷിക്കരുതെന്ന് യഹോവ ആദത്തോടും ഹവ്വായോടും കർക്കശമായി ആജ്ഞാപിച്ചു. ഈ അവസരത്തിൽ സാത്താൻ സർപ്പത്തിന്റെ രൂപത്തിൽവന്ന് വിലക്കപ്പെട്ട കനികൾ ഭക്ഷിക്കുവാൻ ഹവ്വായെ പ്രേരിപ്പിച്ചു. ഹവ്വാ വഴങ്ങി. കനി ഭക്ഷിച്ചു. ആദത്തിനും കൊടുത്തു. വിവരമറിഞ്ഞ യഹോവ കോപിച്ചു. പറുദീസയിൽനിന്നും ആദിമനുഷ്യരെ പുറത്താക്കി. അന്ന് ആദി മനുഷ്യർ ചെയ്ത ആ പാപക്കറ ഇന്നും മാനവരാശിയിൽ തുടരുന്നു എന്നാണ് വിശ്വാസം. ഇതിന് ജന്മപാപം എന്നാണ് പേര്. ഈ ജന്മപാപം കഴുകികളയുന്നതിനാണ് മാമ്മോദീസ എന്ന കൂദാശ സ്ഥാപിച്ചത്.

സ്നാപകയോഹന്നാൻ എന്ന പ്രവാചകൻ യേശുവിനെ യോർദ്ദാൻ നദിയിൽ വെച്ച് വെള്ളംകൊണ്ട് സ്നാനം ചെയ്തു എന്നൊരു സംഭവം പുതിയ നിയമത്തിൽ രേഖപ്പെടുത്തിയിട്ടുണ്ട്. അതൊരു യഹൂദ മതാചാരമായിരുന്നു. ജ്ഞാനസ്നാനത്തിന്റെ ചരിത്രപശ്ചാത്തലം ഇതായിരിക്കണം. ഛേദനാചാരവും അന്നത്തെ ഒരു യഹൂദ മതാചാര മായിരുന്നു. എന്നാൽ ക്രൈസ്തവ സഭകൾ ഇതു തുടരുന്നില്ല. ഏതാ യാലും യേശു ആരെയും സ്നാനം ചെയ്തിട്ടില്ല. എന്നാൽ ഒരു ക്രി സ്ത്യാനിയാകുന്നതിനും അതുവഴി സ്വർഗ്ഗരാജ്യം പ്രാപിക്കുവാനും മാമ്മോദീസ സ്വീകരണമെന്നത് ക്രിസ്ത്യാനികളുടെ ഉറച്ച വിശ്വാ സമായിരുന്നു. എന്നാൽ രണ്ടാം വത്തിക്കാൻ കൗൺസിലിൽ (1962-64) 23-ാം മാർപ്പാപ്പ പറയുന്നു — നല്ല മനസ്സോടെ സൽപ്രവൃത്തികൾ ചെ യ്തു ജീവിക്കുന്നവൻ യേശുവിനെ അറിഞ്ഞില്ലെങ്കിൽപ്പോലും രക്ഷ പ്പെടും--എന്ന്. ഇപ്പോഴത്തെ മാർപ്പാപ്പ ഒന്നുകൂടി കടത്തിവെട്ടി പറഞ്ഞിരിക്കുന്നു—സൽപ്രവൃത്തി ചെയ്തു ജീവിക്കുന്നവൻ നിരീശ്വരനാ ണെങ്കിൽപ്പോലും രക്ഷ പ്രാപിക്കും എന്ന് ഇവിടെ രക്ഷ പ്രാപിക്കൽ ക്രിയാരൂപത്തിലുള്ള അനുഷ്ഠാനമല്ല എന്നു വരുന്നു.

മാമ്മോദീസ സ്വീകരിക്കാതെ മരിക്കുന്ന കുഞ്ഞുങ്ങൾക്ക് സന്തോ ഷം ആസ്വദിക്കുവാൻ പറ്റുന്ന 'ലിംബോ' എന്ന സ്ഥലത്തേക്ക് പോകാമെന്നും, എന്നാൽ ദൈവത്തെ കാണുവാൻ കഴിയുകയില്ലെന്നും വിശ്വസിക്കുകയും, വിശ്വസിപ്പിക്കുകയും ചെയ്തിരുന്ന ഒരു ഭൂതകാലം സഭയ്ക്കുണ്ടായിരുന്നു. മാമ്മോദീസ സ്വീകരിക്കാതെ മരിക്കുന്ന ശിശുക്കളെ സംബന്ധിക്കുന്ന 'ദൈവ'ശാസ്ത്ര കമ്മീഷന്റെ ഈ രേഖകൾ ഇപ്പോൾ കാണാനും കേൾക്കാനുമില്ല.

ക്രൈസ്തവ മതത്തിൽ ശിശുസ്നാനമാണ് സാധാരണ നടക്കാറ്. ജനിച്ചിട്ട് 8–10 ദിവസങ്ങൾക്കുള്ളിൽ കുഞ്ഞിനെ പള്ളിയിൽ കൊണ്ടുവന്ന് പുരോഹിതന്റെ കാർമ്മികത്വത്തിൽ മാമ്മോദീസ നടത്തുന്നു. കുഞ്ഞിന്റെ മാതാപിതാക്കളല്ലാത്ത അടുത്ത ബന്ധുക്കളായ ദമ്പതികളാണ് കൊണ്ടുവരുന്നത്. ഇവരെ തലതൊട്ടപ്പൻ, തലതൊട്ടമ്മ എന്നിങ്ങനെ പറയുന്നു. ശിശു വളർന്നു വലുതാകുമ്പോൾ ഇവരുടെ ആത്മീയ കാര്യ ങ്ങളിൽ ശ്രദ്ധ പതിക്കുവാൻ ഇവർക്ക് ഉത്തരവാദിത്വമുണ്ട്. പള്ളിയുടെ പ്രധാന കവാടത്തിനരികെ സ്ഥാപിച്ചിരിക്കുന്ന കല്ത്തൊട്ടിയുടെ മുകളിൽ ശിശുവിനെ എടുത്തുപിടിച്ച് തലയിൽ വെള്ളമൊഴിച്ച് പുരോഹിതൻ കൂദാശാ വചനങ്ങൾ ചൊല്ലി കർമ്മം ചെയ്യുന്നു. ഇവിടെ ശിശുവിനെ കൊണ്ടുവന്നവർ ശിശുവിനുവേണ്ടി ചില ദൃഢപ്രതിജ്ഞകൾ നടത്തേണ്ടതുണ്ട്. അതിൽ ഏറ്റവും പ്രധാനമായ വാചകം 'ശുദ്ധമാനകത്തോലിക്കാ സഭയിൽ വിശ്വസിക്കുന്നുണ്ടോ?' - എന്നാണ്. സംശയമില്ലാതെ 'വിശ്വസിക്കുന്നു' എന്ന് ഉത്തരം പറയണം. ഈ സത്യപ്രതിജ്ഞ ഏറ്റു പറച്ചിലാണ് വിശ്വാസികളെ സഭയുമായി ദൃഢമായി ബന്ധപ്പെടുത്തുന്നത്. ഇതൊരു ഏകപക്ഷീയമായ കരാർ ഉടമ്പടിയാണ്. സഭാ നേതൃത്വത്തിന് ഈ ദൃഢപ്രതിജ്ഞയും, വിശ്വാസ ങ്ങളും സഭയുടെ നിലനില്പിന്റെ പ്രശ്നമാണ്.

പ്രായമായവർ സ്വന്തമായി ദൃഢ പ്രതിജ്ഞ ചെയ്ത് ജ്ഞാനം സ്വീകരിക്കുന്നു. ഇവർ മിക്കവാറും അന്യമതസ്ഥരായിരിക്കും. പെന്തക്കോ സ്ത് സഭക്കാർ പ്രായമായവരെ പുഴയിലോ, തോട്ടിലോ തല മുക്കിയാണ് സ്നാനം നടത്തുന്നത്. അന്യമതസ്ഥരെ മാമ്മോദീസാ ചെയ്ത് ക്രിസ്ത്യാനികളാക്കുന്നതിനുവേണ്ടി അടുത്ത നാളുവരെ ഏറെ പുരോ ഹിതരും കന്യാസ്ത്രീകളും സാധാരണ വിശ്വാസികളും ലോകത്തിന്റെ നാനാ ഭാഗത്തേക്കും പോയിരുന്നു. വളരെ ഏറെ പണവും ചെലവിടുന്നു. ഈ സംരംഭത്തെയാണ് മിഷൻ പ്രവർത്തനമെന്നു പറയുന്നത്. ഇതിന്റെ പ്രവർത്തകരെ മിഷനറിമാരെന്നു പറയും. ദുർബ്ബല വിഭാഗങ്ങളിലാണ് ഇവർ ശ്രദ്ധ കേന്ദ്രീകരിക്കുന്നത്. പണ്ടുകാലത്ത് കേരളത്തിൽ ദളിത് വിഭാഗത്തിൽപ്പെട്ടവരെയായിരുന്നു മാമ്മോദീസ മുക്കി ക്രിസ്ത്യാനി കളാക്കിയിരുന്നത്. ഇന്ന് ഇതിന് സാദ്ധ്യത തീരെയില്ലാത്തതിനാൽ ഇന്ത്യയുടെ വടക്കൻ സ്റ്റേറ്റുകൾ കേന്ദ്രീകരിക്കുന്നു.

സ്നാനത്തെപ്പറ്റി വി: പൗലോസ് വളരെ ലാഘവപ്പെടുത്തി പറയുക യാണ് "സ്നാനം ചെയ്യുവാനല്ല സുവിശേഷം പ്രസംഗിക്കുവാനാണ് തന്നെ അയച്ചത്" എന്ന് (കോറി:1:14). യേശു പുരോഹിത വേഷം കെട്ടിയിട്ടില്ല. ആരെയും സ്നാനം ചെയ്തിട്ടുമില്ല.

ഏഴ് എഴുപത് പ്രാവശ്യം ക്ഷമിക്കുന്ന കാരുണ്യവാനാണ് ദൈവം എന്നാണ് ക്രൈസ്തവ വിശ്വാസം. അങ്ങനെയാണെങ്കിൽ ലോകാരംഭ ത്തിൽ മനുഷ്യരുടെ ആദി മാതാപിതാക്കൾ ചെയ്ത ഒരു കുറ്റത്തിന്റെ പാപഭാരവും, അതിന്റെ ശിക്ഷയും ഇന്നും മനുഷ്യർ തലമുറയായി

ഏറ്റുവാങ്ങണമെന്നു പറയുന്നത് സാമാന്യ യുക്തിക്കും, ക്രൈസ്തവ വിശ്വാസങ്ങൾക്കും ചേരുന്നതല്ല. ജന്മപാപം യേശുവിന്റെ പഠന വിഷയവുമായിരുന്നില്ല. അതുകൊണ്ടായിരിക്കണം ജന്മപാപത്തിന്റെ പ്രസക്തി ഇന്ന് ക്രൈസ്തവ വിശ്വാസത്തിൽ കുറഞ്ഞു വരുകയാണ്.

സൈ്ഥര്യലേപനം

ജ്ഞാനസ്നാനം വഴി കിട്ടുന്ന ദൈവവരപ്രസാദത്തെ പൂർണ്ണ മാക്കുന്ന ഒരു കൂദാശയാണ് സൈ്ഥര്യലേപനം. ക്രൈസ്തവവിശ്വാ സത്തെ ശക്തിപ്പെടുത്തുവാനും അതിനെ സുധീരം പ്രഘോഷിപ്പി ക്കുവാനും ഈ കൂദാശ വിശ്വാസികളെ പ്രാപ്തരാക്കുന്നു (മതബോധ നഗ്രന്ഥം). അതുപോലെ തന്നെ ക്രൈസ്തവ ജീവിതത്തിന്റെയും, വിശ്വാസത്തിന്റെയും പൂർണ്ണതയായിട്ടും ഈ കൂദാശയെ കണക്കാക്കുന്നു. 1274 ലെ 'ലിയോൺ കൗൺസി' ലിലാണ് സഭയിലെ ഏഴു കൂദാശകൾ ഏതൊക്കെയെന്ന് പ്രഖ്യാപിച്ചത്. ഇവിടെ സൈ്ഥര്യലേപനത്തിന് രണ്ടാം സ്ഥാനമാണുള്ളത്.

ക്രൈസ്തവ വിശ്വാസമനുസരിച്ച് ദൈവം ഏകനാണ്. എന്നാൽ ദൈവത്തിൽ മൂന്ന് ആളുകളുണ്ട്. (അരുപികൾ) ബാവ, പുത്രൻ, റൂഹ - എന്നീ പേരുകളിൽ സംബോധന ചെയ്യപ്പെടുന്നു. 'ബാവ'യേ പിതാവായ ദൈവമെന്നും, പുത്രനെ - യേശുക്രിസ്തു - എന്നും ഈ രണ്ടാളു കളുടെയും അരുപിയെ 'റൂഹദക്കുദിശാ'- അല്ലെങ്കിൽ പരിശുദ്ധാത്മാവ് എന്നും വിശ്വസിച്ചു പറയുന്നു. പരിശുദ്ധാത്മാവു വഴിയാണ് ദൈവ ത്തിന്റെ എല്ലാ വരപ്രസാദങ്ങളും മനുഷ്യരിലേക്ക് എത്തുന്നത്. കൂദാ ശകൾ വഴി ഈ ദൈവവരപ്രസാദങ്ങൾ കിട്ടുന്നു. അതുകൊണ്ട് സൈ്ഥ ര്യലേപനം വഴിയും പരിശുദ്ധാത്മാവിന്റെ സഹവാസം മനുഷ്യരിലു ണ്ടാകുന്നു.

യേശുവിന്റെ സ്വർഗ്ഗാരോഹണം കഴിഞ്ഞ് 'പെന്തക്കോസ്താനാളിൽ പരിശുദ്ധാത്മാവ് ശിഷ്യന്മാരുടെ മേൽ ആവസിച്ചു' അവർക്ക് ദൈവവരപ്രസാദമുണ്ടായി. അവർ ജ്ഞാനികളുമായി. ഇവർക്കു കിട്ടിയ പരിശുദ്ധാരൂപിയുടെ വരപ്രസാദമുപയോഗിച്ച് ക്രിസ്ത്യാനികളായവർക്ക് അവരുടെമേൽ കൈവെപ്പു പ്രാർത്ഥന നടത്തി. ഇതുവഴി ഇതിന്റെ സ്വീകർത്താക്കളിൽ പരിശുദ്ധാത്മാവിന്റെ സഹവാസമുണ്ടായി. അന്നു നടന്ന അനുഷ്ഠാന കർമ്മത്തെ ഇന്ന് സൈ്ഥര്യലേപനമെന്നു പറഞ്ഞ് ആചരിക്കുന്നു. ഇതാണ് ഈ കൂദാശയുടെ ചരിത്രപശ്ചാത്തലം. സൈ്ഥര്യലേപനത്തിന്റെ ക്രിയാരീതികൾ പല കാലഘട്ടങ്ങളിലും പല രീതിയിലായിരുന്നു.

പുരോഹിതൻ, കൂദാശ സ്വീകരിക്കുന്ന വിശ്വാസിയുടെ ശിരസ്സിൽ സൈ്തു തൈലം പൂശി കൈവെപ്പു നടത്തി ഇങ്ങനെ പ്രാർത്ഥിക്കുന്നു. - 'ഞാൻ നിന്നെ വിശുദ്ധതൈലം കൊണ്ട് സർവ്വശക്തനായ ദൈവ ത്തിലും യേശുക്രിസ്തുവിലും പരിശുദ്ധാത്മാവിലും അഭിഷേ

കിച്ചിരിക്കുന്നു' ഈ കൂദാശയുടെ ക്രിയാരീതി ക്രൈസ്തവസഭയിൽ പല റീത്തുകളിലും പല രീതികളിലാണ്. രീതികൾ ഏതൊക്കെയാണെ ങ്കിലും ദൈവത്തിന്റെ പരിശുദ്ധാത്മാവ് - ക്രിസ്തുവിന്റെ അരൂപി നമ്മിൽ നിറഞ്ഞു നിന്നെങ്കിലേ നമ്മൾ ക്രിസ്തുവിന്റെ യഥാർത്ഥ അനുയായികൾ ആവുകയുള്ളൂ എന്നതാണ് സഭയുടെ ഉപദേശവും പഠനങ്ങളും.

കുർബ്ബാന

യേശു തന്റെ കുരിശു മരണത്തിനു മുൻപ് ഒരു അത്താഴ വിരുന്നു നടത്തി. ഈ വിരുന്നിന് ഏറെ പ്രത്യേകതകളുണ്ടായിരുന്നു. അന്ത്യ അത്താഴം എന്നാണ് ഇതിനെ പിന്നീട് വിശേഷിപ്പിക്കപ്പെട്ടത്. ഈ അത്താഴത്തിന്റെ പ്രധാന വിഭവം അപ്പവും വീഞ്ഞുമായിരുന്നു. യേശു അത്താഴ വേളയിൽ അപ്പമെടുത്തി വാഴ്ത്തി വിഭജിച്ച് ഇത് എന്റെ ശരീരമാണെന്നും, അപ്രകാരംതന്നെ വീഞ്ഞെടുത്ത് വാഴ്ത്തി ഇത് എന്റെ രക്തമാണെന്നും പറഞ്ഞ് ശിഷ്യർക്ക് കൊടുത്തു. ഇത് എന്റെ ഓർമ്മയ്ക്കായി ചെയ്യുവിൻ എന്നും ബൈബിളിൽ പറയുന്നു.

യേശുവിനു ശേഷം ആദിമ ക്രൈസ്തവർ വീടുകളിൽ നടത്തി വന്നിരുന്ന ഒരു ഓർമ്മ പുതുക്കലാചാരമായി മാത്രമായിരുന്നു ഈ അത്താഴ വിരുന്ന്. ഈ ചടങ്ങ് അപ്പം മുറിക്കൽ എന്നറിയപ്പെടുന്നു. എന്നാൽ പിന്നീട് 1115 ൽ ഈ അപ്പം മുറിക്കലാചാരം കുർബ്ബാന എന്ന പൗരോഹിത്യ അനുഷ്ഠാനമാക്കി മാറ്റിയെടുത്തു. അന്ത്യ അത്താഴവും അപ്പം മുറിക്കലും ഒരു പൂജാകർമ്മമായി മാറിയതോടെ ഇതിനുപയോഗി ക്കുന്ന അപ്പവും വീഞ്ഞും പുരോഹിതർ കൂദാശാ വചനങ്ങൾ ചൊല്ലി പ്രാർത്ഥിക്കുമ്പോൾ യഥാക്രമം യേശുവിന്റെ ശരീരവും, രക്തവുമായി മാറുന്നു എന്ന് സഭ പഠിപ്പിക്കുന്നു. അതിനാൽ ഇതൊരു വിശ്വാസ സത്യ മായിട്ടുതന്നെ ക്രൈസ്തവരിൽ ഭൂരിഭാഗം വിഭാഗക്കാരും വിശ്വസിക്കുന്നു. (ഇവിടെ വസ്തുമാറ്റം (Material Change) സംഭവിക്കുന്നതിനെപ്പറ്റി സഭാ നേതൃത്വത്തിൽ തന്നെ ഭിന്നാഭിപ്രായങ്ങളുണ്ടായിരുന്നു.)

പുരോഹിതരും വിശ്വാസികളും കുർബ്ബാന (തിരുഓസ്തി) സ്വീകരിക്കുന്നു. സാധാരണ വിശ്വാസികൾക്ക് വൈദികർ കൊടുക്കുന്നു. വൈദികർ സ്വയം സ്വീകരിക്കുന്നു. വിശ്വാസികൾ കുർബ്ബാന സ്വീകരി ക്കുന്നതിനു മുൻപ് ചെയ്തുപോയ പാപങ്ങളെപ്പറ്റി മനഃസ്തപിച്ച്, വീണ്ടും പാപങ്ങൾ ചെയ്യുകയില്ലെന്ന് ദൃഢപ്രതിജ്ഞയെടുത്ത് കുമ്പ സാരം എന്ന കൂദാശ നടത്തണം.

'ഓസ്തി' - എന്നു പറയുന്നത് ഗോതമ്പുകൊണ്ടുള്ള വൃത്തത്തി ലുള്ള ഘനം കുറഞ്ഞ ഒരപ്പമാണ്. സാധാരണ വിശ്വാസികൾക്ക് വൈദികർ നാക്കിൽ വെച്ചുകൊടുക്കുന്ന ഓസ്തി (കുർബ്ബാന) ചെറുതാണ്. പുരോഹിതർ കഴിക്കുന്നത്, സ്വീകരിക്കുന്നത് വലുതുമാണ്. അതുപോലെ പൊതു ആരാധനയ്ക്കു വെയ്ക്കുന്ന ഓസ്തിയും വലുതാണ്. ആരാധനകൾക്കും, സ്വീകരണത്തിനും ശേഷം ഓസ്തികൾ

സൂക്ഷിക്കുന്ന പേടകത്തിന് 'സക്രാരി' - എന്നു പറയുന്നു. സക്രാരി - പൂട്ടുന്നതിനും തുറക്കുന്നതിനും വൈദികർക്കു മാത്രമാണ് അധികാരമുള്ളത്. സക്രാരിയിൽ നിന്ന് ഓസ്തി - യെടുക്കുന്നതും വൈദികർ തന്നെ.

എപ്പിസ്കോപ്പൽ സഭകളുടെ (മെത്രാൻ കേന്ദ്രീകൃതസഭകൾ) അനുഷ്ഠാന കർമ്മങ്ങളിൽ ഏറ്റവും പരിശുദ്ധമായത് വി: കുർബ്ബാനയാണ്. ഈ അനുഷ്ഠാന കർമ്മത്തിനാണ് പ്രധാനമായും വിശ്വാസികൾ ദേവാലയത്തിൽ ഒത്തുചേരുന്നത്. പ്രത്യേകിച്ച് ഞായറാഴ്ച ദിവസങ്ങളിലും, ക്രിസ്തുമസ്, ഈസ്റ്റർ എന്നീ വിശേഷ ദിവസങ്ങളിലും. വൈദികർ ദിവസവും കുർബ്ബാന അർപ്പിക്കണം എന്നാണ് സഭാ നിയമം. ഈ കുർബ്ബാന പല തരത്തിലുണ്ട്. ഒറ്റക്കുർബ്ബാന, പാട്ടുകുർബ്ബാന, റാസക്കുർബ്ബാന, തപസുകുർബ്ബാന, ഗ്രിഗോരി കുർബ്ബാന, വിശുദ്ധരുടെ നടതുറന്ന കുർബ്ബാന അങ്ങനെ പോകുന്നു പേരുകൾ. ഇങ്ങനെയുള്ള ഓരോ വിഭാഗം കുർബ്ബാനയ്ക്കും ഇനം തിരിച്ച് ഫീസ് വാങ്ങിയാണ് ഇതൊക്കെ അർപ്പിക്കുന്നത്. പുരോഹിതരുടെ ഏറ്റവും വലിയ ധനസമ്പാദന മാർഗ്ഗമാണ് ഈ കുർബ്ബാന അർപ്പിക്കൽ. ദൈവ സാന്നിദ്ധ്യമുള്ളതെന്നു വിശ്വസിക്കുന്നതും, ഏറ്റവും വിശുദ്ധമെന്നും ക്രിസ്ത്യാനികൾ വിശ്വസിക്കുന്നതുമായ കർമ്മത്തിന് നിരക്കുവച്ച് ഫീസ് വാങ്ങി ധനസമ്പാദനം നടത്തുന്നതിലെ ശരി - തെറ്റുകളെപ്പറ്റി വിശ്വാസികൾ വിധിയെഴുതട്ടെ.

കുമ്പസാരം

"നിങ്ങൾ ആരുടെയെങ്കിലും പാപങ്ങൾ ക്ഷമിച്ചാൽ അവ ക്ഷമിക്കപ്പെടും. നിങ്ങൾ ആരുടെയെങ്കിലും പാപങ്ങൾ നിലനിർത്തിയാൽ അവ നിലനിർത്തപ്പെടും" (യോഹ:20:23). ഈ തിരുവചനം യേശു പറഞ്ഞതു തന്നെ ശ്രവിച്ചിരുന്നവരോടാണ്. എന്നാൽ ഇവിടെ ഈ ക്ഷമിക്കലിന്റെ അധികാരം പുരോഹിതർ സ്വയം ഏറ്റെടുത്തിരിക്കുന്നു. ളോഹയും ഔദ്യോഗിക വേഷവിധാനങ്ങളും ധരിച്ച് കുമ്പസാരക്കൂട്ടിലിരുന്ന് വിശ്വാസികളുടെ പാപങ്ങൾ പൊറുക്കുന്നു. ഇതാണ് കുമ്പസാരത്തിന്റെ ഇന്നത്തെ ക്രിയാരീതി.

സഭ, മനുഷ്യർ ചെയ്യുന്ന പാപങ്ങളെ ലഘു-ഗുരുത്വമനുസരിച്ച് രണ്ടായി തിരിക്കുന്നു. കൊടിയ പാപങ്ങളെ ചാവുദോഷം അല്ലെങ്കിൽ തലപ്പെട്ട ദോഷങ്ങൾ എന്നും, ലഘുവായ പാപങ്ങളെ പാപദോഷമെന്നും വിശ്വാസികൾ തങ്ങൾ ചെയ്തുപോയ തെറ്റുകളെപ്പറ്റി മനസ്തപിക്കുകയും ഇനിമേലിൽ ഈ പാപങ്ങളൊന്നും ചെയ്യുകയില്ലെന്ന് മനസ്സിൽ ദൃഢപ്രതിജ്ഞയെടുക്കുകയും ചെയ്തശേഷം പാപപ്പൊറുതി നടത്തുന്നതിനുവേണ്ടി വൈദികനോട് താൻ ചെയ്ത തലപ്പെട്ട ദോഷങ്ങളെങ്കിലും ഏറ്റുപറയണം. അങ്ങനെ ഏറ്റുപറയുന്ന പാപങ്ങൾക്ക് ദൈവത്തിന്റെ പേരിൽ വൈദികൻ മാപ്പു നല്കുന്നു. ഈ ക്രിയക്കാണ്

കുമ്പസാരം എന്നു പറയുന്നത്. ഇവിടെ വൈദികനോട് ഏറ്റുപറയുന്ന പാപങ്ങൾ ഒന്നും പുറത്തു പരസ്യപ്പെടുത്തരുതെന്നത് കത്തോലിക്കാ സഭയുടെ കർക്കശ നിയമമാണ്.

തന്റെ മുൻപിൽ പാപപ്പൊറുതിക്കുവേണ്ടി മാപ്പിരക്കുന്ന വിധേയ നായ അൽമേനിയുടെ (വിശ്വാസി) മനസ്സിൽ പുരോഹിതനോട് ഒരു അടിമ ഭാവം ഉണ്ടാവുക സ്വാഭാവികമാണ്. പാപപ്പൊറുതി നടത്തുന്നതിനു വേണ്ടി പുരോഹിതനിരിക്കുന്ന സ്ഥലത്തിന് കുമ്പസാര കൂടെന്നു പറയുന്നു. ഇവിടെ ഇരുന്നുകൊണ്ടാണ് ദൈവത്തിന്റെ പേരിൽ പുരോ ഹിതൻ പാപങ്ങൾ പോക്കുന്നത്. ഇവിടെ വൈദികൻ ദൈവത്തിന്റെ പ്രതിപുരുഷനാവുകയാണ്. എങ്കിലും സ്ത്രീകൾ പാപങ്ങൾ ഏറ്റുപറ യുമ്പോൾ — അതു കേൾക്കുമ്പോൾ 1000 ൽ ഒരു സന്ദർഭത്തിലെങ്കിലും കുമ്പസാരക്കൂടുകൾ പാപ സങ്കേതങ്ങളാകുന്നതിനിടവരുന്നു. ഇതുകൊ ണ്ടും, ഇതേപോലുള്ള പല കാരണങ്ങളും കൊണ്ടാവണം രണ്ടാം വത്തി ക്കാൻ കൺസിലിൽ (1962-64) ജോൺ 23-ാം മാർപ്പാപ്പാ കുമ്പസാര ത്തിന്റെ ഇന്നത്തെ ക്രിയാരീതികൾ മാറ്റണമെന്നു പറഞ്ഞത്.

കുമ്പസാരത്തിന്റെ മറ്റൊരു പതിപ്പായ പാപദണ്ഡവിമോചനം വില്പന നടത്തി (The Sale of Indulgence) അക്രൈസ്തവമായ രീതിയിൽ പണ സമ്പാദനം നടത്തിയ ഒരു ഭൂതകാലത്തിന്റെ കയ്പേറിയ ഏടുകൾ ലോകചരിത്രത്തിൽ തന്നെയുണ്ട്. ഈ സാഹചര്യത്തിൽ തങ്ങൾ ചെയ്യുന്ന തെറ്റുകുറ്റങ്ങൾ ഏറ്റുപറഞ്ഞ് ഏഴ് എഴുപത് പ്രാവശ്യം ക്ഷമിക്കുന്ന കാരുണ്യവാനായ ദൈവത്തോട് നേരിട്ട് പാപമോചനത്തി നുവേണ്ടി യാചിച്ചു പ്രാർത്ഥിച്ചാൽ പോരെ? ഇവിടെ ഒരു ഇടത്തട്ടുകാരനെ ആവശ്യമില്ല.

പട്ടം (പൗരോഹിത്യം)

ദൈവത്തിന്റെ പേരിൽ — മതത്തിന്റെ പേരിൽ ചിലപ്പോഴെങ്കിലും ദൈവത്തിന്റെ പ്രതിനിധിയെന്ന് അവകാശപ്പെട്ട് അനുഷ്ഠാനകർമ്മങ്ങളും - പൂജാദി കർമ്മങ്ങളും ചെയ്യുന്നവരെയാണ് പുരോഹിതർ എന്നു പറയുന്നത്. ക്രസ്തവ സഭകളിൽ പ്രൊട്ടസ്റ്റന്റ് സഭകളൊഴിച്ച് ബാക്കി എല്ലാ സഭകളിലും തന്നെ ഔദ്യോഗികമായിട്ട് പുരോഹിതരുണ്ട്.

'തിരുക്കർമ്മങ്ങൾ അനുഷ്ഠിക്കുവാനും അതുവഴി ദൈവിക വരപ്ര സാദം മനുഷ്യർക്ക് എത്തിച്ചുകൊടുക്കുന്നതിനും വേണ്ടി മനുഷ്യർക്ക് അധികാരവും പ്രസാദവരവും പ്രദാനം ചെയ്യുന്ന ഒരു കൂദാശയാണ് പൗരോഹിത്യം' (മതബോധനഗ്രന്ഥം). സങ്കീർത്തകന്റെ വാക്കുകൾ ഇങ്ങനെ:- "മാലാഖമാരേക്കാൾ അല്പം താഴ്ത്തി സൃഷ്ടിക്കപ്പെട്ട മനുഷ്യൻ പൗരോഹിത്യത്തിലൂടെ മാലാഖമാരേക്കാൾ മഹത്തരവും സമുന്നതവുമായ ഒരു സ്ഥാനത്തേക്ക് ഉയർത്തപ്പെടുകയാണ്"- വി:ബർണ്ണാർഡ് ഇപ്രകാരം പറയുന്നു:

പുരോഹിതര്‍ ദൂതന്മാരെക്കാളും, മുഖ്യദൂതന്മാരേക്കാളും, ഈ ലോകത്തിലെ എല്ലാ അധികാരങ്ങളെക്കാളും ഉന്നതരും- അവരുടെ സ്ഥാനം മഹത്തരവും ശ്രേഷ്ഠവുമാണ്. ഇതേപോലെ മഹത്ത്വവല്‍കരിച്ചുകൊണ്ടാണ് കത്തോലിക്കാസഭാ നേതൃത്വം പൗരോഹിത്യത്തെ അവതരിപ്പിക്കുന്നതും-പഠിപ്പിക്കുന്നതും.

സാധാരണ ക്രൈസ്തവവിശ്വാസികളില്‍ നിന്ന്, ദൈവവിളി എന്ന ദൈവവര പ്രസാദം കിട്ടിയവര്‍ക്കാണ് പുരോഹിതരാകുവാന്‍ സാധിക്കു ന്നതെന്നാണ് ക്രൈസ്തവസഭാ വിശ്വാസം. ദൈവവിളി പരിപോഷി പ്പിക്കുന്നതിന് പ്രത്യേകം ദൈവവിളി ധ്യാനങ്ങളും മറ്റും നടത്തുന്നു. എപ്പിസ്‌ക്കോപ്പല്‍ സഭകളിലാണ് (മെത്രാന്‍ കേന്ദ്രീകൃതസഭകള്‍) 'വൈദീക'-പദവികളുള്ളത്. പ്രൊട്ടസ്റ്റന്റു സഭകളില്‍ പുരോഹിതര്‍ക്കു പകരം ഉപദേശി, പാസ്റ്റര്‍- എന്നീ പദവികളാണുള്ളത്. അതുപോലെ കത്തോലിക്കാ വിഭാഗങ്ങളില്‍ മാത്രമാണ് പുരോഹിതര്‍ക്ക് ബ്രഹ്മചര്യം നിര്‍ബ്ബന്ധമാക്കിയിട്ടുള്ളത്.

വൈദികര്‍ എന്ന പദവി ലഭിക്കണമെങ്കില്‍ കത്തോലിക്കാസഭ നേതൃത്വം, സഭയില്‍ പഠിപ്പിക്കുന്ന ദൈവശാസ്ത്രങ്ങള്‍ നിര്‍ബ്ബന്ധമായും പഠിച്ചിരിക്കണം. ഈ പഠനകേന്ദ്രത്തിന് — 'സെമിനാരി'—എന്നു പറയു ന്നു. വൈദിക പഠനത്തിന് ഏഴു വര്‍ഷമെങ്കിലും വേണ്ടിവരും. കത്തോ ലിക്കാ സഭയിലെതന്നെ പല വിഭാഗം സന്യാസസമൂഹങ്ങളുടെയും വേദപഠനകാലങ്ങള്‍ പലതായിരിക്കും. വൈദികപഠനങ്ങളുടെ ഘട്ടങ്ങളനുസരിച്ച് ഓരോ പദവികള്‍ കൊടുക്കുന്നു. ഈ പദവികള്‍ക്ക് 'പട്ടം'എന്നു പറയുന്നു. ഇങ്ങനെ ഏഴു പട്ടം കിട്ടുമ്പോഴാണ് പഠനം പൂര്‍ത്തിയായി വൈദികനാകുന്നത്. പൂര്‍ണ്ണമായി വൈദികനാകുന്നതു വരെയുള്ള കാലയളവില്‍ സെമിനാരിയില്‍ പഠിക്കുന്നവരെ -'ശെമ്മാശന്‍'-മാര്‍ എന്നു വിളിക്കുന്നു. ഓരോ പട്ടം കിട്ടുമ്പോഴും അതിന്റെ ബാഹ്യക്രിയയെന്ന നിലയ്ക്ക് വൈദിക വിദ്യാര്‍ത്ഥിയുടെ തലയുടെ ഉച്ചിയിലെ രോമം ചെറിയ രീതിയില്‍ കത്രിച്ചു കളയും. അങ്ങ നെ പട്ടം കിട്ടുന്ന മുറയ്ക്ക് ഏഴു പ്രാവശ്യം ചെയ്യണം. പണ്ട് ഇങ്ങനെ ഏഴു പ്രാവശ്യം കത്രിച്ചു കളയുന്ന ഭാഗം വട്ടത്തില്‍ ഷേവ് ചെയ്ത് തലയില്‍ വ്യക്തമായും കാണത്തക്ക രൂപത്തിലാക്കുന്നു. ഇതുകൊ ണ്ടാണ് വൈദികര്‍ക്ക് 'പട്ടക്കാര്‍'-എന്ന പേരുണ്ടായത്. പള്ളിയും, പട്ടക്കാരനും എന്ന് ചേര്‍ത്താണ് പറഞ്ഞിരുന്നത്. ഇന്ന് ഈ സംബോധന കുറഞ്ഞു വരുകയാണ്. തലയില്‍ പട്ടവും കാണുന്നില്ല.

ദൈവസാന്നിദ്ധ്യമുണ്ടാകുന്ന ദിവ്യബലി, പാപം പോക്കല്‍ (കുമ്പ സാരം) മറ്റു കൂദാശ കര്‍മ്മങ്ങള്‍ ഇതൊക്കെ ചെയ്യുവാന്‍ അധികാരവും അവകാശവുമുള്ള വൈദികരുടെ മഹത്ത്വം ഇന്നും സഭാ വിശ്വാസികളില്‍ നിലനില്‍ക്കുന്നു. ആത്മീയ അധികാരം മാത്രമല്ല വൈദികര്‍ക്കുള്ളത്. ഭൗതികമായി ഏറെ അധികാരങ്ങളുണ്ട്. ഇടവകവികാരി, ഫൊറോനാവി കാരി, വികാരിജനറല്‍, മെത്രാന്‍, മെത്രാപ്പോലീത്ത, കര്‍ദ്ദിനാള്‍,

അത്യുന്നതകർദ്ദിനാൾ-മാർപ്പാപ്പാ ഇങ്ങനെ പോകുന്നു സഭാധികാരി കളുടെ അധികാര ശൃംഖല. ഈ അധികാര ശൃംഖലയ്ക്ക് 'ഹൈരാർ ക്കി'എന്നു പറയുന്നു. ഈ ഹൈരാർക്കി — സിസ്റ്റമാണ് സഭയുടെ ആത്മീ യവും ഭൗതികവുമായ ഭരണം നടത്തുന്നത്. സഭയുടെ ആഗോളത ലത്തിലുള്ള എല്ലാ സ്വത്തുക്കളുടെയും പരമാധികാരി വത്തിക്കാനിലെ മാർപ്പാപ്പയാണ്. സഭയുടെ നിയമനിർമ്മാണവും നിയമവ്യാഖ്യാനവും, ഭരണനടത്തിപ്പും സഭാ ഹൈരാർക്കിതന്നെ നടത്തുന്നു. സഭാ ഭരണത്തിൽ ജനാധിപത്യത്തിന് പ്രസക്തിയില്ല. ഇത് കത്തോലിക്കാ സഭയുടെ മാത്രം പ്രത്യേക സ്വഭാവമാണ്.

യേശുവും ശിഷ്യരും പുരോഹിതരായിരുന്നില്ല. പുരോഹിതവേഷം കെട്ടി പൂജ ചെയ്യുകയോ ചെയ്തിട്ടില്ല. "ദൈവത്തിനും മനുഷ്യനുമിടക്ക് ഒരു മദ്ധ്യസ്ഥനെയുള്ളൂ—മനുഷ്യനായ യേശുക്രിസ്തി" (തിമോ 2/5) 'ബലിയല്ല - കരുണയാണെനിക്കു വേണ്ടത്" (മത്തായി. 9:13). ഇതൊക്കെ യേശു പറയുമ്പോൾ പൗരോഹിത്യത്തിന്റെ പ്രസക്തി ഇല്ലാതാകുന്നു. മനുഷ്യ സ്നേഹത്തിൽ അധിഷ്ഠിതമായ ഒരു സ്നേഹക്കൂട്ടായ്മയാണ് യേശു വിഭാവനം ചെയ്തത്. അധികാരികളും അനുശാസ്സനങ്ങളുമുള്ള ഒരു പൗരോഹിത്യാധിപത്യസഭയല്ല യേശുവിനു വേണ്ടത്.

സഭാ ചരിത്രത്തിലെ കറുത്ത ഏടുകളിലെല്ലാം പ്രതികളുടെ സ്ഥാന ത്ത് ഒന്നാം നിരക്കാരായി എന്നും പുരോഹിതരായിരുന്നു. ഇതൊക്കെ ചരിത്ര സാക്ഷ്യങ്ങളാണ്. ഇന്നും അസാന്മാർഗിക ജീവിതം കൊണ്ട് പാശ്ചാത്യ നാടുകളിലെ സഭാരൂപതകൾ പിഴയടച്ച് ഇല്ലാതാകുന്നു. ഈ സാഹചര്യത്തിൽ യേശുവിന്റെ ദർശനങ്ങളിൽ നിന്ന് വിട്ടകന്ന് പോകുന്ന പൗരോഹിത്യാധിപത്യ സഭയുടെ സ്ഥാനത്ത് യേശു വിഭാവനം ചെയ്ത -- അധികാരവും, അനുശ്ശാസനവും ഇല്ലാത്ത -- മനുഷ്യ സ്നേഹത്തിലധിഷ്ഠിതമായ ഒരു സ്നേഹക്കൂട്ടായ്മ പകരം വയ്ക്കണം.

വിവാഹം

വിവാഹം എന്ന കൂദാശ ക്രിസ്തുവും സഭയും തമ്മിലുള്ള ഐക്യം സൂചിപ്പിക്കുന്നു. ക്രിസ്തു സ്നേഹംകൊണ്ട് ദമ്പതികൾക്ക് പരസ്പരം സ്നേഹിക്കാൻ ശക്തി നല്കുന്നു. കൂദാശയുടെ അനുഗ്രഹം അവരുടെ സ്വാഭാവിക സ്നേഹത്തെ പൂർണ്ണത യിലേക്ക് നയിക്കുകയും അവരുടെ ദൃഢമായ ഐക്യത്തെ ശക്തിപ്പെടുത്തുകയും നിത്യജീവിതത്തിലേക്കുള്ള യാത്രയിൽ വിശുദ്ധീകരിക്കുകയും ചെയ്യുന്നു.

ഇതാണ് സഭയുടെ വിവാഹത്തെപ്പറ്റിയുള്ള സന്ദേശം. (സാർവ്വത്രിക സഭയുടെ മതബോധനഗ്രന്ഥം 1661) "ദൈവം യോജിപ്പിച്ചത് മനുഷ്യൻ

വേർപെടുത്താതിരിക്കട്ടെ"-എന്ന ദിവ്യ സന്ദേശമാണ് ക്രൈസ്തവ വിവാഹ കൂദാശയുടെ കാതലായ ഭാഗം.

വിവാഹം ഒരു കൂദാശയായിട്ട് ഉയർത്തിയതിനാൽ ഇവിടെയും പൗരോഹിത്യ സാന്നിധ്യവും സ്വാധീനവും അതിപ്രസരവും ശക്തമായിട്ടു കാണാം. മനപ്പൊരുത്തം വരുന്ന വധൂ-വരന്മാരെ പുരോഹിതൻ അനുഗ്രഹിച്ച് സ്വന്തക്കാരോടൊപ്പം ആശിർവദിച്ചു വിട്ടാൽ മതി. എന്നാൽ ഇവിടെയും പുരോഹിതർ ഇത് വീണുകിട്ടിയ അവസരമായി കണക്കാക്കുന്നു. വധൂവരന്മാരെയും വിവാഹച്ചടങ്ങുകൾക്ക് വരുന്നവരെയും മണിക്കൂറുകളോളം തളച്ചിടുന്നു. സ്ത്രീ വിരുദ്ധ ആശയങ്ങൾ നിറഞ്ഞുനില്ക്കുന്ന വി: പൗലോസിന്റെ ലേഖനങ്ങളും കൂടാതെ ആവർത്തന വിരസതയോടുകൂടിയ പുരോഹിതരുടെ പ്രസംഗങ്ങളും കേട്ടുകഴിയുമ്പോൾ സാധാരണ മനുഷ്യർക്ക് മടുപ്പുണ്ടാക്കുന്നു. അതു പോലെ തന്നെ വിവാഹത്തിന് പള്ളിക്കു വേണ്ടവിധമായ പതാരപ്പണവും, പള്ളിക്കു ചെല്ലേണ്ട പഴയ കുടിശ്ശികകളും, പുതിയ പള്ളിക്കുള്ള സംഭാവനയും വാങ്ങി വധൂവരന്മാരുടെ വീട്ടുകാരെ അസംതൃപ്തരാക്കി വിടുന്നു. മാമ്മോദീസ, വിവാഹം, മരിച്ചടക്ക് എന്നീ അവസരങ്ങൾ ക്കൊക്കെ വികാരിയച്ചന്മാർ ശരിക്കും മുതലെടുത്തുകൊണ്ടിരിക്കുകയാണ്.

വിവാഹത്തിൽ വധൂവരന്മാർ തുല്യ പങ്കാളികളായാൽ പരസ്പരം അംഗീകരിക്കുവാനും ബഹുമാനിക്കുവാനും അവർക്ക് സാധിക്കണം. ഇതൊക്കെ സഭാപഠന പുസ്തകങ്ങളിൽ മാത്രം ഒതുങ്ങി നില്ക്കുന്നു. വിവാഹാവസരത്തിൽ വി: പൗലോസിന്റെ ലേഖനം വായിക്കുകയും, അതേപ്പറ്റി പള്ളിയിൽ പ്രസംഗിക്കുകയും ചെയ്യുന്നു. വി പൗലോസിന്റെ ലേഖനങ്ങൾ സ്ത്രീ സ്വാതന്ത്ര്യത്തിനെതിരെന്നുതന്നെയുമല്ല, സ്ത്രീകളെ പറ്റുന്നിടത്തോളം ഇകഴ്ത്തുകയും ചെയ്യുന്നു. വി പൗലോസ് എഴുതുന്നു: "സഭകളിൽ സ്ത്രീകൾ മൗനം പാലിക്കണം. കാരണം അവർക്ക് സംസാരിക്കുവാൻ അനുവാദം ഇല്ല. എല്ലാ പുരുഷന്മാരുടെയും ശിരസ്സ് യേശുവാണ്. എല്ലാ സ്ത്രീകളുടെയും ശിരസ്സ് ഭർത്താക്കന്മാരാണ്"(കൊ റി:3). യേശുവിന്റെ ജീവിതത്തിലും ജീവിതാന്ത്യത്തിലും പുരുഷന്മാരെക്കാൾ വിശ്വസ്ഥതയോടെ പിൻതുടരുന്നവരാണ് സ്ത്രീകൾ. യൂദാസ് ഒറ്റു കൊടുത്തപ്പോഴും, പത്രോസ് യേശുവിനെ തള്ളിപ്പറഞ്ഞപ്പോഴും സ്ത്രീകൾ യേശുവിനൊപ്പം നിന്നു. യേശു എപ്പോഴും സ്ത്രീകളെ അംഗീകരിച്ചിരുന്നു. എന്നാൽ യേശുവിന്റെ ആശയങ്ങൾ വിട്ട് സ്വന്തം ആശയങ്ങൾ സഭയിൽ പ്രചരിപ്പിച്ച വി: പൗലോസിന്റെ സ്ത്രീവിരുദ്ധ ലേഖനങ്ങളാണ് വിവാഹസമയത്ത് വായിക്കുന്നത്. ഇത് മാറ്റി സ്വാതന്ത്ര്യം അംഗീകരിക്കുന്ന പുണ്യാത്മാക്കളുടെ, ലേഖനങ്ങൾ ഈ അവസരത്തിൽ വായിക്കേണ്ടതാണ്.

അന്ത്യകൂദാശ (രോഗീലേപനം)

മരണ വാറണ്ടുമായി വരുന്ന 'അന്ത്യകൂദാശ' എന്ന പേരോടുകൂടി ഈ കൂദാശയെ ഭയപ്പാടോടുകൂടിയാണ് വിശ്വാസികൾ കണ്ടിരുന്നത്. മുൻപ് 'ഒടുക്കത്തെ ഒപ്രുശുമ'-എന്ന ഭയാനകമായ പേരായിരുന്നു ഈ കൂദാശയ്ക്കുണ്ടായിരുന്നത്. മരണശയ്യയിൽ മരണം മുമ്പിൽ കണ്ടു കൊണ്ടു കിടക്കുന്ന രോഗികൾക്കു മാത്രമുള്ള ഒരു കൂദാശയായിരുന്നു ഇത്. എന്നാൽ ഇന്ന് അങ്ങനെയല്ല. മാരകമായ രോഗത്തിന് വിധേയരാ യിട്ടുള്ളവർക്കും ആത്മ-ശാരീരികാശ്വാസം പകരുന്ന ഒരു കൂദാശയായിട്ട് കണക്കാക്കുന്നു.

ക്രിസ്തുവിന്റെ പരസ്യ ജീവിതകാലത്ത് രോഗശാന്തിക്കായി രോഗികൾ അവിടുത്തെ സമീപത്തേക്കു വന്നിരുന്നു. അവരെ സ്പർശിച്ച് സുഖപ്പെടുത്തിയുമിരുന്നു. 'ദൈവശാപം'കിട്ടിയവരെന്ന് മുദ്രകുത്തി അയിത്തം കല്പിച്ചിരുന്ന ഹതഭാഗ്യരായ കുഷ്ഠരോഗികളെയും യേശു വിളിച്ചു വരുത്തി സുഖപ്പെടുത്തിയിരുന്നു. "അനന്തരം ഈശോ തന്റെ പന്ത്രണ്ടു ശിഷ്യന്മാരെയും വിളിച്ച് -ദുഷ്ടാരൂപികളെ ബഹിഷ്കരി ക്കുന്നതിനും, സർവ്വവിധ രോഗങ്ങളും വ്യാധികളും സുഖപ്പെടുത്തു ന്നതിനും അവർക്ക് അധികാരം നല്കി."-എന്ന് സുവിശേഷം സാക്ഷ്യപ്പെടുത്തുന്നു (മത്തായി. 10:1). അതുപോലെ തന്നെ യേശു തന്റെ ഉയിർപ്പിനുശേഷം ശിഷ്യന്മാർക്ക് പ്രത്യക്ഷപ്പെട്ടപ്പോൾ ഇങ്ങനെ പറഞ്ഞു. "എന്റെ നാമത്തിൽ അവർ പിശാചുക്കളെ ബഹിഷ്കരിക്കും. അവർ രോഗികളുടെ മേൽ കൈവച്ചാൽ സൗഖ്യം പ്രാപിക്കും" (മാർക്കോസ്.16).

ആദിമ സഭയിൽ അല്മായരും (സാധാരണ വിശ്വാസികൾ) അന്ത്യ കൂദാശ നല്കിയിരുന്നു. പിന്നീട് ഇതൊക്കെ പുരോഹിതരുടെ മാത്രം അധികാരമായി മാറ്റിയെടുത്തു. തെന്ത്രയോസ് കൺസിലിൽ ഈ കൂദാശയുടെ ലക്ഷ്യങ്ങളെപ്പറ്റി ഇങ്ങനെ രേഖപ്പെടുത്തിയിരിക്കുന്നു- "ഇത് യഥാർത്ഥത്തിൽ പരിശുദ്ധാത്മാവിന്റെ ദാനമാണ്. രോഗിയിൽ മോചിപ്പിക്കപ്പെടേണ്ടതായി എന്തെങ്കിലും പാപങ്ങൾ നിലനില്ക്കുന്നെ ങ്കിൽ രോഗീലേപനം അവ നീക്കിക്കളയും."

പാപമോചനത്തിനുള്ള കൂദാശ എന്ന നിലയിൽ പാപമാർഗ്ഗങ്ങളായ പഞ്ചേന്ദ്രിയങ്ങളിൽ തൈലം പൂശുന്ന പഴയ ക്രിയാരീതി മാറ്റി ഇപ്പോൾ ശിരസ്സിലും, കൈകളിലും വിശുദ്ധ തൈലം പൂശുക എന്ന ലളിതമായ രീതി നടപ്പാക്കിയിരിക്കുന്നു. ഒരിക്കൽ മാത്രമേ കൊടുക്കാൻ പാടുള്ളൂ എന്ന ഈ നിയമം മാറ്റി, രോഗ സാഹചര്യങ്ങൾ ആവർത്തിക്കപ്പെടു ന്നെങ്കിൽ ഈ കൂദാശയും ആവർത്തിച്ചു കൊടുക്കാമെന്ന അനുവാദം വന്നിരിക്കുന്നു. രോഗിക്കു വേണ്ടിയുള്ള ഒരു പ്രത്യേക പ്രാർത്ഥന യോടുകൂടിയാണ് ഈ ലേപനകർമ്മം നടത്തുന്നത്.

ഇങ്ങനെ വിശ്വാസികളുടെ ജീവിതാരംഭത്തിലും ജീവിതത്തിലും ജീവിതാവസാനത്തിലും പള്ളിയും പുരോഹിതരും കൂദാശകൾവഴി ഏറെ സ്വാധീനിക്കുന്നു. ഇത്രയും പുണ്യ സൗഭാഗ്യങ്ങളും ദൈവവര പ്രസാദങ്ങളും പുരോഹിതർ വഴി കിട്ടിയിട്ടും കത്തോലിക്കാ വിശ്വാസി കൾ മറ്റുള്ളവരെക്കാൾ ആത്മീയ ഉണർവ്വുള്ളവരാകുന്നുണ്ടോ? അതുപോലെതന്നെ ക്രിസ്തീയ ആത്മീയതയുടെ കാതലായ പരസ്നേഹത്തിന്റെ ഒരു മിന്നലാട്ടം പോലും ഈ കൂദാശകളിൽ കാണുന്നില്ല. അതുകൊണ്ട് യേശുവിന്റെ ആത്യന്തിക ലക്ഷ്യമായ മനുഷ്യസ്നേഹത്തിന് ഊന്നൽ കൊടുക്കാത്ത അനുഷ്ഠാനങ്ങൾക്കും കൂദാശകൾക്കും ഇവിടെ പ്രസക്തി നഷ്ടപ്പെടുകയാണ്.

പള്ളിനിയമവും
ചിതറിയ ചിന്തകളും.....

1. പള്ളിനിയമവും ചിതറിയ ചിന്തകളും...............

ക്രൈസ്തവരുടെ പള്ളിവകസ്വത്തുക്കളുടെയും, മറ്റു സാമ്പത്തി ക കാര്യങ്ങളുടെയും നടത്തിപ്പുകൾ കൈകാര്യം ചെയ്യുന്നതിന് നിയമ നിർമ്മാണം ആവശ്യമാണെന്ന് ജസ്റ്റിസ് വി. ആർ. കൃഷ്ണയ്യർ കമ്മീഷൻ ഗവൺമെന്റിലേക്ക് ശുപാർശ ചെയ്തിരിക്കുകയാണല്ലോ. ക്രിസ്ത്യൻ സഭകളിൽ പ്രത്യേകിച്ച് കത്തോലിക്കാസഭയിൽ ഇങ്ങനെയൊരു നിയമ നിർമ്മാണമുണ്ടാക്കേണ്ടത് ഒരു അടിയന്തിര ആവശ്യം കൂടിയാണ്. കാര ണം യാതൊരു ജനാധിപത്യ കീഴ്‌വഴക്കങ്ങളോ, സുതാര്യതയോ, സാമാ ന്യ മര്യാദയോ ഇല്ലാതെ കാലാകാലങ്ങളായി സഭാ നേതൃത്വം മുന്നോട്ട് പോയിക്കൊണ്ടിരിക്കുകയാണ്. ഇവിടെ പള്ളിക്കമ്മിറ്റിയുണ്ട്. രൂപതാ കമ്മിറ്റിയുണ്ട്. അതുകൊണ്ട് ജനാധിപത്യമുണ്ട്, സുതാര്യതയുണ്ട് എന്നൊക്കെ പറഞ്ഞ് മനുഷ്യരെ തെറ്റിദ്ധരിപ്പിക്കുകയാണ്. 1991 ലെ പൗര സ്ത്യകാനോൻ നിയമം 191 പ്രകാരം പള്ളിസ്വത്തുക്കളുടെ ഭരണാധികാരം മുഴുവൻ മെത്രാനിൽ കേന്ദ്രീകരിച്ചിരിക്കുകയാണ്. അങ്ങനെ വരുമ്പോൾ പള്ളക്കമ്മിറ്റിയും രൂപതാകമ്മിറ്റിയും യാതൊരുവിധ അധികാരാവകാ ശങ്ങളുമില്ലാത്ത നോക്കുകുത്തികൾ മാത്രമാണ്. അധികാരത്തിന്റെ എല്ലാ കെട്ടുപിടികളും കൈപ്പിടിയിൽ ഒതുക്കിയശേഷം വിശ്വാസികളുടെ കണ്ണിൽ പൊടിയിടാൻ വേണ്ടിയാണ് 'കമ്മിറ്റി' എന്ന് ആവർത്തിക്കുന്നത്.

ഇന്ന് രാജ്യത്തെ എല്ലാ മതവിഭാഗങ്ങളുടെയും സ്വത്തുക്കളുടെ ഭരണത്തെ സംബന്ധിച്ച് വ്യക്തമായ നിയന്ത്രണങ്ങളുണ്ട്. ഹൈന്ദവ മതത്തിന് ഹിന്ദു എന്റോവ്‌മെന്റ് ആക്ടും, മുസ്ലീമുകൾക്ക് വഖഫ് ആക്ടും, സിക്കുകാർക്ക് ഗുരുദ്വാര ആക്ടും പ്രാബല്യത്തിലുണ്ട്. ഒരു മതേതര രാജ്യത്ത് ഓരോ മതവിഭാഗങ്ങൾക്കും അവരവരുടെ സാമുദാ

യിക സ്വത്തുക്കളെ നിയന്ത്രിക്കുന്നതിനു വേണ്ടിയുള്ള പ്രത്യേകം പ്രത്യേകം നിയമങ്ങൾ നിലവിലുള്ളപ്പോൾ തങ്ങളുടെ മതത്തിനുമാത്രം ഇതൊന്നും പാടില്ല എന്നു പറയുന്നത് ഒരു റിപ്പബ്ലിക്കൻ മനോഭാവത്തിന് ചേരുന്നതല്ല. സ്വാർത്ഥതയ്ക്കും ഏകാധിപത്യത്തിനും ചേരുന്നതുമാണ്. ക്രൈസ്തവമതവിഭാഗങ്ങളിൽ കത്തോലിക്കാസഭയിൽ മാത്രമാണ് ഇത്രയും പ്രകടമായ ഏകാധിപത്യം നിലനിൽക്കുന്നത്. മറ്റു സഭാവിഭാ ഗങ്ങളായ സി എസ് ഐ, യാക്കോബായ, മാർത്തോമ്മ, ഓർത്തഡോക്സ് തുടങ്ങിയ എപ്പിസ്കോപ്പൽ സഭകളിലൊക്കെ ഒരു പരിധിവരെ വിശ്വാ സികൾക്ക് മേൽവിലാസമുണ്ട്. പള്ളിസ്വത്തുഭരണത്തിലും മെത്രാനെ തെരഞ്ഞെടുക്കുന്നതിനുവരെയും സമുദായ പ്രതിനിധികൾക്ക് അവസരം നല്കുന്നു. ഇപ്രകാരം ഇന്ത്യയിലെ ഇതര മതങ്ങളുടെയും ക്രൈസ്തവ സഭയിലെ തന്നെ മറ്റു വിഭാഗങ്ങളുടെയും സ്വത്തുക്കൾ ഭരിക്കുവാൻ ഗവൺമെന്റിന്റെയോ സമുദായാംഗങ്ങളുടെയോ നിയന്ത്രണമോ പ്രാതിനിധ്യമോ ഉണ്ടാകുന്നു. കത്തോലിക്കാസഭയ്ക്കുമാത്രം ഇതില്ലാതെ വരുന്നു.

ആദിമസഭാ പാരമ്പര്യങ്ങൾക്കും കേരളത്തിലെ മാർത്തോമ്മാ നിയമ ങ്ങൾക്കും നേർവിപരീതമായ ഒരു ഭരണസംവിധാന ക്രമമാണ് സഭയിൽ ഇന്നും നിലനില്ക്കുന്നത്. ഇതു മാറ്റാൻ അധികാരികൾ തയ്യാറാകുന്നില്ല. കാനോൻ നിയമത്തിന്റെയും ഹൈരാർക്കി സിസ്റ്റത്തിന്റെയും മറ്റു വിലക്കുകളുടെയും ശക്തിയിലും പിൻബലത്തിലും ഇന്ന് വിശ്വാസികളെ വരിഞ്ഞു മുറുക്കി നിസ്സഹായരാക്കുന്നു. ഇത്തരം സന്ദർഭങ്ങളിലാണ് നേരത്തെ സൂചിപ്പിച്ച പള്ളിനിയമത്തിന്റെ പ്രസക്തി ഏറി വരുന്നത്. സമൂഹത്തിന് നീതി നിഷേധിക്കപ്പെടുമ്പോഴാണ് ഗവൺമെന്റ് നിയമം വഴി നീതി നടപ്പാക്കുന്നത്. മതമേധാവികൾ, ഹീനജാതിക്കാരെന്ന് വിധി ക്കപ്പെട്ട മനുഷ്യർക്ക് ക്ഷേത്രപ്രവേശനം നിഷേധിച്ചിരുന്ന കാലത്ത് തിരുവിതാംകൂർ ഭരിച്ചിരുന്ന മഹാറാണി (റീജന്റ്) ക്ഷേത്രപ്രവേശന വിളംബരപ്രകാരം സാമൂഹികനീതി നടപ്പാക്കി. ഇതുപോലെ സാമൂഹിക നീതി മതാധികാരികൾ നടപ്പാക്കാത്തപ്പോൾ ഗവൺമെന്റ് ഇടപെടേ ണ്ടിവരും. ഇവിടെ ഇപ്പോൾ അതാണ് സംഭവിക്കേണ്ടത്. നിസ്സഹായരായ കത്തോലിക്കാ വിശ്വാസികളുടെ ന്യായമായ അവകാശം നേടിയെടു ക്കുന്നതിന് ഇന്നത്തെ സാഹചര്യത്തിൽ പറ്റാതെ വരുന്നു. അത്രയ്ക്കും ശക്തമാണ് സഭ. ഇവിടെയാണ് ഒരു സർക്കാരിന്റെ ആവശ്യം. അല്ലെങ്കിൽ സഹായം. മതേതരത്വം, ജനാധിപത്യം, സോഷ്യലിസം എന്നീ അടിസ്ഥാ ന തത്ത്വങ്ങളിൽ വിശ്വസിക്കുന്ന രാഷ്ട്രീയ പാർട്ടികൾ ഭരിക്കുന്ന നമ്മുടെ രാജ്യത്ത് സാമൂഹിക നീതി നടപ്പാക്കാൻ എന്തുകൊണ്ട് മടിച്ചും, അറച്ചും മാറിനില്ക്കുന്നു എന്നുള്ളതിനുത്തരം രാഷ്ട്രീയം പഠിച്ച കേര ളീയർക്കറിയാം. അതുപോലെ തന്നെ കത്തോലിക്കാ സമുദായത്തിന്റെ ഉൾഘടനാ വ്യവസ്ഥയെക്കുറിച്ച് രാഷ്ട്രീയ പാർട്ടികൾക്കും സാമൂഹിക പ്രവർത്തകർക്കും ഇന്നുള്ള അറിവ് കേവലം ഉപരിപ്ലവവുമാണ്. ഇന്നും

സഭയുടെ താല്പര്യങ്ങൾ സംരക്ഷിക്കുന്നതിന്, ഒരു ജനാധിപത്യ ഗവൺമെന്റിനെ തന്നെ അട്ടിമറിക്കുവാൻ തങ്ങൾ ശക്തരാണെന്ന അഹന്ത ഇപ്പോഴും നേതൃത്വം വെച്ച് പുലർത്തുന്നു. 1959 ലെ കേരള സംഭവം ഇന്നും സ്വപ്നം കാണുകയാണ്. ഇടയ്ക്കിടെ രണ്ടാംവിമോചന സമര പ്രഖ്യാപനവും, പിതാക്കന്മാർ പറഞ്ഞാൽ രക്തം ചിന്താൻ പതിനാ യിരങ്ങളുണ്ടെന്ന ഇടയ ശബ്ദങ്ങളുമൊക്കെ മേല്പറഞ്ഞ ദിവാസ്വപ്ന ങ്ങളുടെ ബഹിർസ്ഫുരണങ്ങളാണ്.

ഇന്ന് സർക്കാരു കഴിഞ്ഞാൽ കേരളത്തിലെ ഏറ്റവും വലിയ ധനകാര്യസ്ഥാപനമായി കത്തോലിക്കാസഭ വളർന്നു വലുതായിരിക്കുന്നു. കണക്കില്ലാത്ത സ്വത്തുക്കൾ തോന്നിയ പോലെ കൈകാര്യം ചെയ്യാമെന്ന സാഹചര്യമാണിവിടെ നിലനിൽക്കുന്നത്. അളവറ്റ സമ്പത്തും അമിതാധി കാരങ്ങളും തങ്ങളെ അന്ധമായി വിശ്വസിക്കുന്ന ആട്ടിൻപറ്റങ്ങളും സ്വന്തമായിട്ടുണ്ടെങ്കിൽ കത്തോലിക്കാസഭ എന്നല്ല ഏതു പ്രസ്ഥാനവും നേർവഴി വിട്ടുപോയെന്നിരിക്കും. വ്യക്തിപരമായിട്ട് ഒരു വൈദികനെയോ, മെത്രാനെയോ കുറ്റം പറഞ്ഞിട്ട് കാര്യമില്ല. തെറ്റു കുറ്റങ്ങളുടെ മൂലകാര ണങ്ങൾ സാഹചര്യമാണ്. സാഹചര്യം അല്ലെങ്കിൽ വ്യവസ്ഥിതി മാറണ മെന്നാണ് പറയുന്നത്. എങ്ങനെ മാറും? പണത്തിന്റെയും പ്രതാപത്തിന്റെ യും കാനോൻ നിയമത്തിന്റെയും മഹറോന്റെയും ഹൈരാർക്കിയുടെയും അപ്രമാദിത്വത്തിന്റെയും മരിച്ചടക്കിന്റെയും തെമ്മാടിക്കുഴിയുടെയും കല്യാണക്കുറിയുടെയുമൊക്കെ പേരിൽ തീർത്തെടുത്ത ഉരുക്കുചങ്ങല കൊണ്ട് വരിഞ്ഞു മുറുക്കി നിശ്ശബ്ദരും, നിസ്സഹായരുമാക്കപ്പെട്ട സത്യവി ശ്വാസികൾക്ക് എന്തു ചെയ്യാൻ പറ്റും? സർവ്വസ്വതന്ത്രമായ സഭാനേതൃ ത്വത്തിന് ഇന്നും സാമൂഹ്യ രാഷ്ട്രീയ മണ്ഡലങ്ങളിൽ ചെലുത്തുവാൻ പറ്റുന്ന സ്വാധീനവും ശക്തമാണ്. മതവിശ്വാസികൾ പാടുപെട്ട് പണിയെടു ത്ത് പടുത്തുയർത്തിയ പള്ളിയും, പള്ളിക്കൂടവും, പള്ളിവക മറ്റു സ്വത്തു ക്കളും അനർഹമായി കൈകാര്യം ചെയ്യുകയാണ്. ഏതായാലും വിശ്വാ സികളുടെ വകയായ പള്ളിസ്വത്തുക്കൾ അവരുടേതാണെന്ന് സമ്മതിച്ച് അതിന്റെ വിനിയോഗത്തിന് ജനാധിപത്യരീതിയിലുള്ള നിയമനിയന്ത്ര ണം ഏർപ്പെടുത്തണം.

ആദിമ സഭാപാരമ്പര്യം

സഭയുടെ എല്ലാ ഭൗതികസ്വത്തുക്കളുടെയും നടത്തിപ്പ് ദൈവ ജനത്തിനായിരിക്കണമെന്ന് സഭയുടെ ആദിപിതാക്കന്മാർക്ക് നിർബ്ബന്ധ മുണ്ടായിരുന്നു. യൂദാസിനുപകരം മത്തിയാസിനെ സഭാതലവനായ പത്രോസ് നോമിനേറ്റു ചെയ്യുകയല്ല ചെയ്തത്. 120 ൽ പരം സഹോദര ന്മാരുമായി കൂടിയാലോചിച്ചാണ് തെരഞ്ഞെടുത്തത്. (അപ്പ: പ്ര: 15.5) പരിച്ഛേദനത്തെ സംബന്ധിച്ച് വിവാദമുണ്ടായപ്പോൾ അക്കാര്യവും ഭൂരിപക്ഷാഭിപ്രായത്തിനു വിടുകയാണ് ചെയ്തത്. (അപ്പ:പ്രവ.) ഗ്രീക്കു വിധവകളുടെ കാര്യത്തിലുണ്ടായ പരാതികൾക്ക് തീർപ്പുണ്ടാക്കുന്ന

തിനും മറ്റുമായി ദൈവജനത്തിൽ നിന്നും ഹൃദയനൈർമ്മല്യമുള്ള ഏഴുപേരെ തിരഞ്ഞെടുക്കുവാനാണ് പത്രോസ് പറഞ്ഞത്. (അപ്പ: പ്രവ.:15) അല്ലാതെ ഇന്നത്തെ പള്ളിയോഗ നടപടിക്രമംപോലെ തങ്ങൾ ക്കു ഇഷ്ടപ്പെട്ടവരെ നോമിനേറ്റു ചെയ്യുകയല്ല ചെയ്തിരുന്നതെ ന്നോർക്കണം.

അങ്ങനെ ജനസ്വരം ദൈവസ്വരമായി കണക്കാക്കിയ പരിശുദ്ധരായ പിതാക്കന്മാരായിരുന്നു, ആദിമസഭയിൽ സഭാഭരണം നടത്തിയിരുന്നത്. ആ സ്ഥാനത്ത് നോമിനേഷൻ കൊണ്ട് ദൈവജനത്തെ കബളിപ്പിക്കുന്ന ഇടയന്മാരാണ് നമുക്കുള്ളത്. ഇന്ന് ദൈവജനത്തിനംഗീകാരമില്ല. അവരെ വിളിക്കുന്നതുതന്നെ അൽമേയൻ എന്നാണ്. വിവരമില്ലാത്തവനെ ന്നൊക്കെയാണിതിനർത്ഥം. അങ്ങനെ ആദിമ ദൈവജനത്തെ ഇന്നത്തെ ഇടയന്മാർ ഇടിച്ചിരുത്തി ഒരു പരുവത്തിലാക്കി അൽമേയൻ എന്ന വിഡ്ഢിപ്പേരും കല്പിച്ചു നല്കി. ബഹുമാനപ്പെട്ട ആർച്ച് ബിഷപ്പുമാർ ജോസഫ് പൗവത്തിൽ ലിറ്റർജി സംബന്ധിച്ച് റോമിലേക്ക് എഴുതിയ പ്പോൾ വിശ്വാസികളെ സിമ്പിൾ & ഓർഡിനറി എന്നാണ് വിശേഷിപ്പിച്ച തെന്ന വാർത്ത ചിലരെങ്കിലും അറിഞ്ഞുകാണും. വിശ്വാസികളോട് സഭാനേതൃത്വത്തിനുള്ള മനോഭാവം ഇതൊക്കെ തന്നെയാണെന്ന് സന്ദർഭോചിതമായി എഴുതിയെന്നു മാത്രം. അങ്ങനെ കാലാകാലങ്ങ ളായി സഭാവിശ്വാസികളുടെ വ്യക്തിത്വത്തെത്തന്നെ നിരന്തരം ചവിട്ടി ത്താഴ്ത്തിക്കൊണ്ടുള്ള ഒരു ജൈത്രയാത്ര സഭാനേതൃത്വം തുടരുക യാണ്. എന്താണ് കാരണം? സ്വാർത്ഥതാല്പര്യത്തിനുവേണ്ടി വിശ്വാസ പ്രമാണങ്ങളെപ്പോലും ദുർവ്യാഖ്യാനം ചെയ്ത് പഠിപ്പിച്ച് അതു മൂലം പ്രതികരണശേഷി അപ്പാടെ നഷ്ടമാക്കപ്പെട്ട ഒരു വിശ്വാസിവർഗ്ഗം തങ്ങ ളുടെ കൈപ്പിടിയിൽ തന്നെയുണ്ട് എന്നതാണ്.

ആദിമസഭാനടപടികളിലേക്കു തന്നെ വരാം. സുവിശേഷ പഠനങ്ങൾ ക്കനുസൃതമായ ഒരു സാമ്പത്തിക, സാമൂഹിക വ്യവസ്ഥിതി അന്നു നില നിന്നുപോന്നു. ധനസമാഹരണത്തിന്റെയും, അതിന്റെ വിനിയോഗത്തെ യും കുറിച്ച് സുതാര്യമായ ഭാഷയിൽ സുവിശേഷം പറയുന്നുണ്ട്. "അതുകൊണ്ട്, ആ 12 പേർ, ശിഷ്യസമൂഹത്തെ വിളിച്ചുകൂട്ടി പറഞ്ഞു. ഞങ്ങൾ ദൈവവചന പ്രഘോഷണം ഉപേക്ഷിച്ച് ഭക്ഷണവിതരണത്തിൽ ഏർപ്പെടുന്നതു ശരിയല്ല. അതിനാൽ സഹോദരരേ, നിങ്ങളുടെ ഇടയിൽ നിന്നും സമ്മതരും വിജ്ഞാനവും ആത്മാവും നിറഞ്ഞവരുമായ ഏഴുപേരെ തിരഞ്ഞെടുക്കുക. അവരെ ഞങ്ങൾ ഈ ജോലിക്കായി നിയോഗിക്കാം. ഞങ്ങളാകട്ടെ, പ്രാർത്ഥനയിലും വചനശുശ്രൂഷയിലും ഏകാഗ്രചിത്തരായി ഇരുന്നുകൊള്ളാം" (അപ്പ: പ്ര: 6:24). അപ്പോൾ സഭാ സ്വത്തുക്കൾ എങ്ങനെ ഭരിക്കണം എന്നതിനെപ്പറ്റി അപ്പസ്തോലന്മാർ ഇവിടെ വ്യക്തമാക്കുകയാണ്. അതായത് സഭയുടെ ഘടനാസമ്പ്രദായം തികച്ചും ജനാധിപത്യപരമായിരിക്കണമെന്ന്. എന്നാൽ നമ്മുടെ സഭയുടെ ഘടനാസമ്പ്രദായമെന്താണ്? മേൽപറഞ്ഞ രീതിയുമായി എന്തെങ്കിലും

ബന്ധമുണ്ടോ? അതുകൊണ്ടാണ് അപ്പസ്തോലന്മാരും, ബൈബിളും പറയുന്നതനുസരിക്കാത്ത ഇന്നത്തെ സഭാനേതൃത്വത്തിന്റെ ഏകാധി പത്യപ്രവണതയ്ക്ക് പരിഹാരമുണ്ടാക്കുവാൻ ഗവൺമെന്റു നിയമം തന്നെ വേണമെന്നു പറയുന്നത്.

പള്ളിനിയമത്തിന് ഗവൺമെന്റിലേക്ക് ശുപാർശ വന്നതോടു കൂടി മെത്രാന്മാരും സഭാസംരക്ഷകരും രൂപതാ എഴുത്തുകാരും സജീവമായി. വിജ്ഞാപനങ്ങൾ, ലഘുലേഖകൾ, പഠനക്ലാസ്സുകൾ, ബോധവൽക്കര ണം എല്ലാം തകൃതിയായി നടത്തുന്നു. ഇങ്ങനെയുള്ള ഏകപക്ഷീയമായ പഠനങ്ങളും, പ്രചരണങ്ങളുമല്ല വേണ്ടത്. അപ്പസ്തോലന്മാരുടെ മാതൃക യാണ് പകർത്തേണ്ടത്. സഭയിലെ പണ്ഡിതന്മാരും സാമൂഹ്യ സാംസ്കാ രിക, വിദ്യാഭ്യാസരംഗങ്ങളിൽ പ്രഗത്ഭരും, നിയമജ്ഞരുമായി സംവാദമാ ണാവശ്യം. ഇത്തരം സുതാര്യമായ ചർച്ചകൾക്ക് സഭാനേതൃത്വം തയ്യാറാവുകയില്ല. മറ്റു പല ക്രൈസ്തവ സഭകളിലും നടക്കുന്നതൊ ന്നും തന്നെ കത്തോലിക്കാസഭയിൽ നടപ്പില്ല എന്നതാണ് സത്യം. സഭാവിശ്വാസികളുമായുള്ള സംവാദം എന്നത് അസഹിഷ്ണുതയോടെ മാത്രമേ ഇവിടെ കാണുകയുള്ളൂ. തങ്ങൾക്ക് മെരുങ്ങി കിട്ടുന്ന വേദപാഠ വിദ്യാർത്ഥികളെ പഠിപ്പിക്കുകയും നിസ്സംഗരും നിശ്ശബ്ദരുമായി ദേവാലയ ത്തിൽ തിങ്ങി നിറഞ്ഞു നില്ക്കുന്ന അനുസരണാശീലരായ സത്യവിശ്വാ സികളോട് ഇടയലേഖനംവഴി പള്ളിനിയമത്തിനെതിരെ പ്രതിഷേധിക്കു കയുമല്ല വേണ്ടത്. ഇതൊക്കെ ഏകപക്ഷീയമായ ഭൗതിക അടിച്ചേല്പി ക്കൽ മാത്രമാണ്. സ്വതന്ത്രവും സുതാര്യവുമായ ആശയവിനിമയമാണ് നമുക്കാവശ്യം.

കേരളസഭാ പാരമ്പര്യം

16-ാം നൂറ്റാണ്ടുവരെയും 'മാർത്തോമ്മായുടെ മാർഗ്ഗവും, വഴിപാടും' എന്ന സുപ്രസിദ്ധമായ കറതീർന്ന ഒരു മാതൃകാജനാധിപത്യ ക്രമമായി രുന്നു കേരളസഭയിൽ നിലനിന്നിരുന്നത്. ഭൗതികവും ആത്മീയവുമായ കാര്യങ്ങളെല്ലാം തന്നെ തീരുമാനിച്ച് നടപ്പാക്കിയിരുന്നത് സഭയിലെ ദൈവജന കൂട്ടായ്മയായിരുന്നു. പ്രത്യേകം പ്രത്യേകം പള്ളി കേന്ദ്രീകൃത മായിട്ടാണ് ഈ കൂട്ടായ്മക്ക് രൂപം നല്കിയിരുന്നത്. പള്ളിയോഗം എന്ന പേരിൽ തന്നെയാണ് ഇതറിയപ്പെട്ടിരുന്നത്. വൈദികർക്കും, അൽമേയർ ക്കും ശരിയായ പ്രാതിനിധ്യമുണ്ടായിരുന്നു. അതുകൊണ്ട് കൂട്ടുത്തരവാദി ത്വത്തോടുകൂടി കാര്യങ്ങൾ സുഗമമായിട്ടു തന്നെ നടന്നു പോന്നു. മാതൃ കാപരമായ ഈ ഘടനാസമ്പ്രദായത്തിന്റെ രീതികൾ കണ്ട് 'ക്രിസ്ത്യൻ റിപ്പബ്ലിക്' എന്നാണ് വിദേശികൾ പോലും ഇതിനെ വിശേഷിപ്പിച്ചിരുന്നത്. ഇങ്ങനെ പള്ളികേന്ദ്രീകൃതമായ ഒരു ജനാധിപത്യ സമ്പ്രദായം നില നിന്നിരുന്ന സഭയിൽ ഇന്ന് മെത്രാൻ കേന്ദ്രീകൃതമായ ഒരു ഏകാധിപത്യ വ്യവസ്ഥ തുടരുന്നു എന്നൊരു ദുഃഖസത്യം തന്നെയാണ്.

മേല്പറഞ്ഞ സഭാഭരണ സമ്പ്രദായത്തെപ്പറ്റി സഭാചരിത്ര പണ്ഡിത

ന്മാരും, ഇന്നത്തെ വൈദികമേലധ്യക്ഷന്മാർ തന്നെയും പ്രശംസിച്ച്
സാക്ഷ്യപ്പെടുത്തുന്നുമുണ്ട്. വടവാതൂർ സെമിനാരിയിലെ ചരിത്ര
പ്രൊഫസറായിരുന്ന റവ:ഡോ.സേവ്യർ കൂടപ്പുഴ ഇങ്ങനെ വിവരിക്കുന്നു.
തോമസ് ക്രൈസ്തവരുടെ സഭാഘടനാസമ്പ്രദായം വികസിച്ചത്
അവരുടെ സവിശേഷമായ സാമൂഹ്യ രാഷ്ട്രീയ സാംസ്കാരികതയിലാ
യിരുന്നു. അതിന് മൂന്നു തലങ്ങളാണ് ഉണ്ടായിരുന്നത്. 1. പ്രാദേശി
കതലത്തിൽ : പള്ളിയോഗം. 2. സാമുദായിക തലത്തിൽ : (ജാതിക്കു
കർത്തവ്യൻ) 3. സഭാശ്രേണി തലത്തിൽ മെത്രാപ്പൊലീത്തായും പാത്രി
യാക്കീസും. ഇവിടെ മൂന്നു തലങ്ങളുള്ള സഭാഘടനാ ശൈലിയാണ്
കാണുന്നത്. പരമ്പരാഗത ഗ്രാമസഭയുടെ രീതിയായിരുന്നു പള്ളിയോഗ
ത്തിനുണ്ടായിരുന്നത്. ഇടവകയുടെ പൊതുതാല്പര്യമുള്ള എല്ലാ കാര്യ
ങ്ങളെക്കുറിച്ചും ചർച്ച ചെയ്ത് തീരുമാനിക്കുകയായിരുന്നു. വൈദിക
വിദ്യാർത്ഥികളുടെ തിരഞ്ഞെടുപ്പ്, സാമ്പത്തിക നടത്തിപ്പ്, പരസ്യമായി
പാപികളെ ശിക്ഷിക്കൽ, മദ്ധ്യസ്ഥ തീരുമാനം തുടങ്ങി പ്രാധാന്യമുള്ള
ഒട്ടുമിക്ക പ്രശ്നങ്ങൾക്കും പരിഹാരം കാണുന്നത് പള്ളിയോഗത്തിൽ
കൂടിയായിരുന്നു. ഇടവകയിൽ എന്തെങ്കിലും തരത്തിൽ കലഹങ്ങളോ
സംഘർഷങ്ങളോ ഉണ്ടായാൽ അതിന് തീർപ്പുണ്ടാക്കുന്നതും
പള്ളിയോഗമായിരുന്നു. അങ്ങനെ കോടതിയും പോലീസും വേണ്ടാത്ത
പൗരോഹിത്യ സർവ്വാധിപത്യമില്ലാത്ത സുന്ദരമായ ഒരു സാമൂഹ്യ വ്യവ
സ്ഥിതി നിലനിന്നിരുന്ന അന്നത്തെ പള്ളിയോഗമെവിടെ? മെത്രാൻ കേന്ദ്രീ
കൃതമായ ഇന്നത്തെ പള്ളിയോഗമെവിടെ?

ഫാ: പൊടിപ്പാറ എഴുതുന്നു:

ഇത്തരം പൊതുയോഗങ്ങളിലായിരുന്നു ജാതിക്കു കർത്തവ്യൻ
എന്ന് ജനകീയമായി അറിയപ്പെട്ടിരുന്ന ആർച്ച് ഡീക്കൻ തന്റെ
പങ്ക് ഏറ്റവും സുവ്യക്തമായ രീതിയിൽ നിർവ്വഹിച്ചിരുന്നത്.
പ്രായോഗികമായി സഭാപൊതുയോഗങ്ങൾക്കായിരുന്നു പരമാ
ധികാരമുള്ളത്. അതിന്റെ തീരുമാനങ്ങളെ ഒരു ഉന്നത സഭാധികാര
വും ചോദ്യം ചെയ്തിരുന്നില്ല.

റവ: ഡോ.ജോസ് കുറിയേടത്ത് പറയുന്നു: "എന്തായാലും അവർ
പള്ളിക്കാര്യങ്ങൾ വൈദികർക്കുമാത്രമായി വിട്ടുകൊടുത്തിരുന്നില്ല." റവ:
ഡോ.ജേക്കബ് കൊല്ലം പറമ്പിൽ:

സഭയുടെ ഐഹിക കാര്യങ്ങൾ നിയന്ത്രിച്ചു നടത്തുന്നതിന് അവ
ർക്ക് അവരുടേതായ ഒരു സമ്പ്രദായമുണ്ടായിരുന്നു. ഓരോ പള്ളി
യുടെയും സ്വത്തുക്കൾ ഭരിച്ചിരുന്നത്, തദ്ദേശീയ സമുദായത്തിലെ
എല്ലാ പുരുഷന്മാരും ഉൾപ്പെട്ട യോഗം തിരഞ്ഞെടുക്കുന്ന ഒരു സമി
തിയായിരുന്നു.

ഇന്ന് പ്രഖ്യാപനങ്ങളും, ഇടയലേഖനങ്ങളും നിമിത്തം സഭാതല

ത്തിലും പൊതുസമൂഹത്തിലും വളരെ ഏറെ അസുഖകരമായ അവസ്ഥ കളുണ്ടാക്കിക്കൊണ്ടിരിക്കുന്ന മാർ.ആൻഡ്രൂസ് താഴത്തും, മാർ. ജോസ ഫ് പവ്വത്തിലും പള്ളിനിയമത്തെ എത്ര എതിർത്താലും, മാർത്തോമ്മാ നിയമത്തെപ്പറ്റി പറഞ്ഞിരിക്കുന്നതിങ്ങനെയാണ്. ആൻഡ്രൂസ് താഴത്ത് എഴുതിയിരിക്കുന്നു. "തോമസ് ക്രൈസ്തവരുടെ ജീവിതം പള്ളികേന്ദ്രീ കൃതമായിരുന്നു..." "യോഗം എന്നറിയപ്പെടുന്ന തോമസ് ക്രൈസ്ത വരുടെ സമിതിയായിരുന്നു പള്ളിഭരണം നടത്തിയിരുന്നത്." മാർ.ജോസ ഫ് പവ്വത്തിൽ പറയുന്നു... "പ്രാദേശിക പള്ളി യോഗങ്ങളുടെ രൂപീകരണ ത്തിൽ 'മണ്റം' എന്നറിയപ്പെടുന്ന ദ്രാവിഡസംഘങ്ങളുടെ സ്വാധീനം ഉണ്ടായിരുന്നിരിക്കാം." പരസ്പരം പങ്കുവയ്ക്കുന്ന സമൂഹത്തിന്റെ കൂട്ടായ്മയുടെ പ്രകാശനമാണത്.

അങ്ങനെ അപ്പസ്തോലപാരമ്പര്യമുള്ളതും സഭാശ്രേഷ്ഠന്മാരും, സഭാചരിത്രപണ്ഡിതന്മാരും ഇന്ന് പള്ളിനിയമത്തെ എതിർക്കുന്ന പിതാ ക്കന്മാരും എല്ലാവരും ഒരുപോലെ പ്രകീർത്തിക്കുകയാണ് മാർത്തോമ്മാ നിയമത്തെ. സമത്വഭാവനയും ജനാധിപത്യവും എല്ലാം ഒത്തിണങ്ങിയ ആദിമസഭയുടെയും മാർത്തോമ്മാ നിയമത്തിന്റെയും ഒരു പുനരാവി ഷ്ക്കാരമായിരിക്കും ഇന്ന് വി.ആർ. കൃഷ്ണയ്യർ കമ്മീഷൻ ഗവൺമെന്റി ലേക്ക് ശുപാർശ ചെയ്തിരിക്കുന്ന 'ചർച്ച് ആക്ട്' അഥവാ 'പള്ളിനിയമം.'

കാനോൻ നിയമം

കാനോൻ നിയമത്തിന് ദൈവനിവേശിതമായ *ബൈബിളിനൊപ്പം* ദിവ്യത്വമുണ്ടെന്നാണ് വിശ്വാസികളെ പറഞ്ഞ് പഠിപ്പിച്ചിരുന്നത്. ഒരു നല്ല വിഭാഗം വിശ്വാസികൾ അത് അംഗീകരിക്കുന്നുണ്ടെന്നതാണ് സത്യം. ഇന്നത്തെ സഭയുടെ ഘടനാപരമായ കെട്ടുറപ്പ് നിലനിൽക്കുന്നതു തന്നെ കാനോൻ നിയമത്തിന്റെ പിൻബലത്തിലാണ്. മെത്രാൻ കേന്ദ്രീകൃതമായ ഒരു ഏകാധിപത്യനിയമമാണ് കാനോൻ നിയമമെന്ന്, അതിന്റെ വകുപ്പു കൾ ഓരോന്നെടുത്തുകൊണ്ട് തന്നെ തെളിയിക്കാം. പൗരോഹിത്യാധിപ ത്യം നിലനിർത്തുന്നതിനുവേണ്ടി ഇതേപോലുള്ള നിയമങ്ങൾ എല്ലാ മതങ്ങളിലും കാലാകാലങ്ങളിൽ അടിച്ചേല്പിക്കാറുണ്ട്. അങ്ങനെയാണ് ദൈവനിവേശിതമായ ബൈബിളിനൊപ്പം കാനോൻ നിയമവും ഖുറാനൊപ്പം ശരിഅത്ത് നിയമവും, വേദനിയമങ്ങൾക്കൊപ്പം *മനുസ്മൃ തിയും* രൂപപ്പെട്ടത്.

1918 ൽ രൂപം കൊടുത്ത വെറും മനുഷ്യനിർമ്മിതമായ ഒരു നിയമം മാത്രമാണ് കാനോൻ നിയമം. ഇതിന് ദൈവവരപ്രസാദത്തിന്റെ തിളക്ക വുമില്ല. ഇന്ന് കത്തോലിക്കാസഭയ്ക്ക് ലോകമെമ്പാടുമുള്ള കണക്കില്ലാ ത്ത സ്വത്തുക്കളുടെ സുരക്ഷിതത്വവും, ആഗോള വിശ്വാസികളുടെ മേലുള്ള നിയന്ത്രണവും നിലനിർത്തുന്നതിനുവേണ്ടി രൂപകല്പന ചെയ്ത ഒരു നിയമം മാത്രമാണിത്. ഇത് സഭാവിശ്വാസികൾ പഠനവിധേ യമാക്കേണ്ടതുണ്ട്.

1991 ലെ പൗരസ്ത്യ കാനോൻ നിയമപ്രകാരം ലോകമെമ്പാടുമുള്ള സഭാ സ്വത്തുക്കളുടെ പരമാധികാരി മാർപ്പാപ്പയാണ്. ഓരോ പ്രാദേശിക മെത്രാൻമാരാണ് മാർപ്പാപ്പയ്ക്കു വേണ്ടി സഭാസ്വത്തുക്കൾ ഭരിക്കുന്നത്. കാനോൻ 191-01 ൽ, തനിക്ക് ഭരമേല്പിക്കപ്പെട്ടിരിക്കുന്ന രൂപതയെ നിയമനിർമ്മാണ (Legislature) ഭരണനിർവ്വഹണ (Executive) നീതിന്യായ (Judicial) അധികാരത്തോടുകൂടി രൂപതാമെത്രാൻ ഭരിക്കുന്നു. മേല്പറഞ്ഞ മൂന്ന് അധികാരങ്ങളും ഒരുമിച്ച് ഒരു വ്യക്തിയിൽ കേന്ദ്രീകൃതമായിരുന്നത് പണ്ട് രാജാക്കന്മാരിലായിരുന്നു. കിരാതമായി കണക്കാക്കുന്ന ഈ ഏകാധിപത്യനിയമം കത്തോലിക്കാസഭയിൽ മാത്രം കാണുന്ന ഒരു ദുഷ്പ്രവണതയാണ്. 21-ാം നൂറ്റാണ്ടിലും ഇതു തുടരുന്നത് ലോകസമക്ഷം ലജ്ജാകരമാണ്. മനുഷ്യാവകാശ ധ്വംസനവുമാണ്.

സഭയുടെ ഭൗതികഭരണം ദൈവജനത്തിന്റെ തിരഞ്ഞെടുക്കപ്പെട്ട പ്രതിനിധികളെ ഏല്പിച്ച്, ആത്മീയ കാര്യങ്ങളിൽ മാത്രം വ്യാപരിച്ചിരുന്ന പരിശുദ്ധന്മാരായ അപ്പസ്തോലന്മാരുടെ പിൻമുറക്കാർ ഇന്നു ചെന്നു പെട്ടിരിക്കുന്നത് ഏതവസ്ഥയിലാണ്? ഹൈരാർക്കി സിസ്റ്റത്തിൽ, കാ നോൻ നിയമത്തിന്റെ പിൻബലത്തിൽ പണവും പ്രതാപവും അധികാര വും ആഡംബരവുമായി കഴിയുന്ന കത്തോലിക്കാസഭ എവിടെ? എന്തു താരതമ്യമാണുള്ളത്? ഇനി സഭാഭരണ സംവിധാനത്തെ എന്തിനോടാണ് താരതമ്യപ്പെടുത്തേണ്ടത്? ഈ സാഹചര്യത്തിൽ വത്തിക്കാനിലെ പരിശുദ്ധസിംഹാസനം ദൈവത്തിനുള്ളതാണോ? സീസ്സറിനുള്ളതാണോ? ഒരു ശരാശരി വിശ്വാസിയുടെ ആത്മാർത്ഥമായ സംശയമാണിത്.

പള്ളിയോഗ നടപടിക്രമങ്ങൾ

അനുസരണയും സഹായവും അതിനോടനുബന്ധിച്ച അദ്ധ്വാന ങ്ങളും ഉൾക്കൊള്ളുകയും, അവകാശങ്ങളും, അവസരങ്ങളും അപ്പാടെ നിഷേധിക്കപ്പെടുകയും ചെയ്യുന്ന കത്തോലിക്ക വിശ്വാസികളുടെ ഒരു കൂട്ടായ്മയുടെ പേരാണ് പള്ളിയോഗം. പള്ളിയോഗങ്ങളിലെ ചട്ടങ്ങളിൽ പറയുകയാണ്, "ഇടവകയിലുള്ള ദൈവജന കൂട്ടായ്മയുടെ പ്രകടരൂപം എന്ന നിലയ്ക്ക് ഇടവക വികാരിയെ ഉപദേശിക്കുവാനും സഹായി ക്കുവാനും ഇടവകയുടെ അജപാലന ധർമ്മത്തിനും അദ്ദേഹത്തോട് സഹകരിച്ച് പ്രവർത്തിക്കുവാനും ഉദ്ദേശിച്ചുള്ളതാണ് പള്ളി നിയോഗം." ഈ വകുപ്പുകൊണ്ടു തന്നെയറിയാം ഇവിടെ അനുസരണവും, സഹാ യവും മതി അവകാശവും, അവസരങ്ങളും വേണ്ടെന്ന്. ഒരു കൊടുക്കൽ വാങ്ങൽ നടപടിയിലുള്ള സാമാന്യ മര്യാദപോലും പാലിക്കുന്നില്ലെ ന്നർത്ഥം.

നടപടിക്രമം 9:3-ാം വകുപ്പനുസരിച്ച് വികാരിക്കും, മെത്രാനും അവർക്കിഷ്ടമുള്ളവരെ നോമിനേറ്റു ചെയ്യാൻ അധികാരമുണ്ട്. വകുപ്പ് 9:4 അനുസരിച്ച് അങ്ങനെ നാമനിർദ്ദേശം ചെയ്യപ്പെടുന്നവർ 1/3 ൽ കൂടരുതെന്നുമാത്രം. 2 ൽ 5:8 അനുസരിച്ച് പള്ളിയോഗത്തിന്റെ ഭാഗമാണ്

പ്രതിനിധിയോഗം. നോമിനേറ്റു ചെയ്യപ്പെട്ട പ്രതിനിധികളും പള്ളിയോഗ ത്തിലെ അംഗങ്ങളായിരിക്കും. ഫലത്തിൽ പള്ളിയോഗത്തിലും പ്രതിനിധി യോഗത്തിലും പൗരോഹിത്യം പിടിമുറുക്കുന്നു. ശരിക്കും ഇവിടെ ഒരു വോട്ടിന്റെ അവകാശത്തിൽ മാത്രം ഒതുങ്ങി നില്ക്കേണ്ട വികാരിക്ക് പ്രതിനിധിയോഗത്തിന്റെ 1/3 ഭാഗത്തിന്റെതു കൂടിയുള്ള അനർഹമായ അവകാശം കിട്ടുകയാണ്. കാരണം നോമിനികൾ സാധാരണ കൈ പൊക്കുന്നത് ആർക്കുവേണ്ടിയായിരിക്കും? ദളിത് കത്തോലിക്കാ പ്രതിനി ധിയെ നോമിനേറ്റു ചെയ്യുന്നത് വികാരിയാണ്. ഇടവകക്കാരുടെ ഇടയിൽ ത്തന്നെ താമസിക്കുന്ന ഒരു ദളിത് കത്തോലിക്കന്റെ അർഹത നിശ്ചയി ക്കേണ്ടത് വികാരിയാണോ സഹജീവികളായ ഇടവകക്കാരാണോ? പള്ളി യോഗങ്ങളിൽ വിയോജനക്കുറിപ്പെഴുതാൻ ഇടവകക്കാരന് അവകാശമില്ല. യോഗത്തിലെടുക്കുന്ന തീരുമാനങ്ങൾ സ്വീകാര്യമല്ലെങ്കിലും യോഗപു സ്തകത്തിൽ അംഗങ്ങൾ ഒപ്പിട്ടിരിക്കണം. ഒരഭിപ്രായം എഴുതിവയ്ക്കാൻ പോലും അവകാശമില്ലെന്നർത്ഥം. പള്ളിയോഗ നടപടിക്രമങ്ങളുടെ എല്ലാ വകുപ്പുകളും തുടങ്ങുന്നതു തന്നെ "രൂപതാനിയമങ്ങൾക്ക് വിധേയമായി രിക്കും" എന്നു പറഞ്ഞുകൊണ്ടു തന്നെയാണ്. വകുപ്പ് 74 "ഈ നിയമങ്ങ ളെയോ ഇവയിൽ നിന്നുലവാകുന്ന കാര്യങ്ങളെയോ സംബന്ധിച്ച് സഭാധി കാരികളെ ആശ്രയിക്കുകയല്ലാതെ ഒരു ക്രൈസ്തവവിശ്വാസിക്കും ഇവയെ എതിർക്കുവാനോ നിയമനടപടികൾ നടത്തുവാനോ പാടില്ല." പ്രശ്നമുണ്ടായാൽ നിയമമുണ്ടാക്കിയവരെ തന്നെ ആശ്രയിക്കണം. നിയമനിർമ്മാണവും, നടത്തിപ്പും വ്യാഖ്യാനവും ഒരേ കേന്ദ്രത്തിൽത്ത ന്നെ നടക്കുമ്പോൾ പ്രസ്തുത കേന്ദ്രത്തിന്റെ തെറ്റിനെതിരെ പ്രതികരി ച്ചാൽ ആരു നീതിനേടിത്തരും? ലളിതമായ ചോദ്യമാണിത്. ഇതിനൊന്നും ഉത്തരം കിട്ടില്ല.

പള്ളിയോഗ നടപടിക്രമങ്ങൾ വായിക്കണം. അപ്പോൾ മനസ്സിലാകും എത്ര തന്ത്രപൂർവ്വമാണ് ഇവിടെ ജനാധിപത്യത്തെ കശാപ്പു ചെയ്തിരി ക്കുന്നതെന്ന്. 2000 കൊല്ലങ്ങൾക്ക് മുമ്പ്, സഭയുടെ ഭൗതിക കാര്യങ്ങൾ നോക്കിനടത്തുന്നതിന്, അന്ന് സഭയിൽ എല്ലാവിധ അധികാരാവകാശ ങ്ങളുമുണ്ടായിരുന്ന വി:പത്രോസ് ഒരാളെപോലും നോമിനേറ്റു ചെയ്തി രുന്നില്ല. ഏഴുപേരെ തിരഞ്ഞെടുക്കുവാൻ ദൈവജനത്തിന് അവസരം കൊടുക്കുകയാണ് ചെയ്തതെന്നോർക്കണം. അപ്പസ്തോല പാരമ്പ ര്യമല്ലാത്ത ഏതു പാരമ്പര്യമാണ് നമ്മൾ പിന്തുടരേണ്ടത്? ഹിറ്റ്ലറു ടേതോ? അതോ വത്തിക്കാനിൽ 108 ഏക്കർ സ്ഥലം തന്ന് സഭയെ സഹായിക്കുകയും സംരക്ഷിക്കുകയും ചെയ്ത മുസ്സോളിനിയുടേയോ? മെത്രാൻമാർക്കും വികാരിമാർക്കും വേണ്ടി ഓശാന പാടാനും, കൈമണി അടിക്കുവാനും പരിശീലനം കിട്ടിയ ഒരുപറ്റം നോമിനികൾ സ്ഥിരമായി പള്ളിപ്പുരിസരങ്ങളിലും അരമന മുറ്റത്തും നിറഞ്ഞു മേയുകയാണ്. പള്ളിമുറ്റത്തെ പഴത്തൊലി തിന്ന് ഇറച്ചി വെച്ച ഈ കുഞ്ഞാടുകളുടെ ശക്തിയിലും പിൻബലത്തിലും അരമന ഭരണം നിർബ്ബാധം തുടരുന്ന കാഴ്ചയാണു കാണുന്നത്.

സമ്പത്ത് അധികാരം

"എന്റെ ലോകം ഐഹികമല്ല" എന്നു പറഞ്ഞ യേശുവിന്റെ പേരിലുണ്ടായ മതാധികാരികൾ യേശുവിനെ പ്രതിഷ്ഠിച്ചുകൊണ്ട് ഒരു ഐഹിക സാമ്രാജ്യം തന്നെ പടുത്തുയർത്തിക്കൊണ്ടിരുന്നു. ഔദ്യോഗിക സഭ ഇന്ന് തങ്ങളുടെ അനുദിന വ്യാപാരങ്ങളിൽ യേശുവിന്റെ സന്ദേശങ്ങൾ മറക്കുകയോ, മറയ്ക്കുകയോ ചെയ്യുന്നു.

വ്യവസ്ഥാപിത മതത്തിന്റെ ബ്രാന്റ് അംബാസഡറായി യേശുവിനെ ഉയർത്തിക്കാണിക്കുന്നു. യേശുവിന്റെ മേൽവിലാസത്തിൽ ഐഹിക സാമ്രാജ്യം പടുത്തുയർത്തുന്നു. ഇവിടെയൊക്കെ യേശു എവിടെ എന്ന ചോദ്യവും, അന്വേഷണവും നടത്തേണ്ട ചുമതലയും, കടമയും ഒരു യഥാർത്ഥ ക്രിസ്ത്യാനി ഏറ്റെടുക്കേണ്ടി വരുന്നു. ഇന്ന് യഥാർത്ഥ ക്രിസ്ത്യാനികൾ നേരിടുന്ന ഗുരുതരമായ ഒരു വെല്ലുവിളി തന്നെയാണിത്. പണത്തിനും, പ്രതാപത്തിനും, പ്രൗഢിക്കും, അതുവഴി സ്വേച്ഛാതിപധ്യ ത്തിനുമൊക്കെ തഴച്ചുവളരുവാൻ പറ്റിയ വളക്കുറുള്ള മണ്ണാണ് ഇന്നത്തെ സഭാതലമെന്ന തിരിച്ചറിവ് നേതൃത്വത്തിനുണ്ട്. ലോകത്തിലെ ഏറ്റവും വലിയ ധനകാര്യസ്ഥാപനമാണ് സഭ. അതുപോലെ ഏറ്റവും വലിയ ബ്യൂറോക്രസിയാണ് സഭയുടേത്. ഇതൊക്കെ ഭദ്രമായി നിലനിർത്തി ക്കൊണ്ടു പോകണമെങ്കിൽ തങ്ങളുടെ തൊഴിലിന് ആധാരമായ അൽ മേനിയെ കൈപ്പിടിയിൽ ഒതുക്കി നിർത്തേണ്ടതുണ്ട്. അതിനു നേരത്തെ പറഞ്ഞപോലെ യേശുവിന്റെ മേൽവിലാസത്തിൽ വാരിക്കൂട്ടുന്ന കോടാ നുകോടി സ്വത്തുക്കളിലും അതുവഴി സ്വന്തം സമുദായത്തിനുണ്ടാകുന്ന അന്തസ്സിലും, അഭിമാനത്തിലും, പ്രൗഢിയിലും, തങ്ങളെപ്പോലെ തന്നെ അഭിരമിക്കുവാൻ അൽമേയനെ പരോക്ഷമായിട്ടെങ്കിലും പ്രോത്സാഹിപ്പി ക്കുവാനും പരിശീലിപ്പിച്ചെടുക്കുവാനും സഭാനേതൃത്വം പരിശ്രമിക്കുന്നു. ഏതായാലും ഇവിടെവരെയുള്ള സഭയുടെ അതിബൃഹത്തായ സ്വത്തു സമ്പാദനത്തിന്റെ ക്രെഡിറ്റു മുഴുവൻ സഭാനേതൃത്വത്തിനുള്ളതാണ്.

ഇതാണ് ഉപരിപ്ലവമായി ചിന്തിക്കുന്ന ഒരു ശരാശരി അൽമേനി കണ്ടെത്തുന്ന സംതൃപ്തിയും, സമാധാനവും. ഇതാണോ ക്രിസ്തീയ ആത്മീയത എന്ന ചോദ്യത്തിനുത്തരം കിട്ടണം. സഭയുടെ ഇന്നത്തെ അവസ്ഥ യേശു അംഗീകരിക്കുമെന്ന് ഏതു പിതാവിനു പറയാൻ പറ്റും? റോമിലെ മാർപ്പാപ്പയെ, ഇവിടത്തെ ടാറ്റയെപ്പോലെയോ, ബിർളയെപ്പോ ലെയോ കണ്ടാൽ മതിയോ? മതിയെങ്കിൽ സഭയുടെ ഇന്നത്തെ പോക്കുത ന്നെയാണ് നല്ലത്. അങ്ങനെ തന്നെ ധനസമ്പാദനം നടത്തുന്ന ഒരു വ്യവസായ സാമ്രാജ്യമായിട്ട് സഭയെ കണ്ടാൽ മതിയോ? മതിയെങ്കിൽ ഇന്നത്തെ നിലയിൽത്തന്നെ ഹൈരാർക്കി സിസ്റ്റവും, അപ്രമാദിത്വവും, കാനോൻ നിയമവും, പള്ളിയോഗങ്ങളും മാറ്റം വരുത്താതെ ഇതേ പോലെതന്നെ തുടരേണ്ടതാണ്.

വ്യവഹാരങ്ങൾ ധനദുർവിനിയോഗം

വൈദികരും, മെത്രാൻമാരും ഇന്ന് സിവിലായും ക്രിമിനലായും ധാരാളം കേസുകളിൽ വാദിയായയോ പ്രതിയായയോ വരുന്നുണ്ട്. വെറും വാശിയുടെയോ വൈരാഗ്യത്തിന്റെയോ പേരിലായിരിക്കും മിക്ക കേസുകളും ഉണ്ടാകുന്നത്. പല കേസുകളും തോൽക്കാറുമുണ്ട്. ഇവിടെ വരുന്ന കേസുചെലവുകളും, നഷ്ടപരിഹാര സംഖ്യയും ആരാണ് വഹിക്കേണ്ടത്? പാവം അൽമേനികൾ. ഇതിനൊക്കെ ഉദാഹരണങ്ങളും, തെളിവുകളും ഏറെയുണ്ട്.

30 വർഷക്കാലം പള്ളിവക സ്കൂളുകളിൽ അദ്ധ്യാപകനായും, ഹെഡ് മാസ്റ്ററായും സേവനം നടത്തിയ ആളായിരുന്നു കുറവിലങ്ങാട് ഇടവകക്കാരനായ ശ്രീ. വി. കെ. കുര്യൻ. രാഷ്ട്രീയ, സാമൂഹ്യ, സഹകരണ, വിദ്യാഭ്യാസരംഗങ്ങളിൽ ഏറെ ശ്രദ്ധേയനും, കറപുരളാത്ത രാഷ്ട്രീയ നേതാവുമായിരുന്നു അദ്ദേഹം. ഏങ്കിലും കുര്യൻ സാറിന്റെ മരണാനന്തര ക്രിയകളിൽ വികാരിയും, മെത്രാനും നീതി കാണിച്ചില്ല. എന്നാൽ ഈ രാജ്യത്തെ നീതിന്യായക്കോടതി സാറിനോട് നീതി കാണിച്ചു. സ്ഥലം മെത്രാനും, വികാരിയും 2.25 ലക്ഷം രൂപ കുടുംബത്തിന് നഷ്ടപരിഹാരം കൊടുക്കുവാൻ കോടതി വിധിയായി. താൻ വർഷങ്ങളായി സേവനം നടത്തിയ പള്ളിയും, പട്ടക്കാരനും കയ്യൊഴിഞ്ഞപ്പോൾ രാജ്യനീതി അദ്ദേഹത്തോട് നീതി കാണിച്ചു. 2007 ൽ പെരുമ്പവടത്ത് ചെലനവ ജോസഫിന്റെ മരിച്ചടക്ക് പള്ളി നിരോധിച്ചു. അങ്ങനെ സഭാധികാരികൾ ചെയ്ത തെറ്റിന് നഷ്ടപരിഹാരമായി 50,000 രൂപയും, കോടതിച്ചെലവും ജോസഫിന്റെ വീട്ടുകാർക്കു കൊടുക്കുവാൻ നീതിന്യായക്കോടതി വിധിയായി. ബിഷപ്പ് ജോൺ തട്ടുങ്കൽ സഭ വിട്ടുപോയപ്പോൾ രൂപതവക ബാങ്ക് അക്കൗണ്ടിലുണ്ടായിരുന്ന ലക്ഷ ങ്ങളും കൂടെ കൊണ്ടുപോയതായിട്ടറിയുന്നു. അടുത്ത കാലത്ത് ഇരിങ്ങാലക്കുട രൂപതാവികാരിജനറാൾ കൂടി ഭരണസമിതി അംഗമാ യിരുന്ന ചാലക്കുടി ടൗൺ അർബൻ കോ-ഓപ്പറേറ്റീവ് ബാങ്കിൽ നടന്ന ഗുരുതരമായ ക്രമക്കേടുകൾ കണ്ടുപിടിച്ചു. തുടർന്ന് നാല് ഭരണസമിതി അംഗങ്ങളെ ഒരു മാസത്തിൽ കൂടുതൽ ദിവസങ്ങൾ ജയിലിലടച്ചു. അപ്പോൾ കേസിന്റെ ഗുരുതരാവസ്ഥ എത്രമാത്രമാണെന്നറിയാമല്ലോ? ബോർഡ് അംഗമായിരുന്ന മുൻ വികാരി ജനറാളിന്റെ സ്വാധീനത്തിൽ വിവിധ പള്ളികളിൽ നിന്നും ലക്ഷങ്ങളുടെ ഡിപ്പോസിറ്റ് ബാങ്കിനു കിട്ടി. സംഖ്യകളൊന്നും നഷ്ടപ്പെട്ടില്ലായിരിക്കാം. എങ്കിലും അതൊക്കെ പ്രശ്നമായി വന്നു. ഒരു പുരോഹിതന്റെ വ്യക്തിതാല്പര്യപ്രകാരം വിശ്വ സ്തതയില്ലാത്ത ഒരു സ്ഥാപനത്തിൽ പണം നിക്ഷേപിക്കേണ്ടതായി വന്നു. ഇടവകതോറും ഒരു ട്രസ്റ്റിന്റെ ഭരണനിയന്ത്രണം ഉണ്ടായിരുന്നെ ങ്കിൽ ഇതൊന്നും നടക്കുകയില്ലായിരുന്നു.

ഞാറയ്ക്കൽ പ്രശ്നം

1929 സെപ്തംബർ 30ൽ സി എം സി. സന്ന്യാസ സമൂഹത്തിന് ഞാറയ്ക്കലിൽ ഒരു കോൺവെന്റുണ്ടായി. 1945 ൽ ഹൈസ്ക്കൂളും. കൂടാതെ 3ഏ. 66 സെന്റിൽ ഒരു വൃദ്ധമന്ദിരവും. അടുത്ത കാലത്ത് ഹൈസ്കൂളും അനുബന്ധ സ്ഥലവും ഇടവകപ്പള്ളിക്കു വേണമെന്ന അവകാശവാദവുമായി വികാരി റവ: ഫാ.കുരിയാറ്റിയും, അ:വികാരി റവ:ഫാ. ബിന്റോ കിലുക്കനും രംഗത്തെത്തി. 1945 ൽ സ്ഥാപിതമായ ഹൈസ്ക്കൂൾ സി എം സി കോൺവെന്റിന്റെ തന്നെയാണെന്ന് പല പഠനങ്ങളിൽ നിന്നും ഗവൺമെന്റ് ഉത്തരവുകളിൽ നിന്നും തെളിയിക്ക പ്പെട്ടിട്ടുള്ളതാണ്. ഇതൊന്നും തന്നെ വികാരിക്കും അനുകൂലികൾക്കും സ്വീകാര്യമായില്ല. അനുരഞ്ജനത്തിന് എന്നു പറഞ്ഞ് ഒക്ടോബർ 4 ൽ കന്യാസ്ത്രീകളെ പള്ളി വക പരിഷ്ഹാളിൽ വരുത്തി. 2 മണി മുതൽ 6 മണി വരെ അവരെ ബന്ധികളാക്കി. ഭീഷണിപ്പെടുത്തി, പുലഭ്യം പറഞ്ഞു. ബലമായി ഒപ്പു വാങ്ങി. അടുത്ത ദിവസം സിസ്റ്റർ റെയിസിനെയും, മറ്റൊരു തീരാരോഗിയായ സ്ത്രീയേയും വൈദികർ നോക്കിനില്ക്കേ മർദ്ദിച്ച് അവശരാക്കി. ഇവരെ ആശുപത്രിയിലാക്കേണ്ടിവന്നു. വികാരിയുൾപ്പെടെ 10 പേരുടെ പേരിൽ ഞാറയ്ക്കൽ പോലീസ് കേസ് രജിസ്റ്റർ ചെയ്തു. യേശുവിന്റെ പ്രതിപുരുഷനെന്നവകാശപ്പെടുന്നവർ തന്നെ യേശുവിന്റെ മണവാട്ടികളെന്നറിയപ്പെടുന്നവരെ മർദ്ദിച്ചവശരാക്കി എന്നു പറഞ്ഞാൽ ഇവർക്കൊക്കെ എന്തു ദൈവവരപ്രസാദമാണുള്ളത്? യേശു പുരോഹിതരോട് ഇങ്ങനെ കല്പിച്ചരുളി: "നീ ബലിയർപ്പിക്കുവാൻ പോകുമ്പോൾ ആർക്കെങ്കിലും നിന്നോട് വിരോധമുണ്ടെന്ന് നിനക്കു തോന്നിയാൽ ബലിവസ്തു അവിടെ വെച്ചിട്ടു പോയി അവനുമായി രമ്യപ്പെട്ടു വന്ന് ബലിയർപ്പിക്കുക." "നിന്നോടു വിരോധമുണ്ടെന്നു തോന്നിയാൽ" എന്ന ഭാഗം ഞാറയ്ക്കൽ പള്ളി വികാരി പ്രത്യേകം ശ്രദ്ധിക്കുക. നിങ്ങൾ വേദനിപ്പിച്ച കന്യാസ്ത്രീകളോട് രമ്യപ്പെട്ടതിനു ശേഷമാണോ അങ്ങ് ദിവ്യബലി അർപ്പിക്കുന്നത്? ഇല്ലെങ്കിൽ ദൈവദോഷമുണ്ടാകും, അത്ര തന്നെ. വ്യവസായവൽക്കരിക്കപ്പെട്ട മതത്തിന്റെ പ്രതിനിധികൾ അവരുടെ ഭൗതിക സമ്പാദനത്തിനു വേണ്ടിയുള്ള നെട്ടോട്ടത്തിൽ ഇതും ഇതിലപ്പുറവും ചെയ്തെന്നു വരും.

ഏതായാലും ഞാറയ്ക്കൽ പ്രശ്നം താൽക്കാലികമായിട്ടെങ്കിലും അവസാനിച്ചു. കോൺവെന്റുകാർ വിജയിച്ചു. പറവൂർ സബ് കോർട്ടിൽ എ.2046/09 എന്ന നമ്പറിൽ വിധിയുണ്ടായി. ഇനിയും അപ്പീലുമായി തങ്ങളെ വലയ്ക്കരുതേ എന്നൊരപേക്ഷ മാത്രമാണ് കന്യാസ്ത്രീകൾ ക്കുള്ളത്. നിലവിലുള്ള കേസുകൾ അവസാനിക്കുന്ന സാഹചര്യത്തിൽ തങ്ങൾ സ്ഥലമാറ്റ ഉത്തരവ് അനുസരിച്ച് സ്ഥലംമാറി പൊയ്ക്കൊള്ളാ മെന്നു മദർ സുപ്പീരിയർ പരസ്യമായിട്ട് പ്രഖ്യാപിച്ചിട്ടുണ്ട്. അതുകൊണ്ട് ഇനിയും പൗരോഹിത്യം അടങ്ങുന്നില്ലെങ്കിൽ ക്രൈസ്തവ സംഘടനകൾ സജീവമാകേണ്ടിവരും. ഞാറയ്ക്കൽ പ്രശ്നത്തിലും പള്ളിനിയമത്തിന്റെ

പ്രസക്തിയേറുകയാണ്. അവിടെ അരങ്ങേറിയ എല്ലാ ദുർനടപടികൾ
ക്കും, കേസുകൾക്കും വേണ്ടിവന്ന ചെലവുകൾ ആരു വഹിക്കും? അതു
പള്ളിക്കണക്കിലെഴുതിക്കാണും.

ലക്ഷക്കണക്കിന് രൂപാ തന്നിഷ്ടപ്രകാരം ധൂർത്തടിച്ച മൈലാ
പ്പൂർ-മദ്രാസ് ആർച്ചുബിഷപ്പിനെ മദ്രാസ് ഹൈക്കോടതി നിശിതമായി
വിമർശിക്കുകയും, താക്കീതു ചെയ്തതുമായ വിവരങ്ങൾ സവിസ്തരം
മുൻ അദ്ധ്യായത്തിൽ വിവരിച്ചിട്ടുണ്ട്. ഇതേപോലുള്ള പുതിയ കേസു
കൾ സഭാനേതൃത്വം ഇന്നും തുടർന്നുകൊണ്ടേയിരിക്കുന്നു. വൻ
സംഖ്യകൾ ഇതിലേക്ക് ചെലവഴിക്കുകയാണ്.

എതിർ പ്രചാരണങ്ങൾ

നിയമപരിഷ്കരണ കമ്മീഷന്റെ ശുപാർശകൾ വന്നതോടെ അരമന
യും അരമനവാസികളും നോമിനികളും, അരമനയുടെ ഔദ്യോഗിക
പദവികൾ വഹിക്കുന്ന വൈദികരും സ്ഥിരവക്താക്കളും സജീവമായി.
കത്തോലിക്കാ പ്രസിദ്ധീകരണങ്ങൾ അച്ചു നിരത്തിക്കഴിഞ്ഞു. ഇടവക
- രൂപതാതലങ്ങളിൽ പഠനങ്ങൾ നടക്കുന്നു. എല്ലാ രൂപതകളുടേതുമായി
പ്രത്യേകം പ്രത്യേകം പ്രസിദ്ധീകരണങ്ങൾ വന്നു കഴിഞ്ഞു. ധാർമ്മിക
തയുടെ പരിവേഷമുള്ള ദയാവധം, ഭ്രൂണഹത്യ, വിവാഹം എന്നീ
ശുപാർശകളെ ശക്തമായി എതിർക്കുന്ന കൂട്ടത്തിൽ ചർച്ച് ബില്ലിനെയും
കൂട്ടിച്ചേർക്കുന്നു. ധാർമ്മികത പറഞ്ഞാണ് ഇവിടെ കളി നടക്കുന്നത്.
ചർച്ച് ബില്ലിനെപ്പറ്റി പറഞ്ഞാൽ സാധാരണക്കാരിൽ അത്ര ഏശുകയില്ല.
ആദ്യത്തെ വിഷയങ്ങൾക്ക് ധാർമ്മികതയുടെയും, വിശ്വാസപ്രമാണങ്ങ
ളുടെയും പിന്തുണയുണ്ടെന്നു കൂട്ടാം. അതിന്റെ മറവിൽ പള്ളിനിയമ
ത്തെയും അട്ടിമറിക്കാമെന്ന കുരുട്ടുബുദ്ധി നടപ്പില്ല. അതു പള്ളിയിൽ
പറഞ്ഞാൽ മതി. കാരണം രണ്ടും രണ്ടായി കാണാൻ പറ്റുന്നവരാണ്
ഇന്നത്തെ വിശ്വാസികളിൽ ഏറിയ കൂറും.

കാനോൻ നിയമത്തിന്റെയും ഇന്ത്യൻ ഭരണഘടന 30-ാം വകുപ്പുക
ളുടെയും പരിരക്ഷയും സംരക്ഷണവും തങ്ങളുടെ നിലപാടിനുണ്ടെ
ന്നാണ് വാദിക്കുന്നത്. ഇവിടെ കാനോൻ നിയമത്തിന്റെ സ്വഭാവ വൈക
ല്യത്തെപ്പറ്റി പറഞ്ഞു കഴിഞ്ഞു. യേശുവിന്റെ സന്ദേശങ്ങളെ ധിക്കരി
ക്കുന്ന കാനോൻനിയമം റദ്ദാക്കണമെന്ന് പല ക്രൈസ്തവസംഘടന
കളും ഇന്നാവശ്യപ്പെടുന്നുണ്ട്. ഫാ.ജോർജ് കുഴിപ്പറമ്പിൽ ഉടമസ്ഥനും,
പ്രസാധകനുമായി പ്രസിദ്ധീകരിക്കുന്ന *നസ്രാണി ദീപത്തിൽ* ഫാദർ
ജോൺ മുണ്ടക്കൽ എഴുതുന്നു: "കാനോൻ നിയമത്തിന്റെ ചട്ടക്കൂട്ടിൽ
എല്ലാം ഭദ്രമാണെന്നവാദം സമ്പത്തിന്റെയും അധികാരത്തിന്റെയും മേൽ
വൈദികാധിപത്യം നിലനിർത്തുന്നതിനുള്ള തന്ത്രം മാത്രമാണ്."

ട്രസ്റ്റ് നിയമം വൈകിക്കുന്നു

ശ്വസിക്കുന്ന വായുവിൽപ്പോലും രാഷ്ട്രീയം നിറഞ്ഞു നില്ക്കുന്ന

ഇന്നത്തെ രാഷ്ട്രീയ സാമൂഹിക പരിതഃസ്ഥിതിയിൽ ഈ ബില്ലു പാസാക്കാൻ താമസിക്കുന്നതിന് രാഷ്ട്രീയ കാരണങ്ങൾ തന്നെ കാണും. വോട്ടുകളുടെ എണ്ണം നോക്കി മാത്രം കാര്യങ്ങൾ തീരുമാനി ക്കുന്ന രാഷ്ട്രീയ പശ്ചാത്തലം നിലനില്ക്കുമ്പോൾ ഒരു സാമൂഹ്യനീതി നടപ്പാക്കുന്നതിനും ഇതൊക്കെ കണക്കാക്കാമെന്നു വരും. അധികാരം എന്ന ആത്യന്തിക ലക്ഷ്യത്തിന് തടസ്സമായി നില്ക്കുന്ന എല്ലാ ശക്തിക ളെയും രാഷ്ട്രീയക്കാർ ഭയപ്പെടുന്നു. മതേതരജനാധിപത്യ സോഷ്യലി സം അടിസ്ഥാന പ്രമാണമായിട്ടെടുത്തിയിരിക്കുന്ന രാഷ്ട്രീയ പാർട്ടികൾ ഭരിക്കുന്നിടത്ത് എന്തുകൊണ്ട് ഈ നിയമം പാസ്സാക്കാൻ വൈകുന്നു? ഈ ചോദ്യം പല കേന്ദ്രങ്ങളിൽ നിന്നും ഉയർന്നുവരുന്നുണ്ട്. ഒരുപക്ഷെ ചോദ്യങ്ങളുടെ ആക്കവും, തൂക്കവും കൂടി വരുവാൻ വേണ്ടി താമസിപ്പി ക്കുന്നതാണോ എന്നത് മറ്റൊരു രാഷ്ട്രീയം.

സഭാസ്വത്തുക്കളുടെ ഭരണത്തിന് നിയമം വേണമെന്ന ആശയ ത്തിന് ഒരു രൂപരേഖയുണ്ടാക്കി തുടക്കംകുറിച്ചത് ശ്രീ. ജോസഫ് പുലിക്കു ന്നേൽ ആണ്. ഈ ആശയപ്രചരണത്തിനുവേണ്ടി ഏറെ എഴുതുകയും പറയുകയും ചെയ്തുകൊണ്ടിരിക്കുന്നു. ഇദ്ദേഹത്തിന്റെ ശ്രമഫലമായി ട്ടാണ് മേൽപ്പറഞ്ഞ ആശയത്തിന്റെ പ്രചരണോൽഘാടനം 2004 ആഗസ്ത് 21 ന് കോട്ടയത്തു നടന്നത്. അന്നും കേരളത്തിലെ അതിപ്രഗ ത്ഭരായ ക്രൈസ്തവ നേതാക്കളാണ് നേതൃത്വം നല്കിയത്. പത്മഭൂ ഷൺ ഡോ. എം വി പൈലി, പത്മഭൂഷൺ ജസ്റ്റീസ് കെ ടി തോമസ്, മുൻ മന്ത്രിമാരായിരുന്ന ശ്രീ. ബി വെല്ലിങ്ടൺ, പ്രൊ. എൻ എം ജോസഫ്, ഭാഷാപണ്ഡിതൻ പ്രൊഫ: എം തോമസ് മാത്യു, ജോസഫ് പുലിക്കു ന്നേൽ തുടങ്ങിയവർ യോഗത്തിൽ ആശയപ്രകടനങ്ങൾ നടത്തി. ഇപ്പോൾ പല ക്രൈസ്തവ സംഘടനകളും നിയമപരിഷ്കരണ ശുപാർ ശയെ സ്വാഗതം ചെയ്തുകൊണ്ട് രംഗത്തുണ്ട്. വിദ്യാസമ്പന്നർ, ചിന്തകർ, സാഹിത്യകാരന്മാർ, നിയമജ്ഞന്മാർ, വൈസ് ചാൻസലർ, സുപ്രീം കോടതി ജഡ്ജി, മന്ത്രിമാർ എന്നിങ്ങനെ സമുദായത്തിന്റെ ഉന്നതശ്രേണി യിലുള്ളവർ തന്നെയാണ് ഈ നിയമം നടപ്പാക്കുന്നതിനുവേണ്ടി രംഗത്തു ള്ളത്. എഴുത്തുകാരും, നിയമജ്ഞരുമായ വൈദികരും സജീവമായിട്ടു ണ്ട്. വൈദികരുടെ ഉടമസ്ഥതയിൽ പ്രസിദ്ധീകരിക്കുന്ന *നസ്രാണിദീപം* മാസികയുടെ 3/2009 ലക്കം മുഴുവൻ തന്നെ പ്രസ്തുത നിയമത്തെ അനുകൂലിച്ചുകൊണ്ടുള്ളതായിരുന്നു. ഇത്രയൊക്കെയായിട്ടും അരമന പറയുന്നു - ഇതൊക്കെ സഭാവിരോധികളുടെ കളിയാണെന്ന്. ഏതാ യാലും നമ്മുടെ രാജ്യത്തെ എല്ലാ മതവിഭാഗങ്ങളുടെയും പൊതുമുതൽ ഒരു നിയമത്തിന്റെ ചട്ടക്കൂട്ടിൽ കൊണ്ടുവന്ന് എല്ലാ കാര്യങ്ങളും സുതാര്യമാക്കണം എന്നു പറയുന്നത് ലളിതമായി പറഞ്ഞാൽ ഒരു റിപ്പബ്ലിക്കൻ ചിന്തമാത്രമാണ്.

ഏതു പ്രവൃത്തിയും നിയമത്താൽ ഭരിക്കപ്പെടുന്നില്ലെങ്കിൽ നിയമര ഹിതമാണ്. നിയമം എവിടെ അവസാനിക്കുന്നുവോ അവിടെ സ്വേച്ഛാധി

പത്യം ആരംഭിക്കുന്നു, അരാജകത്വം ഉണ്ടാകുന്നു. കണക്കു പറയാത്ത അധികാരം അഴിമതിക്കു തുല്യമാണ്. ഇതൊക്കെ പൊതു നിയമങ്ങളാണ്. യേശു പറഞ്ഞതുപോലെ, "കണ്ണുള്ളവർ കാണട്ടെ ചെവിയുള്ളവർ കേൾക്കട്ടെ." എല്ലാ മതവിഭാഗങ്ങൾക്കും അവരുടെ സ്വത്തുക്കൾ ഭരിക്കു ന്നതിന് ഗവൺമെന്റ് നിയന്ത്രണങ്ങൾ ഉണ്ടായിരിക്കെ ക്രിസ്ത്യാനിക്കു മാത്രം പാടില്ല എന്നു പറയുന്നത് ബാലിശമാണ്, ധിക്കാരമാണ്. മറ്റു സമുദായക്കാർക്ക് ഉതപ്പുണ്ടാകുവാനും കാരണമാകും. അതുകൊണ്ട് സമൂഹമദ്ധ്യത്തിൽ കൂടുതൽ വഷളാകാതെ നിയമത്തിന് തലകുനിക്കു ന്നതായിരിക്കും നല്ലത്. ന്യൂനപക്ഷ സമുദായങ്ങളായ മുസ്ലീമുകൾക്കും സിക്കുകാർക്കും യഥാക്രമം വഖഫ് ആക്ട്, സിക്ക് ഗുരുദ്വാര ആക്ട് എന്നീ നിയമങ്ങളും, ഹിന്ദുക്കൾക്ക് ഹിന്ദു എൻഡോവ്മെന്റ് ആക്ടും പ്രാബല്യത്തിലുണ്ട്. അവരുടെയൊന്നും മതസ്വാതന്ത്ര്യത്തിനും ആരാധനാക്രമങ്ങൾക്കും ഒരു കോട്ടവും വന്നിട്ടില്ലല്ലോ? ആയതുകൊണ്ട് ഈ വൈകിയ വേളയിലെങ്കിലും ജസ്റ്റിസ് കൃഷ്ണയ്യർ കമ്മീഷൻ ശുപാർശ ചെയ്തിരിക്കുന്ന റിപ്പോർട്ടിന്റെ അടിസ്ഥാനത്തിൽ 'ചർച്ച് പ്രോപ്പർട്ടീസ് ട്രസ്റ്റ് ബിൽ 2009' നിയമമാക്കണമെന്ന് സർക്കാരിനോട് അഭ്യർത്ഥിക്കുന്നു.

www.ingramcontent.com/pod-product-compliance
Lightning Source LLC
LaVergne TN
LVHW041711190726
843493LV00007B/2040